ஒரு கலங்கரை விளக்கமும்
ஒரு துறைமுகமுமான...

மிர்தாதின் புத்தகம்

மூலம்
மிகெய்ல் நைமி

தமிழில்
கவிஞர் புவியரசு

கண்ணதாசன் பதிப்பகம்

23, கண்ணதாசன் சாலை,
தியாகராய நகர்
சென்னை-600 017.
தொலைபேசி: 2433 26 82
மதுரை ❖ பாண்டி ❖ கோவை

முதற் பதிப்பு : நவம்பர், 2004
ஏழாவது பதிப்பு : ஜூன் 2019

Published in arrangement with Watkins Publishing Ltd., London, UK
Tamil translation copyright © 2004 Kannadhasan Pathippagham

E-mail : sales@kannadasan.co.in
Our Web Site: www.kannadasan.co.in

பதிப்பாசிரியர் : **காந்தி ∙கண்ணதாசன்**

எச்சரிக்கை

காப்பிரைட் சட்டத்தின்கீழ் பதிவு பெற்றுள்ள இந்நூலில் இருந்து எப்பகுதியையும் முன் அனுமதியின்றி பிரசுரிக்கக்கூடாது. தவறினால் சிவில், கிரிமினல் சட்டங்களின்படி நடவடிக்கை எடுக்கப்படும்.

–**காந்தி ∙கண்ணதாசன்**. பி.ஏ., பி.எல்.,

THE BOOK OF MIRDAD. All rights reserved.
Design and Typography Copyright © Watkins Publishing 2002, 2011
Text copyright © Mikhail Naimy 2002, 2011
No part of this book may be reproduced or transmitted inany form or by any means electronic or mechanical including photocopying or recording or by any information storage and retrieval system without permission in writing from Gandhi Kannadhasan, B.A., B.L. Chennai.

Price Rs: 275/-

"**MIRDADHIN PUTHAGAM**" - Tamil

❖ Written by	:	**MIKHAIL NAIMY**
❖ Translated by	:	Kavingar Puviyarasu
❖ Seventh Edition	:	June 2019
❖ Publishing Editor	:	**GANDHI KANNADHASAN**
❖ Published by	:	**Kannadasan Pathippagham** 23, Kannadhasan Salai, Thiyagaraya Nagar, Chennai - 600 017 Ph. 044-24332682 / 24338712

ISBN : 978-81-8402-081-6

Books available at :

- No. 1212, Range Gowder Street, Coimbatore - 641 001.
  Ph : 0422-4980023, Cell : 9884822139
- No. 1, Annai Complex, III Street, Vasantha Nagar, Madurai - 625 003. Ph : 0452-4243793, Cell: 9884822126
- No. 37, Bharathy Street, Puducherry - 605 001.
  Ph : 0413-4201202, Cell : 9884822128

Printed at : Kannadhasan Pathippagham, Chennai.

"எனக்குக் கிடைத்த இந்த உயிருள்ள ஒளிவிளக்கு,
கைகளால் உருவாக்கப்பட்டதன்று.
அதைத்தான் நான் உங்களுக்கு
வழங்கப் போகிறேன். கண்களுக்கு
விருந்தாகும் அந்த விளக்கிலிருந்து
நீங்கள் அனைவரும்
உமது மெழுகுவர்த்திகளைப்
பற்றவைத்துக் கொள்ளுங்கள்.
அதோ! அது,
உங்கள் கைக்கெட்டும் தூரத்தில்தான்
இருக்கிறது.
அதன் பெயர், மிர்தாத்!"

-பெத்தார் மன்னர்

"இந்தக் கனிகள் வேண்டுமென்ற
பசி யாருக்கெல்லாம் உண்டோ,
அவர்களெல்லாம்
தமது கூடைகளை
ஏந்தி வாருங்கள்!"
—மிர்தாத்

உள்ளடக்கம்

சபிக்கப்பட்ட துறவி...	23
செங்குத்து மலைச் சரிவு...	28
புத்தகம் வைத்திருந்தவர்...	40
1. திரைகள், முத்திரைகள் பற்றிப் பேசி மிர்தாத் தம்மை வெளிப்படுத்திக் கொள்கிறார்...	55
2. படைப்புச் சொல் பற்றி...	59
3. புனித மும்மையும் சரியான சமநிலையும்...	64
4. பொதிந்த கட்டுக்குள் உள்ள கடவுளே மனிதன்...	67
5. கடவுளின் சொல்லும், மனிதனின் சொல்லும்...	69
6. தலைவன், பணியாள் பற்றி...	74
7. மிக்காயன், நரோண்டா மிர்தாதுடன் நடத்திய உரையாடல்...	77
8. மலை வீட்டில் ஏழு துறவிகளும் மிர்தாதைச் சந்திக்கிறார்கள்	83
9. வேதனையற்ற வாழ்வுக்கான வழி...	88
10. நியாயத்தீர்ப்பு நாளும், நியாயத் தீர்ப்பும்...	90
11. அன்பே கடவுளின் சட்டம்...	96
12. படைப்பாற்றல் கொண்ட மௌனம்...	104
13. பிரார்த்தனை பற்றி...	108
14. இரண்டு தலைமைத் தேவர்களின் உரையாடல் இரண்டு துர்த்தேவதைகளின் உரையாடலும்...	115
15. அவமதிப்புப் பற்றியும் புனித புரிதல் பற்றியும்...	120
16. பணம் என்பது என்ன?..	125

17. சமாதம் லஞ்சம் கொடுக்க முயல்கிறார்...	130
18. மிர்தாத் மரணம் பற்றிப் பேசுகிறார்...	132
19. நம்பிக்கையும் தர்க்கமும். காலச் சக்கரத்தை எப்படி நிறுத்துவது?...	139
20. இறந்த பிறகு எங்கே போவோம்?...	143
21. வல்லமை படைத்த புனித விருப்பம்...	146
22. ஆண், பெண், திருமணம், பிரம்மச்சரியம்... இவற்றை வெல்பவர்...	152
23. மிர்தாத் கிழட்டுப் பசுவைக் குணப்படுத்துகிறார். முதுமை பற்றி...	161
24. உணவுக்காகக் கொல்லலாமா?...	167
25. மிர்தாத் காணாமல் போகிறார்...	172
26. மிர்தாத் தம்பேச்சால் கூட்டத்தினரை அமைதிப்படுத்துகிறார்...	176
27. உண்மையை அனைவர்க்கும் உபதேசிப்பதா? அல்லது சிறந்த சிலருக்கு மட்டுமா?..	186
28. பெத்தாரின் அரசர், சமாதத்துடன் குகைக்கு வருகிறார்...	192
29. மிர்தாத் தப்பிவருகிறார்...	202
30. மிக்காயன் கண்ட கனவு...	210
31. மாபெரும் வீட்டு ஏக்கம்...	215
32. பாவம் பற்றியும், அத்தி இலை ஆடை அகற்றுவது பற்றியும்...	221
33. இணையிலாப் பாடகன் இரவைப் பற்றி...	231
34. தாய்க் கரு பற்றி..	242
35. கடவுளை நோக்கிச் செல்லும் பாதையில்...	250
36. உயிருள்ள விளக்குப் பற்றி...	258
37. பெருவெள்ளம் பற்றி...	263

★ இந்த முன்வாசல் வழியாகவே
உள்ளே செல்லுங்கள்...

இனி உங்களுக்குப் பசி ஏற்படுவதற்கான வாய்ப்பே இல்லை!

எச்சரிக்கையுடன் ஆரம்பம்!

எந்தப் படைப்பாளியாவது, தமது படைப்பு படிக்க முடியாதது என்று பயமுறுத்துவாரா என்ன?

அப்படிப் பயமுறுத்தி எச்சரிக்கை செய்திருக்கிறார், இதைப் படைத்திருக்கும் மிகெய்ல் நைமி!

அதனால், என் பங்குக்கான எச்சரிக்கையையும் செய்து விடுகிறேன்! என்னை மன்னியுங்கள்!

இதைப் படிக்காமல், படித்து முடிக்காமல், விட்டு விடாதீர்கள். அவ்வாறு செய்தால், அது உங்களை நீங்களே அவமதித்துக் கொண்டதாகப் போய்விடும்!

நீங்கள் ஞான நாட்டமுள்ளவராக இருந்தால், நீங்கள் படிக்கும் கடைசிப் புத்தகமாகவே இது இருக்கும்! திரும்பத் திரும்ப இதையே படிக்க வேண்டி வரும்!

உலகின் மிக மேன்மைபடைத்த நூல், கலீல் ஜிப்ரானின் 'தீர்க்கதரிசி.' அதையும் மிஞ்சிவிட்டது என்று உலக அறிஞர்கள் இதைப் பாராட்டியிருக்கிறார்கள்!

இதை எழுதியிருக்கும் மிகெய்ல் நைமி, லெபனான் நாட்டுக்காரர். ஜிப்ரானின் ஆருயிர் நண்பர். ஜிப்ரானின் வாழ்க்கை வரலாற்றை அற்புதமாய் எழுதியிருப்பவர். ஜிப்ரானின் வாழ்நாள் முழுதும் அவருக்கு மிகப்பெரும் ஆறுதலாக இருந்தவர். இந்த மிர்தாதின் புத்தகத்தில் தம் நண்பரையும் மிஞ்சிவிட்டார் நைமி.

எந்த மொழியின் மொழிபெயர்ப்பாளருக்கும் இந்தப் புத்தகம் ஓர் அறைகூவல்தான்! இந்த அரிய முயற்சியில் ஈடுபட நேர்ந்தது என் பெரும் பேறு.

இதைவிடக் கடினமான ஒரு புத்தகத்தை மொழி பெயர்க்கும் நிலை, இனி எனக்கு ஏற்படுமா என்பது சந்தேகம்தான்!

அசுரவேகம், ஆவேசப் பேச்சு, கவிதை வீச்சு, முன்னும் பின்னுமாய்ப் பின்னிப் பின்னி வரும் சிக்கலான வாக்கிய அமைப்புகள், திகைப்பூட்டும் கற்பனை வளம், அகராதிகளைக் கடந்த புதிய சொற்சேர்க்கைகள் எல்லாம் கொண்ட இந்தத் தத்துவ ஞானப்புயல், கவித்துவ அடைமழையோடு, சூறாவளியாய்ச் சுழன்றடித்து நம்மை மூச்சுத் திணர வைக்கிறது!

> *"தம்மால் வெளிப்படுத்த முடியாததை*
> *வெளிப்படுத்த, இலட்சக் கணக்கான*
> *எழுத்தாளர்கள் முயற்சி செய்து*
> *பார்த்திருக்கிறார்கள். ஆனால்,*
> *அவர்களெல்லாம் படுதோல்விதான்*
> *அடைந்தார்கள். அந்த முயற்சியில்*
> *தோற்றுப் போகாத ஒரே படைப்பு*
> *'மிர்தாதின் புத்தகம்' தான்! இதன்*
> *சாரத்தை உங்களால் உணர்ந்து*
> *கொள்ள முடியவில்லை யென்றால்,*
> *அது உங்கள் தோல்விதானே தவிர*
> *அவர் தோல்வி அன்று,"*

என்கிறார் மகா ஞானியான ஓஷோ!

> *"இந்த அயோக்கியப் பயல், இதை*
> *எழுதியிருக்காவிட்டால், இதை*
> *நான் எழுதியிருப்பேன்!"*

என்கிறார் ஓஷோ!

"If this rascal would not have written this book, I would have written this."

என்பது அவர் வாக்கு! மிகெய்ல் நைமியை 'ராஸ்கல்' என்று செல்லமாய்ப் பிரியமாய் நேசத்துடன் குறிப்பிடுவது ஓஷோவுக்கே உரிய தனிப்போக்கு! 'ஞானி குர்ஜியெஃப்' பைக்கூட *'Rascal Saint'* என்றுதான் ஓஷோ குறிப்பிடுகிறார்!

மனிதனுக்குள் பிளவுபட்டுக் கிடக்கும் இருமையை, உள்ளுணர்வில் கரைத்து, ஒருமைப்படுத்தி, அவனுக்குள் இருக்கும் தெய்விகத்தை, அவனுக்குத் திரை நீக்கிக் காட்டும் சுயதரிசனத்திற்கான தூண்டுதல் முயற்சிதான் இந்த ஞானநூலின் சாரம்.

தேடக்கிடைக்காத செல்வம்

உலக ஞான நூல்களில் மகத்தானதாகப் போற்றப்படும், 'மிர்தாதின் புத்தகம்' எளிதில் எங்கும் கிடைக்காத நூலாகவே இன்னும் இருந்து வருகிறது. ஓஷோவின் மூலமாகவே இப்படி ஒரு புத்தகம் இருப்பதை நான் அறிந்தேன். எங்குமே கிடைக்க வில்லை. தமிழகத்திலும், அண்டை மாநிலங்களிலும் தேடினேன். பலர் இதை அறிந்திருந்தார்கள். ஆனால், யாரிடமும் இல்லை. நண்பர் கதிரவனுடன், புனா ஓஷோ ஆசிரமம் சென்று, துறவுக் கோலம் பூண்டு சில நாள்கள் இருக்க நேர்ந்தபோது மிர்தாத் கிடைத்துவிடும் என்று நம்பினேன். அங்கும் கிடைக்கவில்லை. இணைய தளமும் கைவிரித்துவிட்டது.

இதைப் பற்றிக் கட்டாயம் தெரிந்திருக்கக் கூடியவர் என் நண்பர், குருஜி அம்ரித் யாத்ரிதான் என்று, அவரை நாடினேன். அவரிடம் புத்தகம் இருக்கக்கூடும் என்பது என் நம்பிக்கை. ஆனால், அவர் சொன்னது எனக்கு அதிர்ச்சி தந்தது! தாம் அரும்பாடுபட்டு அதை வெளிநாட்டிலிருந்து தருவித்ததாகவும், ஒரு நண்பருக்குப் படிக்கக் கொடுத்து அது காணாமல் போய்விட்டதாகவும் கூறி என் ஏமாற்றத்தை அதிகரித்தார்.

புத்தகம் மிகக் கடினமானதுதான் என்றும், மூன்று முறை ஊன்றிப் படித்த பின்பே விளங்கியதாகவும் தெரிவித்த குருஜி, அதன் சில கருத்தோட்டங்களை எனக்குச் சொன்னார். என் ஆவல் அதிகரித்தது. ஏக்கம் பெரிதானது.

மிர்தாத் சொல்வது போல, 'ஏக்கம் கொணடவர்களே வெற்றி பெறுவார்கள்,' என்று, ஒரு தரிசனத்திற்காகத் தவமிருந்தேன்.

ஒருநாள் நான், ஸ்டேட் வங்கியில் பணியாற்றும் என் மாப்பிள்ளை ராஜேந்திரன் அவர்களைப் பார்க்கப் போயிருந்தேன். அவர் தம்முடன் பணியாற்றும் செல்லப்பா அவர்களை அறிமுகப் படுத்தி வைத்தார். அவரைப் பற்றி மாப்பிள்ளை முன்பே நிறையச் சொல்லியிருக்கிறார்.

செல்லப்பா ஒரு நவயுகச் சித்தர். அடங்காத ஞான தாகம் கொண்டவர்; தீராத தத்துவப் பசி கொண்டவர். திடீரென விடுப்புப் போட்டுவிட்டு, காடு மலை வனாந்தரங்கள் என்று அலைந்து கொண்டிருப்பார். பெரும்பாலும் இமயச் சாரலில்!

என்னுடைய மொழியாக்கத்தில் வந்துள்ள ஓஷோ நூல்கள் எல்லாவற்றையும், ஜிப்ரானின் நூல்களையும் படித்திருப்பதாகச் சொன்னார். தற்சமயம் நான் என்ன எழுதிக் கொண்டிருக்கிறேன் என்று கேட்டார். சொன்னேன்.

தம்மிடம் ஒரு புத்தகம் இருப்பதாகவும், அது சரியாக விளங்க வில்லை என்றும், மொழிநடை மிகக் கடினமாக இருப்பதாகவும் சொன்னார். அது என்ன புத்தகம் என்று கேட்டேன். 'புக் ஆஃப் மிர்தாத், என்று சொன்னார்!

மெய்யாகவே என் உடல் சிலிர்த்தது! நான் பரவசப்பட்டேன்! தேடிக் கிடைக்காத செல்வம் கடைசியில் கிடைத்தே விட்டது என்ற பெருமகிழ்ச்சியில், 'எங்கே வாங்கினீர்கள்?' என்று கேட்டேன். 'வாங்கவில்லை; கிடைத்தது' என்று சொல்லி, அது கிடைத்த விபரத்தைக் கூறினார்.

வடக்கே ரிஷிகேசம் பக்கம் அவர் பயணம் சென்று கொண் டிருந்தபோது, சிவானந்த நகரில் உள்ள யோக வேதாந்த கானகக் கழகத்திற்குச் சென்றிருக்கிறார். சில நாள் அங்கே தங்கியிருந்த காலத்தில், நூலகத்தில் மீர்தாதின் புத்தகம் அவர் கண்ணில் பட்டிருக்கிறது. அதுவும் 'ஜெராக்ஸ்' பிரதி!

மற்றவர்களைப் போலவே, ஓஷோவின் மூலமாக மீர்தாதின் புத்தகம் பற்றி அறிந்திருந்த செல்லப்பா அதன் மேன்மை கருதி அதைப் பிரதி எடுக்கக் கேட்டிருக்கிறார். பலமுறை வேண்டிக் கொண்டதன் மூலம் அதைப் பிரதியெடுக்க சிவானந்த ஆசிரமம் அனுமதியளித்திருக்கிறது. மிகுந்த மகிழ்ச்சியுடன் அதைப் பிரதி யெடுத்து, அச்சில் விடுபட்ட வரிகளை, மூலப் பிரதி பார்த்து, எழுதி முழுமைப்படுத்தி, அரிய கருவூலமாய்க் கொண்டு வந்திருக்கிறார்.

நான் அவரிடம் அதைக் கேட்டேன். அவர், தமது பிரதியிலிருந்து இன்னொரு பிரதி எடுத்துத் தருவதாகச் சொன்னார். சில நாள்கள் கழித்து அவரைச் சந்தித்து, புதிய பிரதியைப் பெற்றுக் கொண்டேன். புதிய பிரதி எடுத்ததற்கான தொகையையும் அவர் வாங்க மறுத்து விட்டார். என் கைக்குக் கிடைத்தது, மூலப் பிரதியின், ஜெராக்சின் ஜெராக்சின் ஜெராக்ஸ் பிரதி!

இது தமிழுக்கு வருவதற்கு மூல காரணமான செல்லப்பா அவர்களுக்கு, என்ன வார்த்தைகளால் எப்படி நன்றி சொல்வது என்று எனக்குத் தெரியவில்லை.

மிர்தாதின் புத்தகப் பிரதியில் அதிர்ச்சி தரும் ஓர் அதிசயம், முதல் பக்கத்தில் காணப்பட்டது!

அது, மிகெய்ல் நைமியின் தாயகமான லெபனானிலிருந்து ரிஷிகேச ஆசிரமத்திற்கு அன்பளிப்பாக அனுப்பப்பட்டது.

அதை அனுப்பியவர், மேலே வடமொழி எழுத்தில் ஓம் என்று எழுதி, அதன் கீழே, 'ஓம் நமோ நாராயணா' என்று எழுதி, அதன் கீழே, 'அன்பிற்குரிய சுவாமி வே முக்தானந்தா அவர்களுக்கு-லெபனானிலிருந்து வரும் இந்த அன்புப் பரிசை அருள்கூர்ந்து ஏற்றுக் கொள்ளுங்கள்,' என்று எழுதி, அதற்கும் கீழே, 'ஹரி ஓம் தத்சத்' என்றும் எழுதி, அனுப்பியவர் கையெழுத்துப் போட்டிருக் கிறார். அந்தக் கையெழுத்துதான் என்னை அதிர வைத்தது!

மேலே குறிப்பிட்ட இந்து மரபார்ந்த வாசகங்களை எழுதி அனுப்பியவர் ஓர் இஸ்லாமியர்! பெயர் ஓமார்! எவ்வளவு பண்பட்ட மனிதர் அந்த ஓமார்! இந்தப் பண்பட்ட மனப் பக்குவத்தை மிர்தாதின் புத்தகம்தான் அவருக்கு வழங்கியிருக்க வேண்டும்.

எல்லாப் பணிகளையும் ஒதுக்கி வைத்துவிட்டு, உடனே அதைப் படிக்க ஆரம்பித்தேன். அதை மொழி பெயர்க்கும் எண்ணமே எனக்கு எழவில்லை. எப்படியாவது படித்துப் புரிந்து கொண்டால் போதும் என்ற எண்ணமே மேலோங்கியிருந்தது. ஆரம்பத்தில் முன்னுரை போல அமைந்துள்ள மூன்று அத்தியாயங்களில் சொல்லப்பட்டுள்ள சுவையான உருவகக் கதையை உள்வாங்கிக் கொள்ள முடிந்தது. அதற்குப் பிறகுதான் விவகாரம் ஆரம்ப மாயிற்று!

புத்தகம் ஒரு நாவல் போல அமைந்திருந்தாலும், அதன் மொழி நடை முற்றிலும் மாறுபட்டதாய், இறுக்கமானதாய், சிக்க லானதாய், கடினமானதாய் அமைந்து திணறடித்தது.

இரண்டிரண்டு பக்கமாய் இருந்த ஜெராக்ஸ் பிரதியை, நான் பல நாள்கள் திரும்பத்திரும்ப வாசித்துக் கொண்டே இருந்தேன். அதைக் கவனித்த என் பேத்தி ஜனனி, 'இதென்ன, ஒன்றையே நீண்ட காலமாகப் படித்து வருகிறீர்களே?' என்று கேட்டாள். 'இது ஒரு தத்துவ ஞானப் புத்தகம்' என்று சொன்னேன். 'தத்துவ ஞானம் என்றால் என்ன?' என்று கேட்டாள். உயர்நிலைப் பள்ளி

மாணவியான அவளுக்கு விளங்கும் படியாக என்னால் பதில் சொல்ல முடியவில்லை!

அதற்குப் பிறகு நாங்கள் சென்னை சென்றிருந்த சமயம், அவளுக்கு, ஆரம்பத்தில் உள்ள மூன்று அத்தியாயங்களின் கதையை மிக விரிவாகச் சொன்னேன். அதன் உட்பொருள் எனக்கு விளங்கியது என்றாலும், அதை விட்டுவிட்டுக் கதையை மட்டும் சொன்னேன். அதைக் கேட்ட அவள், 'ஹாரி பாட்டர்' கதை மாதிரி சுவையாக இருக்கிறது என்று சொன்னாள்!

அடுத்து, 'இதை நீங்கள் மொழி பெயர்த்தால் என்ன?' என்று கேட்டாள். மொழி பெயர்ப்புப் பற்றி என்னுள் விழுந்த முதல் விதை அது!

'அப்படி ஒரு பகுதியை மட்டும் மொழி பெயர்க்க முடியாது. அதற்குப் பின்னால் வருகிற புத்தகத்தின் தத்துவங்களை விளக்கவே இந்த ஆரம்பக் கதை' என்று அவளுக்குச் சொன்னேன்.

அதைப் பற்றிப் பேசிக் கொண்டே கண்ணதாசன் பதிப்பகம் சென்றோம். நான் முன்பு எழுதிக் கொடுத்திருந்த தாகூரின் 'கீதாஞ்சலி', 'ஏகாந்தப் பறவைகள்' தயாராகிக் கொண்டிருக்கிறதா என்று விசாரித்தேன்.

காந்தி கண்ணதாசன் அவர்கள், சட்டென, 'அண்ணே, அந்த 'புக் ஆஃப் மிர்தாத்' என்று ஆரம்பித்தார்! நானும் ஜனனியும் திகைத்துப் போய் ஒருவரை ஒருவர் பார்த்துக் கொண்டோம். அதைக் கவனித்த காந்தி 'என்ன?' என்றார். 'அதைப் பற்றித்தான் பேசிக்கொண்டே வந்தோம். அது எப்படி நீங்கள்... அதைப் பற்றி?' என்றேன். 'அதுதான் எண்ணத்தின் வலிமை' என்றார் அவர்.

தொடர்ந்து, 'அது கெடச்சதா?' என்றார். 'கெடச்சிருச்சு' என்றேன். அவர் பரவசத்தோடு, 'அதைப் பண்ணிடுங்க' என்றார். 'ரொம்பக் கஷ்டமான காரியம்' என்றேன். 'அதெல்லாம் நீங்க செஞ்சிடுவீங்க' என்று உற்சாகப்படுத்திச் சொன்னார் காந்தி.

எனக்கு 'வாலிபால்' என்ற கைப்பந்து ஆட்டம் நினைவுக்கு வந்தது. ஒருவர் வாகாகப் பந்தை உயரத் தூக்கி வீச, திறமைசாலி அதை ஒரே அடியில் அடுத்த பக்கத்தை நோக்கி ஓங்கி அடிப்பது போல, ஜனனி விஷயத்தை உயர்த்திக் கொடுக்க, காந்தி அதை ஓங்கி என் மேல் அடித்துவிட்டது போலத் தோன்றியது!

'பார்க்கிறேன்' என்று ஊசலாட்டத்துடன் சொல்லிக் கிளம்பினேன்.

அப்புறம்தான் இதை மொழி பெயர்க்கும் நோக்கத்தோடு படிக்க வேண்டிய நிலை ஏற்பட்டது...

மொழி பெயர்ப்புச் சிக்கல்

ஒரு மொழி பெயர்ப்பாளர் எதிர்கொள்ளும் அறை கூவலான சிக்கல் மூல மொழியின் இயற்கை, பண்பாடு தொடர்பான சிக்கல்தான்.

மூல மொழியின் இயற்கை, மற்றும் பண்பாடு, அந்த மொழிக்கே உரிய முழுப் பொருளையும், அந்த இனத்திற்கே உரிய உணர்வையும் வெளிப்படுமாறு அமைந்திருக்கும். முற்றிலும் அன்னியமான ஒரு மொழியில் அவை, கருத்தை மட்டுமே வெளிப்படுத்தும்; உணர்வையும் அழகையும் வெளிப்படுத்தாது.

'காடு கமழும் கற்பூரச் சொற்கோ'

–என்ற பாவேந்தரின் சொற்றொடரையோ,

'தீர்த்தக் கரையினிலே- தெற்கு மூலையில் செண்பகத் தோட்டத்திலே'

–என்ற பாரதியின் வரிகளையோ, ஓர் ஐரோப்பிய மொழியில் முழுப் பொருளோடும், முழு உணர்வோடும், முழு அழகோடும் எவ்வாறு மொழி பெயர்ப்பது?

இந்தச் சிக்கல், ஐரோப்பிய மொழிகளிலிருந்து இந்திய மொழி களுக்கு வரும்போதும் ஏற்படும்.

இந்திய மொழிகளில் ஒன்றிலிருந்து மற்றொன்றிற்குச் செல்லும் போது, இவ்வகைச் சிக்கல் சற்றுக் குறைவு. தமிழ்- மலையாள மொழிகளில், ஒன்றிலிருந்து மற்றொன்றிற்குச் செல்லும் போது இவ்வகைச் சிக்கல் மிகமிகக் குறைவு. ஏறத்தாழ மூலமொழிக்கு மிக நெருக்கமாகவோ, சில சமயங்களில் மிகச் சரியாகவோ அமைந்துவிடும் சாத்தியக்கூறுகள் உண்டு.

ஒரு சொல், அது சுட்டும் பொருளின் குறியீடு மட்டுமே, ஒரே மொழியிலும் கூட. பொருளின் முழுப் பண்பை சொல் உணர்த்தாது. 'கல்' என்ற சொல் கல்லின் கனத்தை உணர்த்தாது. 'தென்னை' –அதன் உயரத்தையோ, பயன்பாட்டையோ உணர்த்தாது. 'முல்லை' –அதன் வெண்மையையோ, அளவையோ, நறுமணத்தையோ உணர்த்தாது. இந்தச் சொற்கள் சொல்லப் பட்டவுடனே, அல்லது எழுதப்பட்டவுடனே, அவற்றின் பண்புகள்

அனைத்தையும், (நம் பட்டறிவு காரணமாக) நாம் அவற்றின் மேல் ஏற்றி உணர்ந்து கொள்கிறோம்.

சொற்களையே பிடித்துத் தொங்கிக் கொண்டிருக்கக் கூடாது, அவற்றின் வழியாகப் பொருளை நோக்கிச் செல்ல வேண்டும் என்பதற்காகவே இதைக் குறிப்பிடுகிறேன்.

"இங்கே சொற்கள் அல்ல முக்கியம். சொற்களால் என்ன அதிர்வு பிறக்கிறது என்பதே முக்கியம்"

-என்றுதான் மிர்தாதும் குறிப்பிடுகிறார்.

இந்த மொழி பெயர்ப்பில் பண்பாட்டுச் சிக்கல் அதிகமாக எழவில்லை. தத்துவ நூலாக அமைந்திருப்பதால் கருத்துகளே இதில் முக்கியத்துவம் பெறுகின்றன. மத்தியதரைக் கடல் நாடான லெபனானின் பின்புலம் அதிகம் அன்னியப்பட்டுப் போய்விட வில்லை.

இதன் சிக்கல் எல்லாம் மிகெய்ல் நைமியின் மொழி நடையில்தான். இது அவரால் ஆங்கிலத்தில் எழுதப்பட்டதுதான். உள்ளடக்கமான சிக்கலான தத்துவார்த்தத்திற்கு ஏற்ப சிக்கலான மொழியில் இதை அவர் உருவாக்கியிருக்கிறார்.

இதன் மொழிநடை, எந்தத் தளத்தில் அமைந்திருக்கிறதோ, அதே தளத்திலான தமிழில் மொழி பெயர்த்துவிட முடியும். ஆனால், அதற்கு மிகுந்த காலம் பிடிக்கும். அவ்வாறு மொழி பெயர்த்தால் அது, அடியார்க்கு நல்லார், நச்சினார்க்கினியர் உரைநடை போல இருக்கும்! இன்னும் தளர்த்தி, மறைமலையடிகள் நடை வரைக்கும் வரலாம். ஆனால், அதனால், என்ன பயன்? பெரும்புலவர்களின் பாராட்டைப் பெறலாமே தவிர, படிக்க முடியாது. உட்பொருள் சொற்குவியலுக்குள் மறைந்து காணாமற் போகும்.

சாதாரண வாசகர்கள் பக்கத்தில் வரவேண்டாம் என்று மிகெய்ல் நைமி குறிப்பிட்டிருந்தாலும் கூட, அவரது விருப்பத்தை யும் மீறி, அனைவர்க்குமாக இதை அறிமுகப்படுத்த வேண்டும் என்றே நான் முடிந்தவரை எளிய நடையில் செய்தேன். அவர் என்னை மன்னிப்பாராக!

எளிமைக்குக் காரணமே ஓஷோதான். பதஞ்சலி, சோசோன், மிலரேபா, அஷ்டாவக்கிரர் போன்றவர்களின் தத்துவங்களைக்கூட, எல்லாருக்குமான எளிய நடையில் அழகாகச் சொன்னவர் ஓஷோ. அவரைப் பின்பற்றியே எளிய தமிழில் சொல்லத் துணிந்தேன்.

சொல்லும் கருத்தும், மொழிநடையும் சேர்ந்து சிக்கலாக இருந்தால் எப்படி?

ஒருவகையில் 'மிர்தாதின் புத்தகம்' ஒரு புதினம்தான். தத்துவார்த்தப் புதினம். மிகெய்ல் நைமியே, தொடக்கப் பகுதியைச் சற்று எளிமையாகத்தான் எழுதியிருக்கிறார். 'மிர்தாதின் புத்தகம்' என்ற பகுதிக்கு முன்னால் அமைந்துள்ள மூன்று அத்தியாயங்களில் அமைந்துள்ள சுவையான கதையை அவர் ஓரளவு எளிய நடையில் தான் சொல்லியிருக்கிறார். இந்த மூன்று மலைகளையும் ஏறிச் சிகரத்தை அடைந்த பிறகுதான், தத்துவதரிசனம் வாசகர்க்கு வாய்க்கும். அதற்கான பக்குவப்படுத்தலே இந்த மலையேற்றம்!

மின்வெட்டுக்களைப் போல ஆங்காங்கே வரும் வாக்கியங்களை அப்படியே மொழிபெயர்க்க முடிந்தது.

"அன்பே வாழ்வின் சாறு
வெறுப்பு, மரணத்தின் சீழ்!"

"சிறந்த பேச்சு, ஒரு நேர்மையான பொய்.
மோசமான மௌனம், ஒரு நிர்வாண உண்மை."

"எந்த வாளாலும் காயப்படுத்த முடியாத
சுதந்தரக் காற்றைப்போல் திகழுங்கள்."

போன்ற வாக்கியங்கள் அவை. சில இடங்களில் அவர் சாகச வித்தை செய்திருக்கிறார்.

சான்றாக:

Nothing can serve save it be served by serving.

And nothing can be served except it serve the serving.

இப்படி ஒரு கருத்து இரண்டு வாக்கியங்களில். இதை அப்படியே சொல்லுக்குச் சொல் இறுக்கமாக மொழி பெயர்த்தால், வாசகர்க்கு மூச்சுத் திணறல்தான் ஏற்படும்! வாசகர் கண்கள் அதைத் தாண்டி அப்பால் நகர்ந்து விடும்.

இதன் காரணமாக விளக்கவுரை, விரிவுரை சொல்வதும் தவறாகிவிடும். ஆகவே, மூலக் கருத்தை வெளிப்படுத்தும் முறையில், இரண்டொரு சொற்களைச் சேர்த்து,

"பணிவிடைகளால் பணிவிடை செய்தே ஆகவேண்டு
மென்றால், எதுவுமே பணிவிடையைக் காப்பாற்றாது.

மீநாதின் புத்தகம்

பணிவிடை செய்கிறவனுக்குப் பணிவிடை செய்தா
லொழிய, எதற்குமே பணிவிடை செய்துவிட முடியாது."

என்று எழுத நேர்ந்தது! வேறு வழி எனக்குப் புலப்படவில்லை.

ஒரு வாக்கியத்தைப் பாருங்கள்:

And what are man and woman but the single man unconsious of his singleness and so cloven in twain and made to quaff the gall of duality that he may yearn for the nectar of unity; and yearning, seek it with a will; seeking, find it and possess it, conscious of its surpassing liberty?

இதை இப்படியே, ஒரே வினா வாக்கியமாக மொழி பெயர்த்துப் பார்த்துப் படித்ததில் அது எனக்கே விளங்கவில்லை!

வேறு வழியில்லாமல், சின்னச் சின்ன வாக்கியங்களாக உடைத்து எழுத நேர்ந்தது இப்படி:

"ஆணும் பெண்ணும் ஒன்றேதான் அன்றி
வேறென்ன? மனிதனுக்கு அந்த உள்ளுணர்வு
இல்லை. இருவரும் ஒரே முறுக்கு நூலின்,
நூலிழைப் பிரிகள். அவன் இருமை என்னும்
நஞ்சைக் குடிக்காமலிருந்தால் மட்டுமே,
ஒருமைத் தேனைச் சுவைக்க முடியும். மிகுந்த
ஆவல் கொண்டு மனவுறுதியுடன் அதைத்
தேடுக! நாடுக! நாடிப் பெறுக! எல்லாவற்றி
னும் மேலோங்கிய சுதந்தரத்தை அந்த
ஒருமையின் மூலம் பெறுக!"

சிக்கலான இடங்களில், புரிதல் காரணமாக இவ்வாறு செய்திருக்கிறேன். இந்த மொழி பெயர்ப்பு இந்த முறையில்தான் அமைந்திருக்கிறது.

புத்தகத்தின் பின்புலம்

இளைஞன் ஒருவன், பல்லாயிரம் அடி உயரமுள்ள செங்குத் தான மலை மீது ஏற முடிவு செய்கிறான். அடிவாரத்து ஊர் மக்கள் சுட்டிக் காட்டிய பாதைகளைப் புறக்கணித்துவிட்டு, செங்குத்து வழியில் ஏற முற்படுகிறான் அவன்.

ஓர் ஊன்றுகோலையும், ஏழு ரொட்டித் துண்டுகளையும் எடுத்துக் கொண்டு அவன் புறப்படுகிறான். அவன் படும்பாடு கொஞ்ச நஞ்சமல்ல. போகப்போக மலை நெட்டுக் குத்தாகவும், கரடுமுரடானதாகவும், குத்துப்பாறைகள், கற்கள் நிரம்பியதாகவும் அமைந்து விடுகிறது.

அவனுடைய கைகால்களில் காயம்பட்டு இரத்தம் வடிய, முழந்தாழிட்டும், கைகளால் ஊர்ந்தும், மூச்சுத் திணறியபடி அவன் விடாப்பிடியாக மலையேறி ஒரு குகையை அடைகிறான்.

அவனது அந்தக் கடினமான முயற்சியின் நோக்கமே, ஆதி வெள்ளப் பெருக்கின் இறுதியில், உலகமெல்லாம் மூழ்கிவிட்ட பிறகு, நோவாவின் கப்பல் கரையொதுங்கிய இடத்தைக் காண வேண்டும் என்பதுதான். அது, அராரத் மலைமேல் உள்ள பலிபீடச் சிகரத்தில், பாழடைந்த ஒரு மடாலய வடிவில் இருந்தது.

மலையேற்றத்தின்போது, பல அதிசய நிகழ்ச்சிகள் நடக்கின்றன. கடைசியில் அவன் மூர்ச்சை அடைந்து ஒரு குகை வாயிலில் சாய்ந்துவிடுகிறான். ஒரு வயதான துறவி அவனுடைய மயக்கத்தைத் தெளிவித்து அவனைக் காப்பாற்றுகிறார். அவர், அவனுக்காக, நூற்றைம்பது ஆண்டுகளாகக் காத்திருந்ததாகக் கூறுகிறார். அவனிடம் அவர் ஒரு புத்தகத்தைக் கொடுக்கிறார்; பிறகு கல்லாகிப் போகிறார்!

அவர் கொடுத்ததுதான், 'மிர்தாதின் புத்தகம்.'

அதைக் கொடுத்துவிட்டுக் கல்லாகிப் போனவர் பெயர் சமாதம். நோவாவின் புதல்வன் சேம் என்பவனால் உருவாக்கப்பட்டது அந்த மடாலயம். பல நூற்றாண்டுகளாக இருந்து வந்த அந்த மடாலயத்தின் மூத்த துறவியாக, நூற்றைம்பது ஆண்டுகளுக்கு முன் இருந்தவர் சமாதம்.

மடாலயத்தில் ஒன்பதுபேர் மட்டுமே வாழ்ந்து வரவேண்டும் என்பது நோவாவின் கட்டளை. ஒருவர் இறந்துவிட்டால், அதை நிறைவு செய்ய, இறைவன் தகுந்த ஆளை அனுப்பி வைப்பான் என்பது நம்பிக்கை.

அப்படி ஒருவர் இறந்துவிட்டபோது, மிர்தாத் அங்கே வந்து கதவைத் தட்டுகிறார். அவரது கந்தலணிந்த பிச்சைக்காரத் தோற்றத்தைக் கண்டு வெறுப்படைந்த மூத்த துறவி சமாதம், அவரை விரட்டுகிறார். மிர்தாத் பிடிவாதமாகக் கெஞ்சவே அவரை ஒரு வேலைக்காரனாகவே உள்ளே அனுமதிக்கிறார் சமாதம். எல்லாப் பணிகளையும் மிர்தாத் செய்து வருகிறார். சமாதம்

அவரைத் தொடர்ந்து அவமானப்படுத்தி வருகிறார். மிர்தாத் மௌன விரதம் பூண்கிறார்.

ஏழு ஆண்டுகள் உருண்டோடி விடுகின்றன.

இறைவன் அனுப்பிய ஆள் வரவேயில்லை.

அதனால், மிர்தாதை ஒன்பதாவது துறவியாக ஏற்றுக் கொள்கிறார்கள்.

மிர்தாத் அதன் பிறகு, மடாலயத்தில் பெரிய மாற்றங்களைக் கொண்டு வருகிறார். எல்லா நிலபுலன்களையும், செல்வங்களையும், மலையோர மக்களுக்குப் பகிர்ந்து கொடுத்துவிடுகிறார்.

மூத்த துறவி சமாதம் கொதித்துப் போகிறார்.

மடாலயத் துறவிகளுக்குள் குழப்பம் ஏற்படுகின்றது. இந்தச் சூழலில், மிர்தாத் மௌனம் கலைத்துப் பேச ஆரம்பிக்கிறார்.

அவரது பேச்சையும், முழு நிகழ்வுகளையும் இளம் துறவி நரோண்டா பதிவு செய்கிறார்.

அந்தப் பதிவேடுதான், 'மிர்தாதின் புத்தகம்.'

முன்னுரைபோல் அமைந்துள்ள, மூன்று அத்தியாயக் கதைக்குப் பிறகுதான், 'மிர்தாதின் புத்தகம்' ஆரம்பமாகிறது.

இந்தக் கதையின் ஆரம்ப ஆதாரமான நோவா என்பவர் யார்?

திருவிவிலியத்தின் பழைய ஏற்பாட்டில், ஆதியாகமத்தின் ஆறு, ஏழாம் பகுதிகளில் ஆதி வெள்ளப் பெருக்கு பற்றியும், நோவா பற்றியும் கூறப்பட்டுள்ளது.

இந்தப் பூமியின் ஆதிமனிதர்களில் மிக நீண்ட காலம் உயிர் வாழ்ந்தவன் 'மெத்துசேலா' என்பவன்தான். (ஆதாம்கூட 930 ஆண்டுகள்தான் வாழ்ந்தான்.) மெத்துசேலா 969 ஆண்டுகள் உயிர் வாழ்ந்த மனிதன்! பெர்னாட்ஷா, 'மெத்துசேலாவுக்குத் திரும்ப' என்று ஓர் அருமையான நாடகம் எழுதியிருக்கிறார்.

இந்த மெத்துசேலாவின் பேரன்தான் நோவா.

நோவாவின் காலத்திற்குள்ளாகவே உலகம் கெட்டுச் சீரழிந்துபோயிற்று. ஆகவே, அந்தச் சீர்கெட்ட மனித குலத்தை அழித்து, புதியதோர் உலகம் படைக்க இறைவன் விரும்புகிறான.

நோவா மிகவும் நல்லவர். 'தம் காலத்தவருள் நோவா நேர்மை யானவராகவும், குற்றமற்றவராகவும் இருந்தார். நோவா கடவுளோடு நடந்தார்,' என்று விவிலியம் குறிப்பிடுகிறது. (ஆதி:6)

இறைவன், நோவாவிடம் தம் விருப்பத்தைச் சொல்லி, ஒரு யோசனை தெரிவிக்க, அதன்படி, நோவா ஒரு பெரிய மூன்றடுக்குப் பெட்டியைச் செய்கிறார்.

கோபர் மரத்தால் செய்யப்பட்ட அந்தப் பேழை மூன்றடுக்குகள் கொண்டதாகவும், 300 முழ நீளம், 50 முழ அகலம், 30 முழ உயரம் கொண்டதாகவும் அமைகிறது.

உலகிற்குத் தேவையான பறவை, விலங்குகளில் தேர்ந்தெடுத்த 15 சோடிகள் (ஆணும் பெண்ணுமாக) ஓர் அடுக்கில், தனித்தனி அறைகளில் விடப்பட்டன. இன்னோர் அடுக்கில், விலங்கு பறவை களுக்கும், நோவாவின் குடும்பத்தார்க்கும் தேவையான உணவுப் பொருள்கள் நிரப்பப்பட்டன. மேல் அடுக்கில், நோவாவும், அவர் மனைவியும், மக்கள் சேம், காம், எப்பேத்து என்ற மூவரும், இவர்களின் மனைவியர் மூவரும் தங்கிக் கொண்டனர். இவர்கள் எட்டுப் பேரும், பறவை விலங்குகள் முப்பதும் சேர்ந்து, அந்தப் பேழையில் 38 உயிர்கள் இருந்தன.

இறைவன் முன்பு சொன்னபடி 40 நாள்கள் பெருமழை பெய்வித்தான். இது, நோவாவின் 600 ஆம் வயதின், 2 ஆம் மாதத்தின் 17 ஆம் நாளில் ஏற்பட்டது.

நாற்பது இரவு பகல்கள் இடைவிடாமல் பெய்த பெருமழையில் உலகம் அழிந்தது. நோவாவின் பேழை மட்டும் நீரில் மிதந்தது. 150 நாள்கள் மிதந்து சென்றபின், 150வது நாள் மாலை அந்தப் பேழையான கப்பல் அராரத் மலை உச்சியில் சென்று தங்கியது.

அப்புறம் வெள்ளம் வடிந்து பழைய பூமி வெளிப்பட்டது. அங்கே நோவா தம் குடும்பத்தாருடன் 350 ஆண்டுகள் வாழ்ந்தார். அவருடைய யோசனைப்படித்தான் அவரது புதல்வன் சேம் அங்கே ஒரு மடாலயம் அமைத்தான். அங்கே நிகழ்ந்தவைதாம். 'மிர்தாதின் புத்தகம்.'

இது, பூர்வ கதையின் பின்னணிதானே தவிர, மிர்தாதின் சிந்தனைகளுக்கும் விவிலியத்திற்கும் நெருக்கமான தொடர்பில்லை.

மிர்தாத், அல்லது அவர் குரலாகப் பேசும் மிகெய்ல் நைமி மதப்பிரச்சாரகர் அல்லர். சுதந்தரமான சுய சிந்தனையாளராகவே அவர் வெளிப்படுகிறார்.

மிர்தாத் என்னும் மிகெய்ல் நைமி

'நியாயத் தீர்ப்பு நாள் எப்போது?' என்று கேட்டால்,! 'ஒவ்வொரு நாளும் நியாயத் தீர்ப்பு நாள்தான்' என்கிறார் மிர்தாத்.

"கடவுளும் மனிதனும் என இருமைப் படுத்தாதீர்கள். இருப்பதெல்லாம், 'கடவுள் மனிதன்,' அல்லது, 'மனிதக்கடவுள்' என்ற ஏகம்தான்," என்கிறார்.

ஏதேன் தோட்டத்தில் ஆதாம் உண்ட ஞானக்கனி பற்றி விவிலியம் சொல்வதற்கு மாறாக, அதற்கு அப்பால் தாண்டிச் சென்று, ஆழம் கண்டு புதிய விளக்கம் சொல்கிறார் மிர்தாத் (அத்: 32ல்).

வள்ளுவர், பற்றுவிட, பற்றற்றானைப் பற்றிக் கொள்ளச் சொல்கிறார். பற்றற்றான் யார்? அது மகாவீரராக, புத்தராக இருக்கலாம். அல்லது கடவுளாக இருக்கலாம். யாராக இருந்தாலும், அவரைப் பற்றுவதும் ஒரு பற்றுத்தானே, என்ற வினா எழவே செய்யும்.

அவ்வகை வினாவிற்கு ஏற்ற விடையாக, 'ஆசை அறுமின்கள்! ஆசை அறுமின்கள்! ஈசனோ டாயினும் ஆசை அறுமின்கள்!' என்று ஒரே போடாகப் போட்டுவிடுகிறார் திருமூலர்!

> "மனிதன் பற்றுகின்ற பொருள்களெல்லாம்
> அவனைப் பற்றிப் பிடித்துக்கொள்ளும்.
> பற்று விடுங்கள். பற்றியவை பற்றற்றுப்
> போகும்."

என்கிறார் மிர்தாத், புத்தரைப்போல.

வள்ளுவரும் இதை அழகாகச் சொல்லித்தான் இருக்கிறார்.

> "யாதனின் யாதனின் நீங்கியான் நோதல்
> அதனின் அதனின் இலன்"

கடவுளைத் தேடிச் செல்கிறவன், கடைசியில் கண்டு கொள்வது தன்னையேதான்,

என்ற சிந்தனையில் கீழை நாட்டுச் சிந்தனையோட்டமே அலையடிக்கிறது.

> "உமக்குப் பொருள்களின் ஆழ அகலங்கள் தெரியும்.
> ஆனால், உமது சொந்த ஆழ அகலங்கள்
> தெரியவில்லையே!"

மிகையிஸ் நைமி

என்று, எந்த மேலைநாட்டு சமயச் சிந்தனையாளர் கவலைப் பட்டிருக்கிறார்?

மிர்தாதின் புத்தகம், தெளிவான துவக்கமும் முடிவும் கொண்டது. ஞானப் பாதையில் குறுக்கிடும் பிரச்சினைகளைப் படிப்படியாக விளக்கி, மேலெடுத்துச் சென்று, சரியான இடத்தில் முடித்து நிறைவு செய்திருக்கிறார்.

ஒவ்வொரு அத்தியாயமும் ஒரு படிநிலை. முன்னதை அடுத்து மேலே வைக்கும் அடுத்த படிக்கட்டு. பின்னுக்குத் திரும்புதல் என்பது இதில் இல்லை. என்றாலும் முதலும் முடிவும் ஒன்றாகவே பொருந்தி நிற்கின்றது.

அதே சமயம் நிகழ் காலத்தின் சகல விவகாரங்களும் அலசப் படுகின்றன. தான் சார்ந்திருக்கும் சமயக் கோட்பாட்டிற்கு முரண் பாடாக இருந்தாலும் சரி, நியாயம் இதுதான், என்று தெளிவாகவும், திடமாகவும் கூறுகிறார் நைமி.

பொருளாதார ஏற்றத் தாழ்வுக்கான காரணத்தை, எந்த மதவாதியும் கூற முடியாத வகையில், மார்க்சைப் போல் கூறுகிறார்.

'வேலைக்காரன், எசமானனின் எசமான்' என்று கூறுகிறார்.

"மனிதனை அடையாளமற்றுப் போகும்படிச் செய்ய முடியாது. ஆம், தளர்ந்து போய் விடாதவன் மனிதன். ஒரு முழு மனிதனை உருவாக்க இவன் உலைக்களம் புகுவான். அதிலிருந்து கடவுளாக எழுந்து வருவான்," என்ற பிரகடனத்தில் சேக்ஸ்பியரும், மாக்சிம் கார்க்கியும் ஒலிக்கவில்லையா?

உங்களுக்குள் உலைத்தீ இருக்கிறதா? இருக்கிறதெனில், அது ஆறி, அவிந்து, சாம்பல் பூத்துக் கிடக்கிறது.

அதை ஊதிவிடுங்கள், ஞானி மிர்தாதின் மூச்சுக்காற்றால்!

அது பற்றி எரியும். நீங்களும் பற்றி எரிய வேண்டி வரும்!

அந்த எரிசாம்பலிலிருந்து நீங்கள் மேலெழுவீர்கள், அமரத்தன்மை வாய்ந்த ஃபீனிக்ஸ் பறவையாய்...

அப்போது உலகம், உங்கள் சிறகுகளுக்கு அடியில்தான்...

-புவியரசு

மிர்தாதின் புத்தகம் பற்றி ஓஷோ

உலகில் கோடிக்கணக்கான புத்தகங்கள் உள்ளன. ஆனால், இன்றுள்ள எல்லாப் புத்தகங்களையும்விட, மேலோங்கி உயர்ந்து நிற்பது 'மிர்தாதின் புத்தகம்' மட்டுமே.

மிர்தாதின் புத்தகத்தை மிகச் சிலரே அறிந்திருக்கிறார்கள் என்பது இரங்கத்தக்க நிலைதான். அதற்கான எளிய காரணம், அது, ஒரு மதத்தின் வேதப் புத்தகமாக இல்லாமல் இருப்பதுதான். அது ஒரு நீதிநூல், ஒரு புதினம். ஆனால், அதற்குள் கடலளவு உண்மைகள் பொதிந்து கிடக்கின்றன.

அது ஒரு சின்னப் புத்தகம்தான். ஆனால், அதைப் பெற்றெடுத்த மனிதர்... என் சொற்களைக் கவனியுங்கள், 'எழுதிய' என்ற நான் சொல்லவில்லை. யாரும் அதை எழுதவில்லை. 'அதைப் பெற்றெடுத்த மனிதர்' என்றே நான் குறிப்பிடுகிறேன். அவரை அறிந்தவர் யாரும் இல்லை. அவரும் யாருமில்லை. அவர் நாவலாசிரியராக அல்லாமற் போனதால் அவர் மறுபடியும் எழுதவில்லை. தமது முழு அனுபவங்களையும் உள்ளடக்கிய அந்த ஒரே ஒரு புத்தகத்தை மட்டுமே அவர் படைத்திருக்கிறார்.

அந்த மனிதரின் பெயர் மிகெய்ல் நைமி.

அது ஒரு மேன்மை படைத்த புத்தகம். என்ன பொருளில் இப்படிச் சொல்கிறேன் என்றால், அதை நீங்கள் படித்ததுமே, அதை நீங்கள் சுத்தமாக இழந்து விடுவீர்கள்! காரணம், அதன் பொருள், அதன் சொற்களில் இல்லை. அந்தப் புத்தகத்தின் பொருள், வாக்கியங்களுக்கு இடையிலும், சொற்களுக்கு இடையிலும், வரிகளுக்கு இடையிலும், இடைவெளிகளிலும் ஓடிக்கொண்டே இருக்கும்!

படிக்கும்போது, உங்கள் மனம் தியானநிலையில் இல்லை யென்றால், அது ஒரு நாவல் படிப்பதுபோல ஆகிவிடும். ஆழ்ந்து படிக்கும்போது ஒரு மகானின் சமய அனுபவத்தைத் தரிசிக்க முடியும். அறிவு பூர்வமாக அன்று; அனுபவ பூர்வமாக அதைப் பருக நேரிடும்- அங்கே, சொற்கள் இரண்டாம் பட்சம்தான். வேறு ஏதோ ஒன்று முதன்மை பெற்றுவிடும். அந்தச் சொற்கள், ஒருவித அமைதியை உருவாக்கும்; சங்கீதத்தைப் பிறப்பிக்கும்.

சொற்கள் மனதை மட்டுமே பாதிக்கும். இசை, நேராக இதயத்தை நோக்கிப் பாயும்.

இதயத்தால் படிக்க வேண்டிய புத்தகம் அது; மனதால் அன்று! புரிந்து கொள்ளப்பட வேண்டிய புத்தகம் அன்று அது; அனுபவ பூர்வமாக உணர வேண்டிய ஒன்று. மிகுந்த தனிச்சிறப்புக் கொண்ட படைப்பு அது.

சபிக்கப்பட்ட துறவி

பால் மலைத் தொடரில் மிகவும் உயரமானது பலிபீடச் சிகரம். அதன் உச்சியில் பாழடைந்து சிதிலமான மடாலயம் ஒன்று இருளடைந்து கிடக்கிறது. ஒரு காலத்தில் அதைப் 'பேழை' என்று அழைத்தார்கள். அது ஆதி வெள்ளப் பெருக்கோடு சம்பந்தப்பட்டது என்று நீண்ட காலமாகப் பேசப்பட்டு வந்தது.

பேழை அல்லது கப்பல் என்று குறிப்பிடப்படும் அதைப் பற்றிப் பலப் பல கதைகள் பின்னப்பட்டுப் பேசப்பட்டன. ஒரு கோடை காலத்தில், அந்த மலையோர மக்களுடன் நான் காலம் கழிக்க நேர்ந்த போது, அவர்கள் சொன்ன கதை இதுதான்:

ஆதி வெள்ளப் பெருக்கின்போது, நோவாவும் அவர் குடும்பத் தினரும், அந்தப் பால் மலைத் தொடர்ப் பக்கமாக ஒதுங்க நேர்ந்தது.

அந்தப் பகுதி, வளமான பள்ளத்தாக்குகளையும், வற்றாத நீரோடைகளையும், பக்குவமான பருவநிலையையும் கொண்டதாகத் திகழ்ந்ததால், அவர்கள் அங்கேயே நிலையாகத் தங்கிவிட முடிவு செய்தார்கள்.

நோவாவின் வாழ்நாள் முடிவுக்கு வருவதாகத் தோன்றியதால், அவர் தம் புதல்வர்களில் ஒருவனான சேம் என்பவனை அழைத் தார். அவன் கனவுகளில் மூழ்கியிருப்பவன்; தன்னைப் போலவே எதிர்காலம் பற்றிய எண்ணங்கள் கொண்டவன் என்பதால்தான் அவனை மட்டும் அழைத்தார்.

நோவா, அவனிடம் இப்படிச் சொன்னார்:

"கேள், மகனே! உனது தந்தையின் அறுவடை ஆண்டுகள் செல்வ வளம் மிக்கவையாக அமைந்திருந்தன. இனி, இந்தக் கடைசிக் கதிர், அரிவாளுக்குக் காத்திருக்கிறது. நீயும், உன் சகோதரர் களும், உங்கள் பிள்ளைகளும், அந்தப் பிள்ளைகளின் பிள்ளைகளும் இந்தப் பூமியின் மீது, பல்கிப் பெருகி, மக்களால் இதை நிரப்புவீர் களாக! கடற்கரை மணலினும் பலவாக நீங்கள் பெருக வேண்டும். அப்படித்தான் கடவுள் எனக்கு வாக்களித் திருக்கிறார்.

"உயிர்ச்சுடர் தெறிக்கும் இந்த நாள்களில் எனக்கு மரண பயம் ஏற்பட்டுவிட்டது. பேராசையும், கயமையும் மனிதரிடையே பரவி, ஆதி வெள்ளப் பெருக்கை மறந்து விடுவார்கள் என்று எனக்குத் தோன்றுகிறது. நூற்றி ஐம்பது நாள்கள், வெள்ளத்தின் ஆழத்திலும், அலையடிப்பிலும், சுழலிலும் நமது பேழை தத்தித் தவித்ததையும், அதில் நாம் வெற்றி கண்டதையும் அவர்கள் மறந்துவிடுவார்கள். புதிய வாழ்வுக்கு வழிவகுத்த நம்பிக்கைத் தேவனையும் அவர்கள் மறந்துவிடக் கூடும்.

"மகனே, அவ்வாறு ஆகாதவாறு நீதான் பார்த்துக் கொள்ள வேண்டும். இந்த மலைத் தொடரிலேயே மிக உயரமான சிகரத்தின் மீது, ஒரு பலிபீடம் கட்டு. அந்தச் சிகரத்திற்கு, 'பலிபீடச் சிகரம்' என்று பெயரிடு. அந்தப் பலிபீடத்தைச் சுற்றி ஒரு பெரிய வீட்டைக் கட்டிவிடு. அது, எல்லா விதத்திலும் நமது கப்பலைப் போலவே அமைந்திருக்க வேண்டும். ஆனால், அளவில் சிறியதாக இருக்க வேண்டும். அதற்கும் 'கப்பல்' என்றே பெயரிடு.

"அந்தப் பலிபீடத்தின் மீதுதான், நான், என் நன்றியை வழங்கப் போகிறேன். நான் அங்கே ஏற்றி வைக்கப்போகும் தீயை, நீ, என்றும் அணையாமல் பாதுகாத்து வரவேண்டும். அந்த இல்லத்தில் ஒரு சிறு குழுவினர் மட்டுமே வாழ்ந்து வர வேண்டும். ஒன்பது பேர் மட்டும்! ஒன்று குறையவும் கூடாது; அதிகரிக்கவும் கூடாது. ஒன்பதே பேர்! அவர்களைக் 'கப்பல் தோழர்கள்' என்றே அழைக்கவேண்டும்.

"அவர்களில் யாராவது ஒருவர் இறந்துவிட்டால், உடனே, கடவுள் ஒருவரை அனுப்பி வைப்பார். அவர்கள் யாரும் அந்த மடாலயத்தைவிட்டு வெளியேறிவிடக் கூடாது. அவர்கள் பிரிந்து விடாமல் ஒரு கொத்தாக வாழ்ந்து வரவேண்டும். அந்த இல்லமே அவர்களது தாயகம். அணையா நெருப்பே அவர்களுடைய நம்பிக்கை. அவர்கள் வேண்டிக் கொள்ள வேண்டியது, வழிகாட்டும் எல்லாம் வல்லவனையே."

மிகையீஸ் நூமி

தந்தை சொல் ஒவ்வொன்றையும் கவனமாகக் கேட்டு வந்த புதல்வன் சேம், அந்த 'ஒன்பது பேர்' எண்ணிக்கைக்கான காரணத்தைக் கேட்டான். நீண்ட நெடிய காலங்களைச் சுமந்து கொண்டிருப்பதால், கனம் தாளாத அந்தக் குடும்பத் தலைவர் அதற்குப் பதில் சொன்னார்.

"மகனே, நாம் நமது பேழைக் கப்பலில் பயணம் செய்தவர்களின் எண்ணிக்கை அது," என்றார் அவர்.

சேம் நினைத்துப் பார்த்தான். அவன் கணக்கிற்கு எட்டுதான் வந்தது. தாய், தந்தை, தான், தன் மனைவி, இரண்டு சகோதரர்கள், அவர்களின் மனைவியர்– ஆக எட்டுப் பேர்தான். ஒன்பதாவது யார், என்று குழம்பினான் அவன்.

அவனது குழப்பத்தை உணர்ந்து கொண்டார் தந்தை. "மகனே, அந்த மாபெரும் இரகசியத்தை உன்னிடம் சொல்லிவிடுகிறேன். அந்த ஒன்பதாவது மனிதர் கண்களுக்குப் புலப்படாதவர். அவர் நம்முடன் இருந்தார். அவரே எனது வழிகாட்டியாகவும், கப்பலைச் செலுத்தும் கப்பித்தானாகவும் இருந்தார். அவர் என் கண்களுக்கு மட்டுமே புலப்பட்டார். அவ்வளவுதான் நான் சொல்ல முடியும். இதற்குமேல் ஒன்றும் கேட்காதே. ஆனால், அவர் நினைவாகவும் ஓர் அறையை ஒதுக்கிவிடு. இவையே என் விருப்பங்கள். மகனே, நீதான் இவற்றையெல்லாம் நடத்தி வைக்க வேண்டும்," என்றார் நோவா.

தந்தை சொற்படி எல்லாவற்றையும் சிறப்பாகச் செய்து முடித்தான் சேம்.

நோவா காலமானபோது, அவரை, அந்தப் பலிபீடத்தினடியில் அடக்கம் செய்தார்கள். காலம் காலமாக அந்தக் கப்பல் வடிவ மடாலயம் நோவாவின் நினைவாக நின்று நிலைத்து வந்தது.

பல நூற்றாண்டுகள் கழிந்த பிறகு, அந்த மடாலயத் துறவிகள் நன்கொடைகளை ஏற்றுக் கொள்ள ஆரம்பித்தார்கள்.

சுற்று வட்டார ஊர்களிலிருந்து நன்கொடைகள் வந்து குவிந்தன. பொன்னும், வெள்ளியும், முத்தும், பவளமும், வைரங்களுமாக மடாலயம் செழித்தது.

சில தலைமுறைகள் கழிந்த பிறகு, ஒரு சமயம், மடாலயத்தின் ஒன்பதின்மரில் ஒருவர் காலமானார்.

பழைய மரபுப்படி, உடனே ஒருவரைச் சேர்த்துக் கொள்ள முடியாது. அவர் கடவுளால் அனுப்பிவைக்கப்படுவார். யார் முதலில் வந்து அடைக்கலம் கேட்கிறாரோ அவரே கடவுளால் அனுப்பப்பட்டவர்.

அப்படிக் காத்திருக்கும்போது ஒருவர் வந்தார். இடம் கேட்டார். ஆனால், அவரை ஏற்றுக் கொள்ள மறுத்துவிட்டார் மூத்த துறவி!

காரணம், வந்த மனிதரின் தோற்றம் அப்படி இருந்தது. பஞ்சத்தால் அடிபட்டு, உடல் மெலிந்து, அழுக்கடைந்து, கந்தலாடையுடன், காயங்களுடன் காணப்பட்டார் அடைக்கலம் கேட்டவர்.

மூத்த துறவி மறுத்தும் புதிய ஆள் விடுபவராக இல்லை. அந்த இடத்தைவிட்டுப் போகாமல் தொடர்ந்து நச்சரித்துக் கொண்டே இருந்தார்.

கடைசியில், அவரை ஒரு வேலைக்காரராக மட்டும் ஏற்றுக் கொண்டார்கள்!

இறைவன் ஒன்பதாவது ஆளை அனுப்பிவைப்பார் என்று மூத்த துறவி காத்திருந்தார்.

ஆனால், வேறு யாருமே வரவில்லை. அந்த மடாலயம், எட்டுத் துறவிகளையும், ஒரு வேலைக்காரரையும் கொண்டு இயங்கிக் கொண்டிருந்தது.

இப்படியே ஏழு ஆண்டுகள் ஓடிவிட்டன. மடாலயம் செல்வச் செழிப்பில் திளைத்தது. அதன் சொத்துக்கள் எவ்வளவு இருக்கும் என்று யாராலும் கணிக்க முடியாத அளவுக்கு இருந்தது.

கண்களுக்கு எட்டிய தூரம் வரைக்கும் நிலபுலன்கள் மடா லயத்திற்கு இருந்தன. மூத்த துறவி, மிகவும் மகிழ்ச்சி யடைந்தவராக வாழ்ந்து வந்தார். 'புதிய வேலைக்காரன்தான் அந்த அதிர்ஷ்டத்தைக் கொண்டு வந்தவன்,' என்று அவர் அவனைப் பாராட்டினார்.

எட்டாவது ஆண்டின் ஆரம்பத்தில், திடீரென்று எல்லாம் தடுமாற ஆரம்பித்தன. மடாலயத்தில் குழப்பங்கள், முரண்பாடுகள் தோன்றின. செல்வம் சடசடவெனச் சரிய ஆரம்பித்தது.

அந்தச் சரிவிற்கும் வீழ்ச்சிக்கும் அந்த வேலைக்காரனே காரணம் என்று குற்றம்சாட்டினார் மூத்த துறவி!

அவரது தலைமையில் வாழ்ந்து வந்த துறவிகள், விதிகளை மீறி நடக்க ஆரம்பித்தார்கள். இரண்டே ஆண்டுகளில், எல்லாச் சொத்து சுகங்களையும் அந்த மடாலயம் இழந்தது.

நிலங்களைத் குத்தகைக்குப் பயிரிட்டு வந்தவர்கள், அந்த நிலங்களைச் சொந்தமாக்கிக் கொண்டார்கள்.

இவற்றின் விளைவாக மூத்த துறவி அந்த மடாலயத்திலேயே சிறைக் கைதியானார். அவர் வாய் பேசாதவராக ஆக்கப்பட்டார். இன்று வரை அப்படித்தான்.

கதை இப்படிப் போகிறது...

இவற்றை எல்லாம் கண்ணால் பார்த்தவர்கள் யாருமில்லை. என்றாலும், மலையோரக் கிராம மக்கள் உறுதியாக இப்படிச் சொன்னார்கள்.

அந்த மூத்த துறவி, அந்தப் பாழடைந்த மடாலயத்தில் இன்னும் உலவி வருகிறாராம். யார் கண்ணிலும் அவர் படுவதில்லை. வெளியாட்கள் யாராவது அங்கே போக நேர்ந்தால், அவர் சட்டென ஓடி ஒளிந்து கொள்கிறாராம்!

இந்தக் கதை என் மனதைக் கொள்ளை கொண்டுவிட்டது.

அந்தப் பாழடைந்த மடாலயத்தின் இடிபாடுகள் நடுவே உலவும் அந்த மூத்த துறவி, அல்லது அவரது நிழல் என் மனக் கண்ணில் தோன்றியது. அது, என் குருதியைக் கொதிக்க வைத்தது; என் எலும்பையும், சதையையும் குத்திக் கிளறியது; என் சிந்தனையை அலைக் கழித்தது.

நான், மலையேறி, அந்தச் சிகரத்தை அடைந்தே தீர்வது என்று முடிவெடுத்தேன்.

செங்குத்து மலைச் சரிவு

மேற்கு நோக்கிக் கடலைப் பார்த்தபடி இருந்த மலை, பல்லாயிரம் அடி உயரம் கொண்டதாகவும், செங்குத்தாகவும், குத்துப் பாறைகள் கொண்டதாகவும் காணப்பட்டது.

தூரத்திலிருந்து பார்த்தால், அதன் உச்சிப் பகுதி ஏறுவோர்க்கு அறைகூவல் விடுவதாகவும், ஏறுவோரைத் தடுத்து நிறுத்தக் கூடியதாகவும் பயமுறுத்தியது.

என் கண் முன்னால் இரண்டு கடினமான பாதைகள் தென்பட்டன. ஒன்று தெற்குச் சரிவில். மற்றொன்று வடக்குச் சரிவில்.

நான் அந்த இரண்டையும் புறக்கணித்தேன். நடுவில் காணப்பட்ட பாதையை நான் தேர்ந்தெடுத்தேன். அது குறுகியதாக இருந்தாலும், கரடுமுரடாக இல்லாமல் காணப்பட்டது.

எனக்குள் விவரிக்க முடியாத ஓர் உந்துதல் ஏற்பட்டது. நான் மலையேற முடிவு செய்தேன்.

எனது முடிவை அறிந்த மலைவாசி ஒருவர் சினம் கொண்டார். கனலாய்ச் சிவந்த கண்களுடன், தன் கைகளைப் பலமாகத் தட்டியபடி கத்தினார்!

"என்ன! அந்தச் செங்குத்து வழியாகவா? என்ன முட்டாள் தனம்! உன் உயிர் என்ன அவ்வளவு மலிவாகப் போய்விட்டதா? உனக்கு முன்னால் எத்தனையோ பேர் அந்த வழியாக ஏறிச் சென்றார்கள். நடந்த கதை என்ன என்று சொல்ல, ஒருவர்கூடத் திரும்பி வரவில்லை! செங்குத்துச் சரிவா? வேண்டாம்! வேண்டவே வேண்டாம்!" என்றார் அவர்.

அவர் வேறு வழி காட்டினார்; வற்புறுத்தினார். ஆனால், நான் அதை ஏற்கவில்லை! அவர் பயமுறுத்தியது எனக்குள் ஓர் எதிர்விளைவைத்தான் ஏற்படுத்தியது. அதன் காரணம்தான் எனக்குத் தெரியவில்லை. நான் தேர்ந்தெடுத்த நடுவழியில்தான் போவது என்று உறுதியாக முடிவெடுத்தேன்.

ஒரு நாள் காலை. இருளின் முகம் வெளுத்து ஒளி படரும் நேரம். என் இமைகளிலிருந்த கனவுகளை உதறிவிட்டு, என் கைத்தடியை எடுத்துக் கொண்டு, ஏழு ரொட்டித் துண்டுகளைக் கட்டிக் கொண்டு சரிவில் ஏறத் தொடங்கினேன்.

இரவு, தனது கடைசி மூச்சை விட்டுக் கொண்டிருந்தது. பகலின் இதயத் துடிப்பு கூடியது. மடாலயத்தில் சிறைப்பட்டுக் கிடக்கும் மூத்த துறவியின் இரகசியம் அறியும் ஆவல் என்னை அரித்தது.

என்னிலிருந்து என்னைப் பிரித்தெடுக்க முயன்ற ஒரு கணப்போதில், என் கால்களுக்குச் சிறகுகள் முளைத்தது போல் தோன்றியது. என் உடலில் புதிய இரத்தம் பாய்வது போல் தோன்றியது.

இதயத்தில் பாடலும், ஆத்மாவில் உறுதியும் ஏந்தி, நான் புறப்பட்டேன்... நீண்ட தூரம் நடந்த பிறகு செங்குத்துச் சரிவின் அடிவாரத்தை அடைந்தேன். தூரத்திலிருந்து பார்த்தபோது, ஒரு நாடாவின் அகலத்தில் தெரிந்த வழி, இப்போது அகலமாகத் தெரிந்தது. ஆனால் நெட்டுக் குத்தாக ஏற வேண்டியிருந்தது. ஏற முடியாது போல் தோன்றியது.

மேலேயும், பக்கவாட்டிலும் பார்த்தபோது, கண்ணுக்கெட்டிய தூரம், கரமுரடான குத்துப் பாறைக் கூட்டங்களும், கூர்மையான கல் முனைகளுமாகக் காணப்பட்டன. உடைந்து தகர்ந்த ஊசி முனைக்கற்கள் எங்கெங்கும், ஈரமான கத்தியின் விளிம்புகள் போல்!

உயிர் வாடை அற்ற பிரதேசம். பனிப்படலம் போர்த்தியிருந்த தால் சிகரம் கண்களுக்குப் புலப்படவில்லை. இருந்தாலும் நான் மனம் தளர்ந்துவிடவில்லை.

என்னைத் தடுத்த மலைவாசியின் எரியும் கண்கள் என் மனக் கண்ணில் தோன்றின. என்றாலும் நான் வைராக்கியத்துடன் மலையேற ஆரம்பித்தேன். அதிக தூரம் போக முடியாதபடி என் கால்கள் தடுமாறின. கால் பட்டுக் கீழே உருண்டோடும் கற்கள் எழுப்பிய ஓசை, பல்கோடி உயிர்களின் மரண ஓலம்போலப்

பயங்கரமாகக் கேட்டது. கால்களால் மட்டுமல்லாமல், மண்டி யிட்டும், கைகளைத் தரையில் ஊன்றியும் நான் ஏற வேண்டி யிருந்தது! கைகால் விரல்களில் இரத்தக் காயங்கள்! அடடா, ஒரு மலை ஆட்டின் சக்தி எனக்கு இருக்கக் கூடாதா!

குறுக்கும் நெடுக்குமாய், தரையோடு தரையாக ஊர்ந்தபடி நான் மேலேறிக் கொண்டிருந்தேன். கொஞ்ச நேரம்கூட நான் ஓய்வெடுக்கவில்லை! நான் என் குறியிடத்தை அடைவதற்குள் இரவு வந்துவிடுமோ என்ற பயம் என்னைப் பற்றிக் கொண்டது. இனி, திரும்பிப் போய்விடவும் வழியில்லை!

பகலெல்லாம் ஏறி ஏறிக் களைத்தபோது, சட்டெனப் பசி வந்து என்னைத் தாக்கியது. அதுவரை, பசி, தாகத்தை நான் மறந்திருந்தேன். ஒரு கைக்குட்டையில் பொதிந்து, இடுப்பில் கட்டி யிருந்த ரொட்டித் துண்டுகள், அப்போது விலைமதிப்பற்றவையாகத் தோன்றின.

கச்சை அவிழ்த்து ஒரு ரொட்டித் துண்டை வெளியில் எடுத்து, சாப்பிடப்போகும் தருணத்தில், ஒரு மணியோசையும், புல்லாங் குழல் இசையும் என் காதுகளில் விழுந்தன! நான் திடுக்கிட்டேன்!

அந்த ஏகாந்த மலைச் சரிவில், சட்டென என் கண்முன், ஒரு பெரிய கறுப்பு ஆடு, காயடிக்கப்பட்ட கறுப்புச் செம்மறியாடு, தென்பட்டது! நான் திகைத்தேன்! அது என் வலப்பக்கத்தில் நின்று கொண்டிருந்தது.

நான் மூச்சு விட்டு ஆசுவாசப்படுத்திக் கொள்வதற்குள் ஒரு பெரிய ஆட்டு மந்தை எங்கிருந்தோ தோன்றி என்னைச் சூழ்ந்து கொண்டது. அவற்றின் காலடிகளில் பட்டு உருண்ட கற்களின் ஓசை பயங்கரமாக ஒலித்தது.

அந்தக் கறுப்பு ஆடு, முன்னே நகர்ந்து சட்டென என் ரொட்டித் துண்டைப் பறித்துக் கொண்டது!

அப்போது அங்கே ஓர் இளைஞன், எங்கிருந்தோ வந்து தோன்றினான். இளமையும், அழகும், உயரமும், வலிமையும் கொண்ட அந்த இளைஞன் ஓர் ஆட்டிடையன். ஒரு சிங்கத்தின் தோலை அவன் இடையில் கட்டியிருந்தான். அது மட்டுமே அவனது ஆடை. அவன் கையில் ஒரு புல்லாங்குழல். அது மட்டுமே அவனது ஆயுதம். அவன் என்னிடம் மென்மையான குரலில் பேச ஆரம்பித்தான்.

மிகையில் நபி

"எனது கறுப்பாடு, வீணாகிப்போன ஆடு. எனக்கு ரொட்டி கிடைக்கும் போதெல்லாம் இதற்குக் கொடுக்கவே செய்கிறேன். ரொட்டி சாப்பிடுவோர் நீண்ட காலமாக இந்தப் பக்கம் யாருமே வரவில்லை. அதனால்தான் இப்படிச் செய்துவிட்டது," என்று சொல்லிவிட்டு, அவன் அந்தக் கறுப்பு ஆட்டின் பக்கம் திரும்பினான்.

"எனது நம்பிக்கைக்குரிய கறுப்பாடே! பார்த்தாயா, நம்பிக்கை எப்படி வழங்குகிறது? நம்பிக்கை மீது எப்போதும் அவநம்பிக்கை கொள்ளாதே!" என்றான். பிறகு அவன் கீழே குனிந்து ஒரு ரொட்டித் துண்டைக் கையில் எடுத்தான்.

அவன் பசித்திருக்கிறான் என்று நினைத்த நான், மரியாதை யாகவும், உண்மையாகவும் அவனிடம், "நாம் இந்த அற்ப உணவைப் பகிர்ந்து பசியாறுவோம். நம் இருவருக்கும் இது போதும். கறுப்பு ஆட்டிற்கும் கொஞ்சம் கொடுக்கலாம்," என்றேன். அப்போது அவன், நான் திகைக்கும்படியாக ஒரு காரியம் செய்தான்!

அவன் குனிந்தான். கீழே சிதறிக் கிடந்த ரொட்டித் துண்டுகளைக் கையில் எடுத்தான். ஒன்றைக் கொஞ்சம் கடித்தான். மிச்சத்தை ஆடுகளை நோக்கி எறிந்தான்! ஒவ்வொரு துண்டையும் ஒரு கடி கடித்துவிட்டு, ஆடுகளுக்கு எறிந்து முடித்தான்!

நான் திடுக்கிட்டுத் திகைத்து, திக்கற்றவனாய் நின்றேன். சினம் பொங்கி என் இதயத்தைக் கிழித்தது. இருந்தாலும், அதை அடக்கிக் கொண்டு, கெஞ்சுகிற முறையில் அவனிடம் இப்படிக் கேட்டேன்:

"பசியால் வாடும் ஒருவனின் ரொட்டியை, உன் ஆடுகளுக்குத் தந்துவிட்டாய். அதற்குப் பதிலாக இவற்றின் பாலை எனக்குத் தருவாயா?"

"இல்லை. என் ஆடுகளின் பால், முட்டாள்களுக்கு நஞ்சு!" என்றான் அவன்.

"அப்படியென்றால் நான் முட்டாளா?"

"ஏழு பிறவி நீளப் பயணத்திற்கு, ஏழு ரொட்டித் துண்டுகளைக் கொண்டு வந்தவனல்லவா நீ?"

"ஏன், ஏழாயிரம் கொண்டு வந்திருக்க வேண்டுமா?"

"ஒன்றுகூடக் கொண்டுவந்திருக்கக் கூடாது!"

“இவ்வளவு நெடிய பயணத்திற்கு உணவில்லாமல் வர வேண்டு மென்பதா உன் அறிவுரை?”

“வழியில்லாத வழியில் போகும் வழிப்போக்கனுக்கு வழி உணவு கூடாது!”

“அப்படியென்றால் நான் கல்லையா தின்பது? என் வியர்வையையா குடிப்பது?”

“உன் சதையே உனக்கு உணவு. உனது இரத்தமே உனக்குக் குடிநீர். இவை போதும்!”

“நீ என்னை மிகவும் ஏளனம் செய்கிறாய். ஆனால், நான் இப்படித் திருப்பிச் செய்யமாட்டேன். எனது ரொட்டியை உண்பவர், என்னைப் பசியில் வாடவிட்டாலும், அவர் என் சகோதரரே. பகற்பொழுது இந்த மலைக்குள் நழுவிப் போய்க் கொண்டிருக்கிறது. நான் பயணம் தொடர வேண்டும். எனக்கு ஒன்று சொல். நான் இன்னும், சிகரத்திலிருந்து வெகுதூரத்தில்தான் இருக்கிறேனா?”

“நீ, மறதிக்கு மிக அருகில் நெருங்கிவிட்டாய்.”

இப்படிச் சொல்லிவிட்டு, அந்த இடையன் தன் புல்லாங்குழலை வாயருகே வைத்து வாசித்தான். அந்தச் சங்கீதம், இதுவரை நான் பூமியில் கேட்காத ஒன்றாக இருந்தது.

அவன் திரும்பி நடந்தான். அவன் பின்னால் கறுப்பாடும், அதன் பின்னால் மற்ற ஆடுகளும் நகர்ந்தன; நடந்தன. அவற்றின் காலடிகளில் உருண்ட கற்களின் ஓசையும், புல்லாங்குழலின் இசையும் கலந்து, வெகுநேரம் வரை மெல்ல மெல்லக் கேட்டுக் கொண்டே இருந்தன.

நான் என் பசி மறந்தேன். அந்த ஆட்டிடையன் சிதைத்த என் உற்சாகத்தையும், முடிவையும் மீண்டும் ஒன்று திரட்டிக் கொண்டு மேலேற ஆரம்பித்தேன்.

கற்களின் குவியல் நடுவே இரவு என்னைச் சந்திக்க வரும்போது, தளர்ந்த உடலைச் சாய்க்க ஓர் இடம் வேண்டும். அதனால், நான் தொடர்ந்து மேலே ஊர்ந்து கொண்டிருந்தேன்.

கீழே பார்த்தபோது, கணிசமான அளவு நான் மேலேறிவிட்டதைக் கண்டேன். சரிவின் கீழ்ப் பகுதி என் கண்களுக்குப் புலப்படவில்லை. சிகரமோ எட்டிப் பிடித்துவிடும் தூரத்தில் இருப்பதாகத் தோன்றியது.

மிகையில் நுழி

இரவு வந்தது.

ஒரு பெரிய பாறை, மேலே கவிழ்ந்திருக்க ஒரு கல்குகை என் முன் தென்பட்டது. அங்கே இரவு தங்க முடிவெடுத்தேன்.

என் மிதியடி கிழிந்து கந்தலாகிவிட்டிருந்தது. காலில் பட்டிருந்த காயங்களில் அது ஒட்டிக் கொண்டது. அதைப் பிரித்தெடுக்க முயன்றபோது, அது என் தோலோடு வந்தது. கைகால்களில் சிராய்ப்புக் காயங்கள்.

கைகால் நகங்கள் காய்ந்த மரப்பட்டைபோல் பிளந்திருந்தன. என் ஆடைகள் கிழிந்து கந்தலாகிவிட்டன. தலை கனத்தது. என்னால் எதையும் சிந்திக்க முடியவில்லை.

தளர்ந்து போய்ச் சாய்ந்தேன். எவ்வளவு நேரம் உறங்கினேன் என்பது எனக்குத் தெரியவில்லை. ஒரு கணப்பொழுது மட்டுமா, ஒரு மணி நேரமா, ஒரு யுகமா என்று தெரியவில்லை.

யாரோ என் சட்டையைப் பிடித்து இழுப்பதுபோல் தோன்றவே நான் கண்விழித்தேன். எழுந்து உட்கார்ந்து பார்க்க, என் எதிரில் ஓர் இளம் பெண் கையில் மங்கிய விளக்குடன் நின்றிருந்தாள்.

அவள் முழு நிர்வாணமாக இருந்தாள். அவளது உடலும் முகமும் மிகமிக அழகாக இருந்தன. ஆனால், என் சட்டையைப் பிடித்து இழுத்தவள் அவளல்ல, ஒரு கிழவி! அவள் அந்தக் கன்னிப் பெண்ணுக்கு நேர் மாறாக, மகா அசிங்கமாக இருந்தாள்! தலைமுதல் கால் வரை என் உடல் நடுங்கியது.

"என் குழந்தாய்! நல்ல வாய்ப்பு எப்படி வந்தது பார்த்தாயா? நம்பிக்கை மீது நம்பிக்கை இழக்காதே," என்று சொல்லிவிட்டு, அந்த முதியவள் என் சட்டையைப் பிடித்து இழுத்தாள்.

நான் வாயடைத்துப் போய்த் திகைத்தேன். அவள் என் சட்டையை உருவினாள்! என்னால் தடுக்க முடியவில்லை! என் மன உறுதி என்னைக் கை விட்டுப் போய்விட்டிருந்தது.

அந்த முதியவள் கைகளில் நான் அகப்பட்டுச் செயலிழந்து விட்டேன். அவர்கள் இருவரையும் அங்கிருந்து ஒரே ஒரு தள்ளுத்தள்ளி, கீழே விழச் செய்திருக்க முடியும். அப்படி நினைக்கக் கூட என்னால் முடியவில்லை! எனக்கு அந்தச் சக்தியும் இல்லை.

என் மேல் சட்டையை மட்டுமல்லாமல் அந்தக் கிழவி என் கால் சட்டையையும் உருவி எடுத்து என்னை நிர்வாணமாக்கினாள்!

அவள், அவற்றைக் கன்னிப் பெண்ணுக்குத் தந்து, அவளைப் போட்டுக் கொள்ளச் சொன்னாள். எனது நிர்வாண உடலின் நிழலும், அந்தப் பெண்களின் நிழல்களும் குகையின் சுவரில் விழுந்து எனக்கு அச்சத்தையும், அருவருப்பையும் தந்தன.

ஒன்றும் விளங்காமல், திகைத்துப் போய், பேசத் தவித்தபடி நான் நின்று கொண்டிருந்தேன். பேச்சு ஒன்று மட்டுமே அப்போது என் ஆயுதமாக இருந்தது. சற்று நேரம் கழித்து என் நாக்கு நெகிழ்ந்தது. நான் பேசினேன்.

"முதியவளே, உன் வெட்கத்தை எல்லாம் இழந்துவிட்டாயா? ஆனால், நான் அதை இழந்துவிடவில்லை. வெட்கங்கெட்ட சூனியக்காரி முன் இவ்வாறு நிர்வாணமாக நிற்க நேர்ந்ததற்காக நான் வெட்கப்படுகிறேன். இந்தக் களங்கமில்லாத கன்னிப்பெண் முன் இவ்வாறு நிற்பதில் எல்லையற்ற அவமானம் எனக்கு ஏற்பட்டிருக்கிறது," என்றேன்.

"உன் அவமானத்தை இவள் அணிந்து கொண்டாள். நீ அவளுடைய களங்கமின்மையை அணிந்துகொள்," என்றாள் கிழவி!

"இப்படிப்பட்ட இரவில், இப்படிப்பட்ட மலைமேல், வழி தவறித் தடுமாறும் ஒருவனின் கந்தலாடைதான் இந்தக் கன்னிப் பெண்ணுக்கு வேண்டுமா?" என்று கேட்டேன்.

"உன் சுமையைக் குறைக்கும் காரியமாக இருக்கலாம்! ஒருவேளை குளிரிலிருந்து தன்னைக் காப்பாற்றிக் கொள்ளத் தேவைப்பட்டிருக்கலாம். பார்! அவள் பற்கள் எப்படிக் குளிரில் அடித்துக் கொள்கின்றன!" என்றாள் கிழவி.

"குளிர் என் பற்களை நடுங்கச் செய்தால் நான் எப்படி அதை விரட்டுவது? உன் இதயத்தில் கருணையே இல்லையா? எனது ஆடைகள் மட்டுமே எனது சொத்தாக இருந்தது இந்த உலகில்," என்றேன்.

"குறைந்த சொத்துடைமை கொண்டவன்
–குறைந்த அளவே, சொத்தினால் உடைமை கொள்ளப்படுவான்.

அதிகம் சொத்துடைமை கொண்டவன்
–அதிகம், சொத்தின் உடைமையாவான்.

மிகையிஸ் றுமி

அதிக உடைமை-குறைந்த மதிப்பு.
குறைந்த உடைமை-அதிக மதிப்பு.
வா, குழந்தாய் போகலாம்,"

என்று சொல்லி, கன்னிப் பெண்ணின் கையைப் பிடித்து இழுத்தபடி நகர்ந்தாள் கிழவி.

ஆயிரம் வினாக்கள் என் மனதில் எழுந்தன. ஆனால், ஒன்று மட்டுமே நாக்கு நுனியில் வந்து நின்றது!

"முதியவளே, நீ புறப்படுமுன் ஒன்றை மட்டும் சொல்லிவிட்டுப் போ! நான் இன்னும், சிகரத்திற்கு வெகுதூரத்தில்தான் இருக்கிறேனா?" என்றேன்.

"நீ கருங்குழியின் விளிம்பில் நிற்கிறாய்," என்றாள் அவள்!

விளக்கு, சுடர் தெறித்து அணைந்தது. எமது நிழல்கள் இருளில் ஒடுங்கின. குளிர்காற்று கடுகடுப்பாக அலையடித்துப் பாய்ந்தது. அது எங்கிருந்து வந்ததென்று தெரியவில்லை. இருள் கூடக்கூட, நடுக்கும் குளிரும் கூடிவந்தது.

குகையின் சுவர்கள் மூடுபனி மூச்சுவிட்டன. என் பற்கள் நடுங்கின. என் சிந்தனை சிதறியது. பாறைகள் நடுவே மேயும் ஆடுகள், ஏளனம் பேசும் ஆட்டிடையன், இந்தக் கிழவி, கன்னிப் பெண், நிர்வாணியான நான், காயம்பட்டுக் குளிரில் விறைத்து, பசியில் வாடி, இப்படியொரு இருள் குகையில், இருள் குழியின் விளிம்பில்- இதெல்லாம் என்ன?

நான் சிகரம் சென்று சேர்வேனா? எனது இலட்சியத்தை அடைவேனா? இந்தக் கொடிய இரவுக்கு முடிவுதான் உண்டா?

நான் அவ்வாறு குழம்பித் தடுமாறிக் கொண்டிருந்தபோது, ஒரு நாயின் குரைப்புச் சத்தம் கேட்டது! உடனே ஒரு விளக்கு வெளிச்சம்! அருகில்- மிக அருகில், குகைக்குள்!

"என் அன்பே, அதிர்ஷ்டம் எப்படி வருகிறது பார்த்தாயா? அதனால், நம்பிக்கை மேல் நம்பிக்கை இழக்காதே," *என்றது ஒரு நடுங்கும் குரல்!*

மிகமிக வயதான கிழவர் ஒருவர்தான் அப்படிப்பேசியது. அவர் பெரிய தாடி வைத்திருந்தார். முதுமையால் **அவரது** முழங்கால்கள் நடுங்கின. அவர் பேசியது, அவரைப் போலவே வயது முதிர்ந்த ஒரு கிழவியுடன்! அவளுக்குப் பற்களே கிடையாது.

தலைமுடி பரட்டையாக இருந்தது. அவளது முழங்கால்களும் நடுங்கின.

அவர்கள் நான் இருப்பதையே கண்டு கொண்டதாகத் தெரிய வில்லை. அவர்கள் பாட்டுக்கு நடுங்கும் குரலில் பேசிக் கொண்டே இருந்தார்கள்.

"என் அன்பே, எவ்வளவு ஒளிமயமான முதலிரவு அறை பார்த்தாயா? நீ தொலைத்துவிட்ட ஊன்று கோலுக்குப் பதிலாக, எவ்வளவு அருமையான ஊன்று கோல் பார்!" என்று சொல்லிய படி அந்தக் கிழவன், என் கைத்தடியைப் பிடுங்கி, அந்தக் கிழவியின் கையில் கொடுத்தான்!

அவள் அதை, தனது நடுங்கும் கைகளால் ஆசையாய்த் தடவிக் கொடுத்தாள்!

அப்புறம்தான் அவன் என்னைப் பார்த்தான். என்றாலும், கிழவியிடம்தான் பேசினான்.

"இந்தப் புதியவன் இனிப் புறப்பட்டுவிடுவான். என் அன்பே, நாம், நமது இரவின் கனவை இங்கே காண்போம், தனிமையில்," என்றான் கிழவன்!

அந்தச் செய்தி ஒரு கட்டளையாக எனது தலைமீது விழுந்தது. அதை மறுக்க முடியாத அளவுக்கு நான் கையாலாகாதவன் ஆனேன். அதுதவிர, அந்த நாய் தன் எஜமானனின் கட்டளையை நிறைவேற்றுகிற முறையில் தன் பற்களைக் காட்டி என்னைப் பார்த்து உறுமியது.

அந்தக் காட்சி என்னைக் கிடுகலங்க வைத்தது. வசியத்திற்குக் கட்டுப்பட்டவன் போல, மேலே எழுந்து குகையின் வாயிலை நோக்கி நகர்ந்தேன். என் தரப்பு நியாயத்தை எடுத்துச் சொல்லவும், எனது உரிமையை நிலை நிறுத்தவும் நான் பேசத்துடித்தேன்.

"என் ஊன்றுகோலைப் பறித்துக் கொண்டீர்கள். ஓர் இரவு உங்களோடு இந்தக் குகையில் தங்க அனுமதிக்காத அளவுக்கு நீங்கள் கொடூரமானவர்களா?" என்று கேட்டேன்.

"ஊன்றுகோல் இல்லாதவர்கள் மகிழ்ச்சிகொண்டவர்கள்
அவர்கள் தடுமாறுவதில்லை.
வீடற்றவர்கள் மகிழ்ச்சி கொண்டவர்கள்.
அவர்கள் வீட்டில்தான் இருக்கிறார்கள்.
எங்களைப் போலத் தடுமாறுகிறவர்களுக்கே

மிகையில் நுழி

ஊன்றுகோல் தேவைப்படுகிறது.
எங்களைப் போல வீட்டோடு பிணைப்புண்டவர்க்கே
வீடு தேவைப்படுகிறது"

என்று மந்திரம்போலப் பாடினார்கள். தமது நீண்ட கூரிய நகங்களால் தரையைக் கீறி, சமப்படுத்திப் படுப்பதற்கு ஆயத்தமானார்கள். நான் இருப்பதையே அவர்கள் சட்டை செய்யவில்லை.

திக்கற்ற நிலையில் நான் அலறினேன்.

"என் கைகளைப் பாருங்கள். என் கால்களைப் பாருங்கள். இந்த ஏகாந்த மலைச் சரிவில் பாதை தவறிய பயணி நான். இரத்தத்தால் பாதை மெழுகி இந்த இடம் வரை வந்து சேர்ந்திருக்கிறேன்.

"உங்களுக்குப் பழக்கமான இந்த அச்சம் தரும் மலையில், ஓர் அங்குல தூரம்கூட என்னால் பார்க்க முடியவில்லை. எதிர் விளைவு ஏற்படும் என்ற பயமே உங்களுக்கு இல்லையா? உங்க ளோடு, ஓர் இரவு தங்க அனுமதிக்காமல் போனால் கூட, அந்த விளக்கையாவது எனக்குத் தரக்கூடாதா?" என்று கேட்டேன்.

மந்திர உச்சாடனமே பதிலாய் வந்தது!

"அன்பிற்கு அடைக்கும் தாழ் இல்லை.
ஒளியைப் பகிர்ந்து கொள்ள முடியாது.
அன்பு கொண்டு பார்.
ஒளியாக இரு.
இரவு, இரத்தம் சிந்தும்போது
பகல் ஓடிப்போய்விடும்.
பூமி செத்துவிட்டது.
எப்படிப் போவது பயணம்?
எவருக்கு உள்ளது துணிவு?"

நான் சுத்தமாகத் தளர்ந்து போனேன். பயனில்லை என்றாலும் தாழ்ந்து பணிந்து வேண்டிக் கொள்ளவே விரும்பினேன். ஏதோ ஒரு சக்தி, தடுக்க முடியாதபடி என்னை வெளியில் தள்ளுவதாகத் தோன்றியது.

கடைசி முயற்சியாகக் கெஞ்சினேன்:

"நல்லவரான பெரியவரே, நல்லவரான அம்மா, குளிரில் விறைத்து நடுங்கிக் கொண்டு மரத்துப் போயிருக்கும் நான் உங்களுக்கு எந்த விதத்திலும் இடையூறாக இருக்கமாட்டேன்.

நானும் ஒரு காலத்தில் அன்பின் சுவையை அறிந்தவன்தான். எனது ஊன்றுகோலையும், எனது இருப்பிடத்தையும் உங்களுக்கே விட்டுவிடுகிறேன். இது உங்கள் முதலிரவு அறையாக இருக்கட்டும். ஆனால், ஒரே உதவி மட்டும் உங்களிடம் கேட்டுக் கொள்ள விரும்புகிறேன். விளக்கைத்தான் கொடுக்க மறுத்துவிட்டீர்கள். சிகரத்திற்குச் செல்லும் வழியையாவது காட்டமாட்டீர்களா? நான் எனது, திசைகளை அறியும் உணர்வை இழந்துவிட்டேன்; சமநிலையையும் இழந்து தடுமாறுகிறேன்; தள்ளாடுகிறேன். எவ்வளவு உயரம் வந்திருக்கிறேன்? இன்னும் எவ்வளவு உயரம் ஏற வேண்டும்?"

என் கெஞ்சலுக்குப் பதிலாக மந்திர முழக்கமே ஒலித்தது!

"உண்மையான உயரம்
எப்போதும் தாழ்வானது.
உண்மையான வேகம்
எப்போதும் மெதுவானது.
மிகவும் உணர்ச்சியுள்ளது,
மரத்துப் போனது.
பெரிய பேச்சாளன், ஊமை.
ஏற்ற வற்றம், ஒரே அலையில்தான்.
வழியில்லாதவனே, சரியான வழிகாட்டி.
மிகப் பெரியதென்பது,
மிகச் சிறியதுதான்.
எல்லாம் கொடுப்பவனே,
எல்லாம் பெற்றவன்."

எந்தப் பக்கம் காலை எடுத்து வைத்தாலும், அதல பாதாளத்தில் விழுந்து உயிரைவிட வேண்டியதுதான். நான் சாக விரும்பவில்லை. எந்தப் பக்கம் திரும்பி நடப்பது என்பதையாவது சொல்லக் கூடாதா என்று அவர்களிடம் கடைசியாகக் கெஞ்சினேன்.

மந்திர உச்சாடனமே மறுமொழியாய் ஒலித்தது. அது முன்பைவிட மிகவும் குழப்பம் தருவதாகவும், எரிச்சலூட்டுவதாகவும் இருந்தது!

"பாறையின் நெற்றி
கடினமானது; சரிவானது.
சூன்ய வெளியின் மடி
மென்மையானது; ஆழமானது.
சிங்கமும் புழுவும்,

தேவதாரு மரமும் விறகும்,
முயலும் நத்தையும்,
ஒணானும் காடையும்,
பருந்தும் எலியும்—
எல்லாம் ஒரே வளையில்.
ஒரே தூண்டில். ஒரே இரை.
மரணம் மட்டுமே சரிக்கட்டும்.
வாழ்வதற்காகச் செத்துப்போ!
சாவதற்காக வாழ்ந்திரு!"

சட்டென விளக்கு அணைந்தது!

நான் மண்டியிட்டபடி, கைகளைத் தரையில் ஊன்றி மெல்ல மெல்லத் தட்டுத் தடுமாறி நகர்ந்து குகை வாயிலை அடைந்தேன்.

அடர்ந்த இருளின் கனத்தை என் கண்ணிமைகளின் மேல் உணர முடிந்தது. இனி ஒரு கணமும் தாமதிக்க வழியில்லை. நாய் என் பின்னாலேயே உறுமியபடி வந்து கொண்டிருந்தது.

ஒரு காலடி வைப்பு. அடுத்து இன்னொரு காலடி வைப்பு. அப்புறம் மூன்றாவது காலடி வைப்பு. அவ்வளவுதான்! என் கால் நழுவியது! இருட் கடல் என்னை விழுங்கிக் கொண்டது! நான் தூக்கி எறியப்பட்டுக் கீழே கீழே கீழே போய்க் கொண்டிருந்தேன்!

சுழன்று சுழன்று கீழே விழுந்து கொண்டிருக்கும் போது என் கண்களில் ஒரு கணம் தோன்றியது, பேய்த்தனமான மணமக்களின் இருட்குழி.

மூச்சுக் காற்று என் மூக்கில் உறைந்தது. என் வாய் முணுமுணுத்த கடைசிச் சொற்கள்:

"வாழ்வதற்காகச் செத்துப்போ!
சாவதற்காக வாழ்ந்திரு!"

புத்தகம் வைத்திருந்தவர்

"மகிழ்ச்சியான புதியவனே, எழுக!
நீ உனது இலட்சியத்தை அடைந்துவிட்டாய்!"

சுட்டுப் பொசுக்கும் வெயிலால் காய்ந்து, தாகத்தால் தவித்த என் செவிகளில் விழுந்தன இந்தச் சொற்கள். சற்றே கண்திறந்து சிரமத்துடன் எதிரே பார்த்தேன். ஒரு பெரிய உருவம் கறுத்த நிழலாக என் முன் குனிந்தது; என் வாயில் சிறிது தண்ணீர் ஊற்றி என் நாவை நனைத்தது; பிறகு என் காயங்களைக் கழுவியது.

கடினமான தோற்றம் கொண்ட அந்த மனிதர் அடர்ந்த தாடி வைத்திருந்தார். புருவமும் அடர்த்தியாக இருந்தது. ஊடுருவிப் பார்க்கும் ஆழமான கண்கள். அவரது வயதைக் கணக்கிடவே முடியவில்லை. அவரது தொடுதல் மென்மையாகவும் உறுதியாகவும் இருந்தது.

அவரது உதவியால் நான் எழுந்து அமர்ந்தேன். நான் அவரிடம் பேசத் தொடங்கியபோது, என் குரலே எனக்குக் கேட்கவில்லை.

"நான் எங்கிருக்கிறேன்?"

"பலிபீடச் சிகரத்தில்!"

"அந்தக் குகை?"

"உனக்குப் பின்னால்!"

"அந்தக் கருங்குழி?"

"உனக்கு முன்னால்!"

நான் திகைத்துப் போனேன்! திரும்பிப் பார்த்தபோது, குகை என் பின்னால்தான் இருந்தது! முன்னால் பார்த்தபோது கரும்பாழ்குழி என் முன்னால் வாய் பிளந்து நின்றது!

என்னைக் குகைக்குள் அழைத்துச் செல்லும்படி அவரைக் கேட்டுக் கொண்டேன். அவர் எனக்கு உதவினார்.

"என்னைக் கருங்குழியிலிருந்து வெளியே கொண்டு வந்தது யார்?"

"சிகரத்தை அடைய உனக்கு வழிகாட்டியவரே, குழியிலிருந்தும் மீட்டார்."

"யார் அவர்?"

"அவரே, என் நாவைக் கட்டிப் போட்டவர். அவரே என்னை மடாலயத்தில் நூற்றி ஐம்பது ஆண்டுகளாகச் சங்கிலியால் பிணைத்து வைத்தவர்."

"அப்படியானால், சிறைப்பட்ட துறவி நீங்கள்தானா?"

"ஆம். நான்தான்."

"ஆனால், நீங்கள் பேசுகிறீர்களே! அவர் ஊமையாகிப் போனவராமே?"

"எனது நாவின் கட்டுகளை நீ அவிழ்த்து விட்டாய்."

"அவர், மனிதரை வெறுத்து ஓடி ஒளிந்தாராமே? நீங்கள் என்னைக் கண்டு அச்சப்படவில்லையே?"

"நான் எல்லாரையும் தவிர்த்தவன்தான். ஆனால், உன்னைத் தவிர."

"நீங்கள் என் முகத்தை இதுவரை பார்த்ததில்லையே! எப்படி என்னை மட்டும் ஏற்றுக் கொண்டீர்கள்?"

"உனது வருகைக்காக நான் நூற்றி ஐம்பது ஆண்டுகள் காத்திருந்தேன். ஒரு நாள் கூடத் தவறாமல் எதிர்பார்த்திருந்தேன். எல்லாப் பருவ காலங்களிலும், பாவப்பட்ட கண்கள் இந்த மலைச் சரிவின் கீழே பார்த்துக் கொண்டே இருந்தன. யாராவது ஒருவர், ஊன்றுகோல் இல்லாமல், உணவுப் பொருள் இல்லாமல், நிர்வாணியாய் வருகிறாரா என்று பார்த்திருந்தேன்!

"யாரும் அப்படி வரவில்லை. நீ அப்படி வருவதை நான் பார்த்தேன். குகை வாசலில் உன்னை உறக்கத்தில் ஆழ்த்தியது

நான்தான்! காலையில் நான், உன்னை இங்கே வந்து பார்த்தபோது, நீ பேச்சு மூச்சிழந்து கிடந்தாய், ஆனால், உயிர் இருந்தது. நீ வாழ்வதற்காக இறந்தவன்! நான் சாவதற்காக வாழ்ந்து கொண் டிருப்பவன்!

"அவரது திருநாமம் வாழ்க! அவன் வாக்களித்தபடியே எல்லாம் நடக்கிறது. நீயே தேர்ந்தெடுக்கப்பட்ட மனிதன் என்பதில் எனக்கு எந்தச் சந்தேகமும் இல்லை," என்றார் அவர்.

"நானா?"

"ஆம். ஆசீர்வதிக்கப்பட்ட உன் கரங்களில்தான் அந்தப் புனித புத்தகம் வழங்கப்படும். அது உன்னால் உலகிற்கே வெளிப்படுத்தப் படும்."

" என்ன புத்தகம்?"

"அவனது புத்தகம்- மிர்தாதின் புத்தகம்."

"மிர்தாதா? யார் அந்த மிர்தாத்?"

"மிர்தாதைப் பற்றி நீ கேள்விப்பட்டதே இல்லையா? என்ன ஆச்சரியம்! இதற்குள் அவர் பெயர் உலகம் முழுதும் பரவியிருக்க வேண்டுமே? என் காலடியிலுள்ள பூமியிலும், மேலே உள்ள காற்றிலும், வானிலும் அவர் பெயர் நிறைந்திருக்க வேண்டுமே?

"இந்தப் பகுதி புனிதமானது, இந்த மண்ணில்தான் அவர் காலடி பதிந்தது. இந்தக் காற்று புனிதமானது. அவர் மூச்சுக் கலந்த காற்று இது. இந்த வானம் புனிதமானது. அவரது பார்வையில்பட்ட வானம் இது."

இவ்வாறு சொல்லிவிட்டு, அந்தத் துறவி, முழங்காலிட்டுப் பணிந்து, மூன்று முறை மண்ணை முத்தமிட்டார்! அப்புறம் மௌனமானார்.

சில நொடிகள் கழித்து நான், "நீங்கள் குறிப்பிட்ட அந்த மிர்தாதைப் பற்றி மேலும் அறிய, என் பசியை நீங்கள் கிளறி விட்டு விட்டீர்கள்," என்றேன்.

"உன் செவியைக் கொடு, சொல்கிறேன்! என் பெயர் சமாதம். நான், மடாலயத்தின் ஒன்பது பேரில் மூத்த துறவி. அவர்களில் ஒருவர் இறந்து விட்டால், முதலாவதாக யார் வந்து கதவைத் தட்டுகிறார்களோ, 'அவரே, இறந்தவர் இடத்திற்கு இறைவனால்

அனுப்பப்பட்டவர் என்று, நான் ஏற்றுக் கொள்ள வேண்டும்,' என்பது மரபு. சேம் காலத்திலிருந்து நிகழ்ந்துவரும் நடைமுறை."

இந்த இடத்தில், நான் குறுக்கிட்டேன். நான் மலைவாசிகள் சொன்ன கதையை அனுசரித்து, 'நோவாவின் முதல் புதல்வன் சேம்தானே அந்த மடாலயத்தைக் கட்டியது,' என்று கேட்டேன்.

அவர் சட்டென, "ஆம். அவர்தான். நீ கேட்டது சரிதான்," என்று கதையைத் தொடர்ந்தார்.

"ஒரு புதியவன் வந்து கதவைத் தட்டியபோது உண்மையில் நான் மகிழ்ந்திருக்க வேண்டும். ஆனால், என் மனதில் என்னவோ ஒரு வெறுப்பு. அவனைச் சரியாகக் கூடப் பார்க்காமல் அவனை விரட்டினேன். அவனை விரட்டியதன் மூலம், நடைமுறை மரபையே நான் சிதைத்தேன்.

"கதவைத் திறந்து அவனைப் பார்த்தேன். இருபத்தைந்து வயதிருக்கும் இளைஞன். கந்தலாக நின்றான். என் இதயத்தில் கத்திகளைப் பாய்ச்சுவது போல் உணர்ந்தேன். ஆனால் அவன் முகத்தில் ஓர் ஒளி இருந்தது. என்றாலும் அவனுக்கு எதிராகவே என் மனம் செயல்பட்டது. என் உடலின் ஒவ்வொரு இரத்தத் துளியும் அவனை நசுக்கிவிடத் துடித்தது! ஏன் என்று காரணம் கேட்காதே! ஒரு வேளை அவனது ஊடுருவும் பார்வை என் ஆத்மாவை நிர்வாணமாக்கியிருக்கலாம்! அது எனக்குப் பயமாக இருந்தது! ஒரு வேளை அவனது தூய்மை, என் அழுக்குகளை வெளிப்படுத்தியிருக்கலாம்! அவற்றைச் சுற்றி நான் போட்டிருந்த திரைகள் அகற்றப்பட்டது போல உணர்ந்தேன். அழுக்குக்குத் திரைதானே பிடிக்கும்? அல்லது ஏதோ ஒரு பகை, அவனது ஜன்ம நட்சத்திரத்திற்கும் எனக்குமாக இருந்திருக்கலாம்! யாருக்குத் தெரியும்? அது யாருக்குத் தெரியும்? அதை அவன்தான் சொல்ல வேண்டும்!

"அவனை உள்ளே அனுமதிக்க முடியாதென்றும், அவன் உடனே போய்விட வேண்டுமென்றும், சிறிதும் கருணையில்லாமல் முரட்டுத்தனமாகச் சொன்னேன். அவன் அசையாமல் அங்கேயே நின்று கொண்டிருந்தான். மீண்டும் யோசித்துப் பார்க்கும்படி அமைதியான குரலில் என்னை வேண்டிக் கொண்டான்.

'அவன் அப்படிப் பேசியது என்னை அவமதிப்பதாகத் தோன்றவே, அவன் முகத்தில் காறி உமிழ்ந்தேன்! அவன் தன் முகத்தில் வழிந்த எச்சிலை அமைதியாகத் துடைத்தான். அந்த

எச்சில் என் முகத்தில் வழிவது போல நான் உணர்ந்தேன். நான் தோற்றுப் போனதாக உணர்ந்தேன். எங்கள் மோதல் சரிசமமாக இல்லை என்பதை என் ஆழ்மனது சொன்னது. என்னிலும் அவன் வலிமை மிக்கவனாகவே தோன்றினான்.

"தோற்றுப் போகிற எல்லா கர்வங்களையும் போலத்தான் எனது கர்வமும், விட்டுக் கொடுக்காமல், தோல்வியை ஒப்புக் கொள்ளாமல், மீண்டும் மோதி, தரையில், தலைகுப்புறக் கவிழ்ந்து மண் கவ்வியது! அவனது வேண்டுகோளை ஏற்க நான் தயாரானேன் என்றாலும், அவன் முதலில் பணிய வேண்டும் என்று விரும்பினேன். ஆனால், அவனை எந்த விதத்திலும் பணியவைக்க முடியவில்லை!

"பிறகு, அவன், சட்டென, கொஞ்சம் உணவும் உடையும் கேட்டான். அப்படிக் கேட்டதால், நான் வென்றது போல உணர்ந்தேன். என்றாலும் மறுத்தேன். 'நன்கொடைகளால் வாழ்ந்து வரும் மடாலயம், யாருக்கும் தானம் வழங்கத் தயாராக இல்லை,' என்றேன். 'ஒரு ரொட்டித் துணுக்குகூடக் கிடைக்காது,' என்று சொன்னேன். நான் பொய்தான் சொன்னேன். மடாலயம் செல்வச் செழிப்பில் திளைத்திருந்தது. எவருக்கும் உணவும் உடையும் மறுக்கத் தேவையே இல்லை. அவன் பிச்சைக்காரனைப் போல் கெஞ்ச வேண்டும் என்று எதிர்பார்த்தேன். ஆனால், அவனோ, ஓர் உரிமைபோலக் கேட்டான். அவன் கேட்ட முறையிலேயே ஓர் ஆணை மறைந்திருந்தது.

"கொஞ்சம்கூடத் தளர்ந்து போகாமல் போர் தொடர்ந்தது. ஆரம்பத்திலிருந்து போர் அவன் பக்கமாகவே இருந்தது. தோற்றுப் போன நான் அவனை உள்ளே அனுமதித்தேன்- ஒரு வேலைக்காரனாக மட்டும்! அவனை அடக்கிவிட்டதாக என் மனதில் ஒரு நிம்மதி! நானே அவன் முன் ஒரு பிச்சைக்காரன் ஆனேன் என்பதை நான் உணரவே இல்லை!

"என் அவமானத்தை உறுதிப்படுத்துகிற முறையில் அவன், ஒரு முணுமுணுப்புக்கூட இல்லாமல் அதை ஏற்றுக் கொண்டான். அவனை ஒரு வேலைக்காரனாக ஏற்றுக் கொள்ள முடியும் என்பதை நான் கற்பனை செய்துகூடப் பார்க்கவில்லை. கடைசிநாள் வரைக்கும் நானே மடாலயத்தின் தலைவன் என்ற நிலைபாட்டில் உறுதியாக நின்றேன்.

"ஆ! மிர்தாத்! மிர்தாத்! இந்த சமாதத்தை நீ என்னபாடு படுத்திவிட்டாய் அப்பா! சமாதம்! நீ உனக்கு என்ன கேடு செய்து கொண்டுவிட்டாய்!" என்று சொல்லி அவர் அழுதார்.

இரண்டு பெரிய கண்ணீர்த் துளிகள் அவரது தாடியின் மேல் உதிர்ந்தன. அவரது பெரிய உடல் குலுங்கி நடுங்கியது. என் இதயம் நெகிழ்ந்தது.

"இனி ஒன்றும் பேசாதீர்கள் பெரியவரே. அந்த மனிதரின் நினைவுதான் இப்படிக் கண்ணீர்த் துளிகளாய்க் கரைந்து உதிர்கின்றன," என்று நான் சொன்னேன்.

ஆனால், அவர் தொடர்ந்து பேச ஆரம்பித்தார்.

"ஆசீர்வதிக்கப்பட்ட புதியவனே! நீ இதற்காகக் கவலைப் படாதே. இந்த மூத்தவனின் நெடுநாளைய கர்வம்தான், இப்படிக் கசந்த கண்ணீர்த் துளிகளாய், நஞ்சாய், வடிகட்டப்பட்டு உதிர்கின்றன. அதிகார பூர்வமான ஆத்மாவுக்கு எதிராக, நான் கற்றுக் கொண்டது பல்லைக் கடிக்கிறது. ஆணவம் அழுது தீர்க்கட்டும். தனது கடைசி அழுகையை அழுது முடிக்கட்டும். அதிகாரம் பல்லைக் கடித்துக் கொள்ளட்டும், கடைசி முறையாக.

"ஆ! அவரது தெய்விக முகத்தை முதன் முதலாக நான் பார்த்த போது, பூமியின் மூடுபனித் திரையை விட அடர்த்தியாக என் கண்கள் திரையிட்டன! ஆ! உலக ஞானத்தையே அறைகூவல் விடும் அவரது சொற்களைக் கேட்டபோது, உலக அறிவால் அடைபட்டதைவிட அதிகமாக என் செவிகள் அடைத்துக் கொண்டன! ஆன்ம சக்தி பூசப்பட்ட அவரது நாக்கோடு போரிட முயன்றபோது, என் நாக்கு கசப்புச் சதையால் போர்த்துப்பட்டதாக ஆயிற்று! நான் அதிகப்படியாக அறுவடை செய்துவிட்டேன். இன்னும் அறுவடை செய்ய வேண்டியது இருக்கிறது. எனது ஏமாற்றங்களின் கண்ணீர் அறுவடை அது.

"ஏழு ஆண்டுக்காலம், அவர் எம்மிடையே கீழான வேலைக் காரனாகப் பணியாற்றினார்- மென்மையாய், சுறுசுறுப்பாய், எதிர்ப்பில்லாமல், தடைசொல்லாமல், அடக்கமாய், அமைதியாய், மற்றவர்களுடன் எந்த உரசலும் இல்லாமல் பணியாற்றினார். அவர் வாயிலிருந்து ஒரு வார்த்தைகூட வெளிவரவில்லை. அவர் மௌன விரதம் பூண்டு விட்டதுபோல எங்களுக்குத் தோன்றியது.

"எம்மவரில் சிலர், அவரைச் சீண்டியும் பார்த்தார்கள். அவர் அவற்றை அதீத அமைதியுடன் சகித்துக் கொண்டார். நாளா

வட்டத்தில், அவரது மௌனத்தை நாங்கள் மதிக்கும்படியாகவும் செய்துவிட்டார்! மற்ற ஏழு துறவிகளைப் போல் அல்லாமல் நான் மட்டும் அவர் மீது பகைமை பாராட்டினேன். அவரது அமைதியைக் குலைக்கப் பல முயற்சிகள் செய்து பார்த்தேன். எனக்குத் தோல்வியே கிடைத்தது!

"அவர் தன் பெயரை 'மிர்தாத்' என்று கூறினார். அந்தப் பெயரிட்டு அழைத்தால் மட்டுமே, அவர் செயல்பட்டார். அதைத் தவிர, அவரைப் பற்றி எங்களுக்கு எதுவுமே தெரியாது. ஆனால், அவரது இருப்பு, எப்போதும் எங்களை உணர்த்திக் கொண்டே இருந்தது. அவர் முன்னால் பேசுவதையும் நாங்கள் தவிர்த்துவிட்டோம். அவர் ஓய்வெடுக்கப் போன பிறகே, நாங்கள் அடிப்படை விவகாரங்கள் பற்றிக் கூடப் பேசினோம்.

"முதல் ஏழு ஆண்டுகள் மிர்தாதின் காலமாக இருந்தது. அதற்கு முன் பல ஆண்டுகளாக வந்து குவிந்த செல்வத்தால், மடாலயம் செழிப்பில் திளைத்தது. நாங்கள் எதிர்பார்த்த ஒன்பதாவது ஆள் வரவேயில்லை. நாங்கள் கலந்து பேசினோம். அவர்மீது எனக்கு இரக்கம் ஏற்பட்டதால், அவரை ஒன்பதாவது ஆளாக ஏற்க ஆலோசனை சொன்னேன். அனைவரும் ஏற்றுக் கொண்டார்கள்.

"அதற்குப் பிறகு, நாங்கள் சற்றும் எதிர்பாராதது, எதிர்பார்க்கவும் முடியாதது, நிகழ்ந்தது! குறைந்த பட்சம் இந்த அப்பாவி சமாதம் எதிர்பாராதது நிகழ்ந்தது. மிர்தாதின் வாய்க்கட்டு அவிழ்ந்தது. தடை மீண்ட புயலாக அவர் பேச ஆரம்பித்தார். அவரது பொங்கிப் பிரவகித்த பேச்சுப் பெருவெள்ளத்தில் எல்லாரும் அகப்பட்டுத் திணறினார்கள்.

"அப்போது நான் மீண்டும் எதிர்ப்பைக் கிளப்பினேன். என் அதிகாரத்தை நிலைநாட்ட முயன்றேன். எனது தோழர்களால் அவருக்கு எதிராகச் செயல்பட முடியவில்லை. மிர்தாதே மடாலயத் தலைவர் போல் தோன்றினார். சமாதம் விலக்கப்பட்டவன் ஆனான்.

"நான் தந்திரங்கள் மூலம் என் அதிகாரத்தை நிலைநாட்ட முயன்றேன். பொன்னும் மணியும் கொடுத்து மற்றவர்களைச் சரிக்கட்ட முயன்றேன். ஏராளமான நிலபுலன்கள் தருவதாக வாக்களித்தேன். ஆனால், எல்லாவற்றையும் அவர் எப்படியோ அறிந்து கொண்டு, ஒன்றும் நடவாமல் செய்துவிட்டார். அவர் சில சொற்கள் மூலமாகவே என் திட்டத்தை முறியடித்துவிட்டார்!

"அவரது கோட்பாடு விநோதமாக இருந்தது. எல்லாம் அவரது புத்தகத்தில் இருக்கிறது. அதைப் பற்றிப் பேச எனக்கு அனுமதி இல்லை. அவரது பேச்சுத்திறன், பனித்துகளைக் கறுப்புத் தார் என்று காட்டும். தாரை, பனித்துகள் ஆக்கிவிடும்! அவ்வளவு கூர்மையானது அவர் பேச்சு. அந்த ஆயுதத்திற்கு எதிராக நான் என்ன செய்ய முடியும்?

"எல்லாம் போயிற்று. மடாலய முத்திரை மட்டும் என்னிடம் இருந்தது. அதனால் ஒரு பயனும் இல்லை. அவரது கனலெரியும் அறிவுரைகளில் மற்றவர்கள் மயங்கிவிட்டார்கள். மடாலய முத்திரை, பத்திரங்கள், ஆவணங்கள் எல்லாவற்றை நான் கொடுத்துவிடும் நிர்ப்பந்தம் ஏற்பட்டுவிட்டது.

"மிர்தாத் எல்லாச் சொத்துக்களையும் சுற்றுவட்டார மக்களுக்கு வழங்க ஆரம்பித்தார். உழுதவர்க்கே நிலம் சொந்தம் ஆயிற்று. துறவிகளை மடாலயத்திற்கு வெளியே அனுப்பி, ஏழை எளியவர் துயர் துடைக்கப் பணி செய்ய ஏற்பாடு செய்துவிட்டார்.

"கடைசி நாள். அது ஒரு திருவிழா நாள். ஆண்டுக்கு இருமுறை நடக்கும் திருவிழா நாள்களில் ஒன்று அது. ஆண்டு விழா நாள் அது. அன்று, மடாலயத்தின் சொத்துக்கள் சுத்தமாகத் துடைத் தெறியப்பட்டன! எல்லாம் மக்களுக்கு வழங்கப்பட்டுவிட்டன, மிச்சம் மீதி இல்லாமல்!

"எல்லாவற்றையும் என் பாவப்பட்ட கண்களால் பார்த்துக் கொண்டிருந்தேன். மிர்தாதின் மேல் ஏற்பட்ட வெறுப்பு என் இதயத்தில் குமுறி எழுந்தது. என் வெறுப்பு அவரை வெட்டக் கூடுமானால், ஆயிரம் துண்டுகளாக வெட்டித் தள்ளியிருக்கும்! ஆனால், அவரது அன்பு, என் வெறுப்பைக் காட்டிலும் வலிமை கொண்டதாக இருந்தது!

"மீண்டும் போர், சமநிலை இழந்தது. எனது ஆணவம் பின் வாங்க மறுத்து, தலை குப்புறத் தரையில் விழுந்து மண்கவ்வியது. ஒரு போராட்டமில்லாமல் அவர் என்னை நொறுக்கிவிட்டார்! நான் மீண்டும் மோதியபோது, நானே நொறுங்கிப் போனேன்!

"என் கண்களின் மீது படிந்திருந்த, எனது போர்த் தந்திர அளவுகோல்களை எல்லாம் அவர், தமது நீண்ட பொறுமையான பார்வை மூலம் அகற்றி எறிந்துவிட்டார்! மறுபடியும் புதிய அளவுகோல்களை நான் தேடிக் கொண்டே இருந்தேன். அவர் எந்த அளவுக்கு மேன்மையான பண்புகளை என்மீது பொழிந்

தாரோ, அந்த அளவுக்கு வெறுப்பையே பதிலுக்கு நான் வழங்கினேன்.

"போர்க்களத்தில் நாங்கள் இருவர் மட்டுமே- மிர்தாதும் நானும். அந்த ஒற்றை மனிதரே ஒரு பெரிய படையாகத் திகழ்ந்தார். நான் தனிப் போராளி. மற்ற தோழர்கள் எனக்கு உதவியிருந்தால், நான் வெற்றி பெற்றிருக்க முடியும். அவரது இதயத்தையும் தின்றிருக்க முடியும். ஆனால், எனது தோழர்கள் அவரோடு சேர்ந்து கொண்டு என்னை எதிர்த்தார்கள். துரோகிகள்..! மிர்தாத்! மிர்தாத்! நீங்கள் பழிவாங்கிக் கொண்டது உங்களையேதான்!"

இப்படிப் புலம்பிவிட்டு, அவர் கண்ணீர் சிந்தித் தேம்பித் தேம்பி அழுதார். பிறகு, சற்று அமைதியடைந்தார். நீண்ட மௌனத்திற்குப் பிறகு, தரையில் முழங்காலிட்டு, மண்ணை மூன்று முறை முத்தமிட்டு எழுந்தார். மறுபடியும் பேசத் தொடங்கினார்:

"மிர்தாத், என்னை வென்றவரே, என் பிரபுவே, எனது நம்பிக்கையே, எனது தண்டனையே, எனது பரிசே, இந்தச் சமாதமின் கசப்பை மன்னித்துவிடுங்கள்! ஒரு பாம்பின் தலையை வெட்டி எடுத்துவிட்டாலும், அதன் நஞ்சு அதன் தலையில்தான் இருக்கும். நல்லவேளை, அதனால் கடிக்க முடியாது. பார்! இப்போது சமாதம், நஞ்சின்றி, நச்சுப் பல்லின்றி இருக்கிறான். உமது அன்பால் இவனை ஏற்றுக் கொள்வீராக. ஒருநாள் இவன் வாயிலும் தேன் ஊறும், உம் வாயில் ஊறுவது போல. அது உறுதி. இன்று நீர் என்னை என் முதல் சிறையிலிருந்து விடுவித்துவிட்டீர். அடுத்த சிறையிலிருந்தும் விடுதலையாகாமல் இவன் நீண்ட காலம் அவதிப் பட வேண்டாம்."

அவர் இப்படிச் சொன்னபோது, சிறை என்று அவர் குறிப்பிட்டது பற்றி, என் மனதில் ஒரு வினா எழுந்தது. அதை அவர் உணர்ந்து கொண்டார் என்று தோன்றியது. மிக மெல்லிய குரலில் அவர் பேச ஆரம்பித்தார். அது அவர் குரல்போலவே இல்லை. நிச்சயமாக வேறு ஒருவர் குரல் போலவே ஒலித்தது.

"ஏழு துறவிகளுக்கும் அவர் அடிக்கடி உபதேசம் செய்த இந்தக் குகைக்கு, அவர் எம்மை அழைத்து வந்தார். கதிரவன் மறையும் நேரம். மேல் காற்று, கனத்த மூடுபனியை விரட்டியது. மூடுபனி, ஒரு மாயத்திரைபோல, இந்தப் பாறை, சிகரங்களை யெல்லாம் சூழ்ந்து மறைத்தது. இங்கிருந்து கடல்வரை ஒரே மூடுபனிப் படலம். அது மலையின் இடுப்பு வரை உயர்ந்தது. இது ஒரு கடற்கரைபோல் தோற்றம் தந்தது. மேற்கே, அடிவானத்தில், கனத்த மேகங்கள்

குவிந்து கதிரவனை மறைத்தன. ஆசான் மிர்தாத், தமது உணர்வு களைக் கட்டுப்படுத்திக் கொண்டு, ஏழு துறவிகளையும் தனித் தனியே தழுவிக் கொண்டார். கடைசித் துறவியைத் தழுவும்போது, அவர் பேசினார்:

"நீண்ட காலம் நீங்கள் உயரங்களில் வாழ்ந்து விட்டீர்கள். இன்று நீங்கள் கீழிறங்கி ஆழங்கள் நோக்கிப் போகவேண்டும். கீழே போவதன் மூலம் மேலானதைக் காப்பாற்றிக் கொள்ளுங்கள். பள்ளத்தாக்கை சிகரத்தோடு இணைத்து விடுங்கள். உயரங்கள் எப்போதும் உங்களைத் தலை சுற்ற வைத்தன. ஆழங்கள் உங்கள் கண்களை எப்போதும் குருடாக்கி வந்தன."

என்று சொல்லிவிட்டு அவர் என் பக்கம் திரும்பினார். அன்பாக என் கண்களைப் பார்த்தார். பிறகு பேசினார்:

"சமாதம் அவர்களே! உங்கள் காலம் இன்னும் முடிவுக்கு வரவில்லை. நான் மறுபடியும் இந்தச் சிகரத்திற்கு வருவேன். அதுவரை காத்திருங்கள். எனக்காகக் காத்திருக்கும் வரை, என புத்தகத்திற்கு நீங்களே காவல். அது ஒரு இரும்புப் பெட்டியில் வைக்கப்பட்டு, பலிபீடத்தின் கீழ் புதைக்கப் பட்டிருக்கிறது. யாரும் அதைத் தொடக்கூடாது- நீங்கள் கூடத்தான்.

"சரியான சமயத்தில் நான் ஒரு தூதனை அனுப்பி வைப்பேன். நான் குறிப்பிடும் அடையாளங்கள் கொண்டு அவனை அறிந்து கொள்ளலாம். அவன் இந்தக் குத்துப் பாறைகள் வழியாக மேலேறி வருவான். முழுமையாக ஆடை அணிந்தவனாய், ஊன்றுகோலு டன், ஏழு ரொட்டித் துண்டுகளுடன் அவன் மேலே வருவான்.

"ஆனால், அவனை இந்தக் குகையில் நீங்கள் சந்திக்கும்போது, அவன் உடலில் உடை இருக்காது; கையில் ஊன்று கோல் இருக்காது; அவனிடம் உணவு இருக்காது. அவன் மூச்சுப் பேச்சின்றி இங்கே கிடப்பான். அவன் வரும்வரை, உமது நாவும், உதடுகளும் மூடி முத்திரையிட்டிருக்க வேண்டும். நீங்கள், மனிதர் தொடர் பையே ஒதுக்கிவிட வேண்டும்.

"அவன் பார்வை பட்டவுடனே, உமது மௌனச் சிறை திறந்து கொள்ளும். அவனிடம் என் புத்தகத்தைக் கொடுத்துவிட வேண்டும். அப்படிச் செய்தவுடன் நீங்கள் கல்லாக மாறிவிடுவீர்கள்! நான் மறுபடியும் வரும்வரை, இந்தக் குகை வாயிலில் காவல் காத்து நிற்க வேண்டும்!

"அந்தச் சிறையிலிருந்து நான் மட்டுமே உங்களை விடுவிக்க முடியும். காத்திருப்பது நீண்ட காலமாக உங்களுக்குத் தோன் றினால், காத்திருப்பு மேலும் நீளும். காத்திருப்பது கொஞ்ச காலம் தான் என்று உணர்ந்தால், அது சீக்கிரம் முடிந்துவிடும். பொறுமை யுடன் நம்பியிருங்கள்," என்று சொல்லி விட்டு அவர் என்னையும் தழுவிக் கொண்டார்.

"பிறகு அவர் எழுவரைப் பார்த்துக் கையசைத்தபடி, "என் பின்னே வாருங்கள்!" என்று சொல்லி நகர்ந்தார்.

"அவர்களுக்கு முன்னால் மலைச் சரிவில் இறங்கினார். அவரது மகிமை மிக்க தலை நிமிர்ந்தே இருந்தது. அவரது நிலைத்த பார்வை வெகுதூரத்தில் பதிந்தது. அவரது புனித பாதங்கள் பூமியில் பதிந்தன. மூடுபனித் திரையின் விளிம்பை அவர்கள் அடைந்தபோது வானில் ஒளி படர்ந்தது. ஒரு நீண்ட வழி அவர்கள் முன்னே தோன்றியது. அந்த அற்புதக் காட்சி மானிடரின் விவரிப்புக்கு அப்பாற்பட்டதாக இருந்தது. என் கண்கள் கூசின. குரு, தன் ஏழு சீடர்களுடன் மலையைப் பிரிந்து கதிரவனை நோக்கி ஒளிப்பாதையில் செல்வதாக எனக்குத் தோன்றியது. எனக்குத் துக்கம் வந்தது. ஆ! தன்னந்தனியனாய் நான் மட்டும் இங்கே..."

சமாதம் களைத்துப் போனவராய் மௌனம் பூண்டார். தலை தாழ்ந்தது. இமைகள் மூடிக் கொண்டன. நெஞ்சு தாறுமாறாகத் துடித்தது. நீண்ட அமைதிக்குப் பிறகு நான் ஆறுதல் வார்த்தைகள் தேடினேன். ஆனால், அவர் மீண்டும் பேசினார்.

"நீ கொடுத்து வைத்த அதிர்ஷ்டக்காரன். இந்த அதிர்ஷ்டம் கெட்டவனை மன்னித்துவிடு. நான் நிறையப் பேசிவிட்டேன். அளவு மீறிப் பேசிவிட்டேன். வேறு வழி? நூற்றி ஐம்பது ஆண்டுகள் பூட்டப்பட்டுக் கிடந்த நாக்கு, திடீரென விடுதலை பெற்றால், 'ஆம்', 'இல்லை' என்று மட்டுமா பேசும்? சமாதம் ஒரு மீர்தாத் ஆகவிட முடியுமா?"

"சகோதரர் சமாதம் அவர்களே, ஒன்று கேட்கட்டுமா?"

"ஆகா, எவ்வளவு நல்லவன் நீ! என்னைச் சகோதரன் என்று அழைத்தாயே! இறந்துபோன என் சகோதரனைத் தவிர, வேறு யாரும் என்னை இப்படி அழைத்ததில்லை. அது வெகு காலத்திற்கு முன்னால். சரி, என்ன கேட்கப் போகிறாய்?"

மீகையல் நூமி

"மிர்தாத் இவ்வளவு பெரிய ஆசானாக இருந்தும் இந்த உலகம் ஏன், அவரையும், அவரது ஏழு தோழர்களையும் இதுவரை அறிந்து கொள்ளவில்லை? அது எப்படி?"

"ஒரு வேளை அவர் தமது வேளைக்காகக் காத்திருக்கிறாரோ என்னவோ? அல்லது, வேறு பெயரில் இப்போது உபதேசித்துக் கொண்டிருக்கக்கூடும். ஒன்று மட்டும் உறுதி. எமது மடாலயத்தை மாற்றியது போல, மிர்தாத் இந்த உலகத்தை மாற்றப் போகிறார்."

"அவர் இறந்து நெடுங்காலம் ஆகிவிட்டதே?"

"இல்லை, மிர்தாத் இறக்கவில்லை. சாவைவிட வலிமை மிக்கவர் அவர்."

"அவர் மடாலயத்தை அழித்ததுபோல இந்த உலகையும் அழிப்பார் என்றா சொல்கிறீர்கள்?"

"இல்லையில்லை! அவர் மடாலயத்தின் சுமையைத்தான் இறக்கி வைத்தார். அதே போல, இந்த உலகின் சுமையையும் அவர் இறக்கிவைப்பார். அவர் மீண்டும் ஒளியேற்றி வைப்பார். ஏராளமான ஏமாற்றங்களின் பின்னால் ஒளிந்து கொண்டிருக்கும் என்னைப் போன்றவர்களுக்காக. இப்போது உள்ளிருக்கும் இருளுக்காகவே நான் துக்கப்படுகிறேன். மனிதன் தனக்குள் எதைத் தகர்த்துவிட்டானோ, அதை அவர் மீண்டும் கட்டி எழுப்புவார். அந்தப் புத்தகம் சீக்கிரம் உன் கைக்கு வரும். படித்துப் பார்! அதன் ஒளியில் மூழ்கு! நான் இனியும் தாமதிக்கக் கூடாது. நான் வரும்வரை இங்கேயே காத்திரு. என் பின்னால் வரக்கூடாது"

என்று சொல்லி, அவர் அவசரமாகப் புறப்பட்டுப் போனார். நான் திகைப்புடன், பொறுமையின்றிக் காத்திருந்தேன். பிறகு, மெல்ல நகர்ந்து பார்த்தேன். குகை முற்றத்தின் விளிம்பில் அதல பாதாளம்!

என் கண் முன்னால் மாய வண்ணங்கள் கோடுகோடாகப் படர்ந்தன. ஒரு கணம் நான் கரைந்துபோய்த் துளித்துளியாய் மாறி, எல்லாவற்றின் மேலும் கட்புலனாகாதபடி பொழிந்து கொண்டிருந்தேன். முத்து வெள்ளை மூடுபனி படர்ந்த தூரத்துக் கடல் மீதும், குனிந்தும் நிமிர்ந்தும் நிற்கும் குன்றுகள் மீதும், அடுக்கடுக்காய் எழுந்து நிற்கும் முரட்டுக் குத்துப் பாறைகள் மீதும் பூமியின் பசுமையால் வேலியிடப்பட்ட மலை வாழ்மக்கள் ஊர்களின் மீதும், மலைகளுக்கிடையில் ஒடுங்கிக் கிடக்கும் பள்ளத்தாக்குகள் மீதும், இதயம் கனிந்த மலைகளிலிருந்து தாகம்

தணித்துக் கொள்ளும் உழைக்கும் மக்கள் மீதும், மேயும் கால் நடைகள் மீதும், பாறை அடுக்குகள் மீதும், காலத்துடன் போரிட்டுக் காயம்பட்ட மலைச் சரிவுகள் மீதும், இனிய, தளர்ந்த, தென்றல் மீதும், நீல வானத்தின் மீதும், கீழே உள்ள சாம்பல் நிறப் பூமியின் மீதும் நான் உதிர்ந்து கொண்டிருந்தேன்!

மூத்த துறவி வந்தபோதுதான், சுற்றியலைந்த என் விழிகள் நிலைக்குத் திரும்பின. ஒரு மாயக் கரத்தின் உந்துதல்தான் என்னை இங்கே கொண்டு சேர்த்திருக்கிறது. இங்கே, ஒன்று மற்றொன்றுக்கு வழி வகுத்துக் கொண்டே இருக்கிறது. அந்த வாய்ப்பை நெஞ்சார நான் வாழ்த்தினேன்.

துறவி திரும்பி வந்தார். பழைய மஞ்சள் துணியில் சுற்றியிருந்த ஒரு பெட்டி அவர் கையில் இருந்தது. அதை அவர் என் கையில் கொடுத்தார்.

"எனது நம்பிக்கைதான் இனி உனது நம்பிக்கை. நம்பிக்கைக்கு நன்றியுடன் இரு. என் கையிலிருப்பது இரண்டாவது மணிநேரம். எனது இரண்டாவது சிறையின் கதவுகள் திறக்கும் ஒலி கேட்கிறது. விரைவில் அது என்னை உள்ளே தள்ளி மூடிவிடும். எவ்வளவு காலம் அது மூடிக் கிடக்கும் என்பது மிர்தாதுக்குத்தான் தெரியும். விரைவில், இந்தச் சமாதம் நினைவுகளிலிருந்து சுத்தமாகத் துடைத் தெறியப்படுவான். என்ன வேதனை அது! ஆ! துடைத்தெறியப் படுவது எவ்வளவு பெரிய வேதனை! நான் ஏன் இப்படிச் சொல் கிறேன்? மிர்தாதின் நினைவிலிருந்து எதுவுமே மறைந்து போகாது. மிர்தாதின் நினைவில் வாழ்பவன் என்றென்றும் வாழ்ந்திருப்பான்."

ஒரு நீண்ட மௌனம். பிறகு அவர் தலை நிமிர்ந்தார். கண்கலங்க என்னைப் பார்த்தார். என் காதுகளுக்கே எட்டாத குரலில், மிக மெதுவாகப் பேசினார்.

"இப்போது நீ கீழிறங்கி உலகிற்குள் போ! நீ நிர்வாணமாக நிற்கிறாய். உலகம் நிர்வாணத்தை ஏற்காது. அதன் ஆத்மா கந்தலாடை அணிந்திருக்கிறது. என் ஆடைகள் எனக்கு இனிப் பயனில்லை. நான் குகைக்குள் போன பிறகு, நான் இவற்றைக் கழற்றிப் போட்டு விடுகிறேன். வந்து எடுத்து அணிந்துகொள். சமாதத்தின் ஆடைகள் யாருக்குமே பொருந்தாது, சமாதத்தைத் தவிர. இவை உனக்கு இடையூறு செய்யாமல் பொருந்தட்டும்!"

நான் வாய்திறந்து பேசவில்லை. மௌன சம்மதம் அளித்தேன். அவர் உள்ளே போனார். நான் புத்தகத்தைப் பிரித்தேன்.

மஞ்சளாகிப் போயிருந்த அதன் தாள்களைப் புரட்டினேன். முதல் பக்கமே என்னை ஈர்த்தது. படிக்க முயன்றேன். அப்புறம் மேலே மேலே படித்துக் கொண்டே இருந்தேன். அதில் என்னை மறந்து மூழ்கிப் போனனேன்.

அடிமனதில், சமாதம் அழைப்பார் என்ற எதிர்பார்ப்பு இருந்தது. பல நிமிடங்கள் கழிந்த பிறகும் அவரது அழைப்பு வரவேயில்லை!

புத்தகத்திலிருந்து தலை தூக்கிக் குகைக்குள் பார்த்தேன். குகை நடுவில் அவரது ஆடைகள் குவியலாகக் கிடந்தன. ஆனால், அவரைக் காணோம்!

உரக்கக் கூவி அழைத்தேன். பதில் இல்லை. நான் கலவரமடைந் தேன்; திகைத்தேன். குகையின் குறுகிய வாயிலில்தான் நான் நின்று கொண்டிருந்தேன். அவர் என்னைக் கடந்துதான் வெளியேற முடியும். உள்ளே கெட்டி மலைப் பாறை. எந்த வழியும் கிடையாது. அவர் எங்கே போயிருப்பார்? எப்படிப் போக முடியும்?

அவர் என்ன ஆவி உருவமானவரா? சட்டென என் உடலில் அவர் சதையும் எலும்புமாகக் கலந்துவிட்டது போல் ஓர் உணர்வு தோன்றியது. என் கையில் புத்தகம். குகை நடுவே அவரது உடைகள். அதைப்போய் எடுத்தேன். அது கொஞ்சமாக இருந்தது. அதைவிடப் பல மடங்கு இருந்தால்தான் அவரது உடலுக்குச் சரிப்பட்டுவரும். ஏதோ ஒரு மாய முறையில் அவர் என்னைக் கடந்து வெளியேறி, இருண்ட பாழில் வீழ்ந்துவிட்டாரா?

நான் சட்டென உள்ளிருந்து குகை முற்றத்திற்கு விரைந்தேன். அங்கே, குகையின் முன் வாசல் விளிம்பில் முன்பு இல்லாத ஒரு பெரிய பாறை வழியடைத்து உயரமாய் நின்றது! அது எப்படிச் சட்டென வந்தது?

அதை நிமிர்ந்து பார்த்தேன். என் தலைக்குமேல் உயரமாய்க் கவிழ்ந்து நின்றது அந்தப் புதிய பாறை. உற்றுப் பார்த்தால் அதன் மேல் பாகம் ஒரு முகம் போலத் தோன்றியது! கன்னம், தாடை, உதடுகள், எல்லாம் அவரைப் போலவே!

அதன் திறந்த கண்கள் போன்ற பகுதி, தொலைதூரத்தை வெறித்துப் பார்த்துக் கொண்டிருப்பது போலத் தோன்றியது!

மடாலயத் தோழர்களில் இளையவராகிய

நரோண்டாவால்

பதிவு செய்யப்பட்ட

மீர்தாதின் புத்தகம்

இது.

வெற்றிபெறும் ஏக்கம் கொண்டவர்களுக்கு

இது,

ஒரு கலங்கரை விளக்கமும்

ஒரு கடற்கரையும் ஆகும்.

மற்றவர் அனைவருக்கும்

இது ஓர் எச்சரிக்கை!

1

அத்தியாயம்

திரைகள் முத்திரைகள் பற்றிப்பேசி மீர்தாத் தம்மை வெளிப்படுத்திக் கொள்கிறார்

நரோண்டா: அன்று மாலை வட்ட மேசை முன்னால் எட்டுத் துறவிகளும், இரவு உணவுக்காக அமர்ந்திருந்தோம். மீர்தாத், ஓரத்தில், மௌனமாக, உத்தரவுகளுக்காகக் காத்திருந்தபடி நின்று கொண்டிருந்தார்.

முடிந்தவரை 'நான்' என்ற சொல்லைத் தவிர்த்துவிட வேண்டும், என்ற விதி, நெடுங்காலமாக அந்த மடாலயத்தில் நிலவி வந்தது.

மூத்தவரான சமாதம், தம் சாதனைகளைப் பற்றிப் பெருமையடித்துக் கொண்டார். மடாலயத்திற்குப் பெருமை சேர்க்கிற வகையில் தாம் என்னவெல்லாம் கொண்டுவந்து சேர்த்திருக்கிறார் என்பதை அவர் பட்டியல் போட்டுக் காட்டிக் கொண்டிருந்தார். அப்படிப் பெருமை பேசியபோது, அவர், அந்த விலக்கப்பட்ட வார்த்தையைப் பலமுறை பயன்படுத்தினார். தோழர் மிக்காயன் அதை நாகரிகமாகச் சுட்டிக்காட்டினார்.

அதன் பிறகு; அதன்மீது சூடான விவாதம் தொடங்கியது அந்த விதியைக் கொண்டு வந்தது ஆதித் தந்தை நோவாவா, அல்லது முதல் மடாலயத் தோழர் சேமா என்பது பற்றி

விவாதித்தார்கள். மறுப்புகளும் எதிர் மறுப்புகளுமாக விவாதம் சூடாக நடைபெற்றது. அந்தக் குழப்பத்தில் யார் என்ன சொல்கிறார்கள் என்பதே விளங்கவில்லை!

அந்தக் குழப்பமான சூழ்நிலையை மாற்றி, மகிழ்ச்சிச் சூழலை உருவாக்க நினைத்த சமாதம், மிர்தாத் பக்கம் திரும்பினார்.

"பாருங்கள், இங்கே நிற்கிறார், நமது ஆதித் தந்தையைவிட மேதாவி! மிர்தாத், எம்மை வார்த்தைச் சிக்கல்களிலிருந்து விடுவித்து வழிகாட்டி உதவுவதுதானே!" என்று, ஏளனம் தொனிக்கப் பேசினார்.

எல்லாருடைய பார்வையும் மிர்தாத் பக்கம் திரும்பின. ஏழாண்டுகளாக மௌனம் பூண்டிருந்த மிர்தாத் மௌனம் கலைத் துப் பேசியபோது, நாங்கள் திகைப்பும், மகிழ்ச்சியும் அடைந்தோம்.

மிர்தாத்: மடாலயத்தின் தோழர்களே! சமாதம் தமது விருப்பத்தை வெளிப்படுத்திய, வெளிப்படையான ஏளனத்தின் மூலம், தம்மை அறியாமலேயே மிர்தாதின் ஆழ்ந்த முடிவை வெளிப்படுத்த வழிவகை செய்துவிட்டார். இந்த மிர்தாத், இந்த மடாலயத்திற்கு வந்த, முதல் நாளிலிருந்தே இந்த நாளை, இந்தச் சந்தர்ப்பத்தை, தீர்க்க தரிசனமாக உணர்ந்திருந்தான். இவன் தனது முத்திரைகளையும், முகத்திரைகளையும் நீக்கிவிட்டு, இப்போது உங்கள் முன்னாலும், உலகின் முன்னாலும் நிற்கிறான்.

இவன் ஏழு முத்திரைகளால் தனது வாயை மூடி அடைத்துக் கொண்டவன்; ஏழு திரைகளால் தன் முகத்தை மூடிக் கொண் டிருந்தவன். உங்களுக்கும் உலகத்திற்கும் இவன் உபதேசிப்பான். நீங்களும் அவ்வாறு உபதேசிக்கப் பக்குவமடையும்போது, உதடு களின் மேல் உள்ள முத்திரைகளையும், கண்களின் மேல் உள்ள திரைகளையும் எவ்வாறு அகற்றுவது என்பதைத் தெரிந்து கொள் வீர்கள். அதன் மூலம், நீங்கள் உங்களின் முழுமையை உங்களுக்கே வெளிப்படுத்திக் கொள்வீர்கள். அது உங்களது பெருமையாகப் பொலியும்.

உங்கள் கண்கள், எண்ணற்ற திரைகளால் மூடப்பட்டுள்ளன. ஒவ்வொரு முறை நீங்கள் பார்க்கும் போதும், உங்கள் திரையைத்தான் பார்க்கிறீர்கள்.

உமது உதடுகள் எண்ணற்ற முத்திரைகளால் மூடி மறைக்கப் பட்டுக் கிடக்கையில், நீங்கள் உதிர்க்கும் ஒவ்வொரு சொல்லும் ஒரு முத்திரைதான்.

மீகையீல் நுமி

பொருள்கள் என்ன வடிவத்தில், என்ன பண்பில் இருந்தாலும், அவை திரைகளே; துணிபொதிந்த கட்டுகளே. அதன் காரணமாக வாழ்க்கையே ஒரு திரை; துணிபொதிந்த கட்டு. உங்கள் கண்ணே திரையாகவும், துணி பொதிந்த கட்டாகவும் இருக்கும்போது, சிறிதளவேனும் அதைப் புரிந்துகொள்ள உங்களால் எப்படி முடியும்?

அப்புறம், சொற்கள். எழுத்துகளாலும், அசை சீர்களாலும், முத்திரை இடப்பட்டவைதாமே சொற்கள்? உங்கள் உதடே ஒரு மூடப்பட்ட முத்திரையாக இருக்கும்போது, முத்திரையை மட்டுமே வெளிப்படுத்துவதன்றி, உங்கள் சொற்களுக்குச் சிறிதளவேனும் பொருள் உண்டா?

கண், திரைபோட்டுக் கொள்ளும். அதனால் அதை ஊடுருவ அதனால் முடியாது.

உதடு, மூடி முத்திரை போட்டுக் கொள்ளும், அதனால் அதைத் தகர்க்க முடியாது.

இந்த இரண்டில், எந்த ஒன்றையும் நீங்கள் வேண்டுமென்று கேட்காதீர்கள். உடல் உழைப்பின் பகுதி அது. அதை அது சரியாகவே செய்துவரும். திரை போட்டுக் கொள்வதன் மூலம், முத்திரை பதித்துக் கொள்வதன் மூலம் அவை உங்களை அழைக்கின்றன. திரைகளுக்கும், முத்திரைகளுக்கும் பின்னால் என்ன இருக்கிறது என்று பாருங்கள், என்று உங்களை அழைக்கின்றன.

திரையைக் கிழித்துப் பார்க்க, உங்களுக்கு வேறு கண் வேண்டும். புருவத்தாலும், இமைகளாலும், இமைப் பீலிகளாலும் மறைக்கப் படாத கண் வேண்டும்!

உதடுகள் மீதுள்ள முத்திரைகளைத் தகர்க்க, உங்களுக்கு வேறு உதடுகள் வேண்டும். மூக்கின் கீழ் சதையாக இல்லாத உதடுகள் வேண்டும்!

முதலில், கண், தன்னையே சரியாகப் பார்த்துக் கொள்ளும் போது, அது எல்லாப் பொருட்களையும் சரியாகப் பார்க்கும் வல்லமை பெறும்.

உதடுகளாலும் நாக்காலும் பேசாமல், அவற்றின் மூலமாகப் பேசக் கூடுமானால், எல்லாச் சொற்களையும் கடந்து பேச முடியும்; அவற்றிற்கு அப்பாலும் பேச முடியும்!

சரியாகப் பார்த்து, சரியாகப் பேசினால், நீங்கள் உங்களைத் தவிர வேறு எதையும் பார்க்க மாட்டீர்கள்; உங்களைத்தவிர வேறு எதையும் வெளிப்படுத்திக் கொள்ள மாட்டீர்கள்.

எல்லாப் பொருள்களிலும், எல்லாப் பொருள்களுக்கு அப்பாலும், எல்லாச் சொற்களிலும், எல்லாச் சொற்களுக்கு அப்பாலும், இருப்பது நீங்களே- பார்க்கிறவராகவும், பேசுகிறவராகவும்.

அதனால், உங்கள் உலகம் திகைப்பூட்டும் ஒரு புதிர். காரணம், நீங்களே ஒரு திகைப்பூட்டும் புதிர்! உங்கள் பேச்சு, கவலை தரும் சிக்கலாக இருக்குமானால், நீங்களே கவலைதரும் சிக்கலாக இருப்பதுதான் காரணம்.

விஷயங்களை அவற்றின் இயல்புப்படி விட்டுவிடுங்கள். மாற்றுவதற்குச் சிரமப்பட வேண்டாம். நீங்கள் அவற்றை எப்படிப் பார்க்கிறீர்களோ, அவை அப்படியே இருப்பதால்தான், அவை எப்படிக் காணப்படுகின்றனவோ, அப்படியே காணப்படுகின்றன.

அவை பார்ப்பதும் இல்லை; பேசுவதும் இல்லை. பார்வை யையும், பேச்சையும், அவற்றிற்கு நீங்களே வழங்குகிறீர்கள். அவற்றின் பேச்சு கடுமையாக இருந்தால், உங்கள் நாக்கைக் கவனியுங்கள். அவை அருவருப்பாகத் தோன்றினால், முதலும் முடிவுமாக உங்கள் கண்களைக் கவனியுங்கள்.

திரைகளை விலக்கும்படிப் பொருள்களிடம் கேட்டுக் கொள்ளா தீர்கள். உங்கள் திரையை நீங்கள் விலக்குங்கள். பொருள்களின் திரைகள் தாமாக விலகிவிடும். முத்திரைகளை உடைத்து விடும்படிப் பொருள்களிடம் கேட்டுக் கொள்ளாதீர்கள். உங்களையே, முத்தி ரைகள் தகர்த்து வெளிப்படுத்துங்கள். எல்லாவற்றின் முத்திரைகளும் தாமாகத் தகர்ந்துவிடும்.

திரை நீக்கி சுய வெளிப்பாட்டிற்கும், சுய முத்திரை தகர்ப்பிற்கும், ஒரு மந்திரத் திறவுகோல் இருக்கிறது. அது ஒரு சொல். அந்தச் சொல், எப்போதும் உங்கள் உதடுகள் நடுவே இருக்க வேண்டும். சொற்களிலேயே மிகச்சிறியதும் மிகப் பெரியதுமான சொல் அது! இந்த மிர்தாத், அதை 'படைப்புச் சொல்' என்று அழைக் கிறான்.

நரோண்டா: ஆசான் மிர்தாத் சற்றே தம் பேச்சை நிறுத்தினார். ஒருவித மர்மத் துடிப்பு அனைவர் மீதும் கவிழ்ந்தது. கடைசியில், மிக்காயன், பொறுமையிழந்து உணர்ச்சித் துடிப்புடன் பேசினார்.

மிக்காயன்: அந்தச் சொல் என்னவென்று அறிய, எமது செவிகள் பசியால் துடிக்கின்றன. அந்தத் திறவு கோலை அறிந்து கொள்ள எம் இதயங்கள் ஆவலால் தவிக்கின்றன. சொல்லுங்கள் மிர்தாத்! உங்களை மிகவும் வேண்டிக் கொள்கிறோம், சொல் லுங்கள்!

2

அத்தியாயம்

படைப்புச் சொல் பற்றி...

(எல்லாப் பொருள்களின் மூலாதாரமும் மையமும் 'நான்' என்பதே.)

மிர்தாத்: நீங்கள் 'நான்' என்று சொல்லும் போது, மனதாரச் சொல்லுங்கள். "இறைவா! 'நான்' என்பதன் துன்பங்களிலிருந்து எனக்கு அடைக்கலம் கொடு! 'நான்' என்பதன் பரவசத்தை உணர எனக்கு வழிகாட்டு," என்று நெஞ்சில் நினைத்து அந்தச் சொல்லை உச்சரியுங்கள்.

அந்தச் சொல், சிறிதாக இருந்தாலும் குறையில்லை. அது, மற்ற சொற்களின் ஆத்மாவுக்குள் அடைத்துப் பூட்டப்பட்டுக் கிடக்கிறது. பூட்டைத் திறவுங்கள்! அப்போதே உங்கள் வாய் மணக்கும்; நாவினிக்கும். வெளிவரும் ஒவ்வொரு சொல்லும், வாழ்வின் மகிழ்ச்சியில் முங்கியிருக்கும்.

அது பூட்டப்பட்டுக் கிடக்கும்வரை, உங்கள் வாய் நாறும்; நா கசக்கும்; வெளிவரும் ஒவ்வொரு சொல்லும் சாவின் சீழாய் வடியும்!

துறவிகளே, 'நான்' என்பதே படைப்பாற்றல் மிக்க சொல். அதன் மந்திர சக்தியைப் பற்றிக் கொள்ளுங்கள். மகான்களின்

ஆற்றலைப் பெற்றுக் கொள்ளுங்கள். பாடும் போது நீங்கள் முனகுகிறீர்கள். சமாதானம் நிலவும் போது போர் செய்கிறீர்கள். இருண்ட குறிக்கோள்களுக்குள் ஒடுங்கிவிடுகிறீர்கள். ஒளியைக் கண்டால் பறந்தோடி விடுகிறீர்கள்.

உங்களது 'நான்,' உங்கள் இருப்பின் உள்ளுணர்வுதான். அது மௌனமானது; உடல் சார்பு அற்றது. அதுவே குரலாகவும், உடல் சார்ந்தும் வெளிப்படுகின்றது.

உமக்குள் உள்ள ஒலிக்காததை அது ஒலிக்கச் செய்கிறது; அருவமானதை உருவமாக்குகிறது; காண முடியாததைக் காணச் செய்கிறது; கேட்க முடியாததைக் கேட்கச் செய்கிறது.

கண்ணும் காதும் கட்டுப்பட்டிருந்தாலும், அது நீங்கள்தான். இந்தக் கண்ணால் பார்த்தாலும், காதால் கேட்டாலும், நீங்கள் ஒன்றையும் பார்க்கவுமில்லை; எதையும் கேட்கவும் இல்லை!

சாதாரண நிலையில் 'நான்' என்று நினைக்கும்போது, உங்கள் தலைக்குள் கடலளவு சிந்தனைகள். உங்கள் எண்ணங்கள் கொடுக் காகக் கொத்தினால், குத்தினால், பிராண்டினால், உங்களுக்குள் இருக்கும் நானிடம் அவையெல்லாம் இருப்பதாக அர்த்தம்!

மிர்தாத், கொடுக்கவும் செய்வான், கொடுத்ததை எடுக்கவும் செய்வான் என்பதை அறிந்து கொள்ளுங்கள்.

'நான்' என்பதை உணரும்போது, உங்கள் இதயக் கேணியில், ஒரு குழாய் பதித்தது போல ஆகிவிடும். அந்தக் கிணறு, உங்களது நானின் படைப்பு. அதுவே உணர்பவனும், உணரப்படும் பொருளுமாகிவிடும்.

உங்கள் இதயங்களில் முட்புதர்கள் இருந்தால், உங்களது 'நான்' அந்தப் புதர் நடுவே முளைத்ததாக இருக்கும்.

மிர்தாத் வேர்விடவும் செய்வான்; வேர் பிடுங்கி வெளியேறவும் செய்வான், என்பதைத் தெரிந்து கொள்ளுங்கள்.

சாதாரணமாக, நீங்கள் 'நான்' என்று சொல்லும் போது, வலிமை மிக்க சொற்கூட்டத்திற்கு உயிர் கொடுத்து விடுகிறீர்கள். ஒவ்வொரு சொல்லும் ஒரு பொருளின் குறியீடு. ஒவ்வொரு சொல்லும் பிரபஞ்ச உறுப்பின் ஒருபகுதி.

இந்தப் பிரபஞ்சமே உங்களது நானின் படைப்புத்தான். இந்த 'நான்,' ஒரே சமயத்தில், படைப்பவனாகவும், படைக்கப்படும்

பொருளாகவும் இருக்கிறது. உங்கள் பிரபஞ்சத்தில் துட்ட தேவதைகள் ஏதேனும் இருக்குமானால், அவற்றை அங்கே கொண்டு வந்து சேர்த்தது உங்கள் 'நான்' தான்!

மிர்தாத், படைப்பவனாகவும், படைப்பைத் தடுப்பவனாகவும் இருக்கிறான் என்பதைத் தெரிந்து கொள்ளுங்கள்.

படைப்பாளி எப்படியோ, அப்படித்தான் அவனது படைப்பும். எவனாவது தன்னை அதிகப்படியாகப் படைத்துக் கொள்ள முடியுமா? எவனாவது தன்னைக் குறைவாகப் படைத்துக் கொள்வானா? இறைவன் மட்டும்- நிறையும் குறையும் இல்லாமல்- படைப்பாளியைப் படைக்கச் செய்கிறான்.

'நான்' என்பது ஒரு நீரூற்று. அந்த மூலத்திலிருந்துதான், எல்லாமும் பொங்கி வருகின்றன; மறுபடியும் அவை, அதற்குள் சென்றுதான் ஒடுங்குகின்றன. நீரூற்று எப்படியோ, அப்படித்தான் வெள்ளப் பெருக்கமும், பாய்ச்சலும்.

'நான்'- ஒரு மந்திரக்கோல். அது மந்திரவாதிக்குள் இருக்கும் பூஜ்யத்தையே பெற்றெடுக்கும். மந்திரவாதி எப்படிப்பட்டவனோ, அப்படியே அவனது மந்திரக்கோலின் படைப்புகளும்.

உங்களது உள்ளுணர்வுக்கு ஏற்றபடியே உங்களது 'நான்' அமைந்திருக்கும். உங்கள் 'நான்' எப்படிப்பட்டதோ, உங்கள் உலகமும் அப்படிப்பட்டதே. உங்கள் 'நான்' தெளிவாகவும், உறுதி யான பொருள் கொண்டதாகவும் இருந்தால், உங்கள் உலகமும், தெளிவாகவும், உறுதியான அர்த்தம் கொண்டதாகவும் இருக்கும்.

அப்போது உங்கள் சொற்கள் புதிரானவையாக இரா; உங்கள் செயல்களும் வேதனைக்கூடுகள் கட்டா. அது தெளிவில்லாமலும், உறுதியற்றதாகவும் இருந்தால், உங்கள் உலகமும் தெளிவற்று, உறுதியற்று இருக்கும்; சொற்களும் சிக்கலாகிவிடும்; செயல்களும் வேதனையை அடைகாத்துக் குஞ்சுகள் பொரிக்கும்.

அது நிலையாக, தாக்குப் பிடிப்பதாக அமைந்தால், உங்கள் உலகமும் நிலையானதாக, தாக்குப் பிடிப்பதாக அமையும். அப்போது நீங்கள் காலத்தைவிட வலிமை பெற்றுவிடுவீர்கள்; வெளியைவிடப் பெருவெளியாக மாறிவிடுவீர்கள்.

அது, கடந்து போவதாக, நிலையற்றதாக இருந்து விட்டால், உங்கள் உலகமும் கடந்து போவதாக, நிலையற்றதாக மாறிவிடும். அப்போது நீங்கள், கதிரவன் விடும் ஒரு மூச்சுப் புகையாக ஆகிவிடுவீர்கள்.

அது, ஒன்றாக இருந்தால், உங்கள் உலகமும் ஒன்றாக இருக்கும். எல்லையற்ற சமாதானத்தில், பூமியின் மக்களோடும், சுவர்க்கத்தின் விருந்தினர்களோடும் வாழ்ந்திருப்பீர்கள். அது பலவாக இருந்தால், உங்கள் உலகமும் பலவாகும். அப்போது, நீங்கள் உங்களுடனே முடிவற்றுப் போர் புரிந்து கொண்டிருப்பீர்கள்; கடவுளுடைய கருணை உலகின் சகல உயிர்களோடும் மோதிக் கொண்டிருப்பீர்கள்.

'நான்'- உங்கள் வாழ்வின் மையம். அது வெளிப்படுத்தும் பொருள்களின் ஒட்டுமொத்தமே உங்கள் உலகம். அவை மீண்டும் அதில்தான் ஒன்று குவிந்து ஒடுங்கும். அது திடமாக இருந்தால், உங்கள் உலகமும் திடமாக இருக்கும். உங்களை இடம் வலமாக ஊசலாட வைக்கும் எந்த மேலான சக்தியும் கீழான சக்தியும் இராது. அது இடம் மாறினால், நீங்கள், சினம் கொண்ட சுழல் காற்றில் அகப்பட்ட ஆதரவற்ற இலையாக அல்லல்படுவீர்கள்.

தாலாட்டுத் தொட்டில்களை, மயான சமாதிகளாக மாற்றுவது உங்கள் உலகம். சமாதிகள் தொட்டில்கள் ஆகிவிடும். இரவுகளை விழுங்கிவிடும் பகல்கள்; செரிக்காமல் பகல்களை வாந்தி எடுக்கும் இரவுகள்; போர்ப் பிரகடனம் செய்யும் சமாதானம்; சமாதானத்திற்காகப் போர் வழக்குத் தொடுக்கும்; கண்ணீரில் மிதக்கும் புன்னகை; கண்ணீர், புன்னகையுடன் பற்றி எரியும்.

இடைவிடாத பிரசவ வேதனை உங்கள் உலகம். மரணமே, அதன் மருத்துவச்சி!

சல்லடைகள், தொட்டில்களின் உலகம் உங்களுடையது. எந்த இரண்டு சல்லடைகளும், தொட்டில்களும் ஒரே மாதிரி இல்லை. நகர்த்தியபடி வேதனைப் பட்டுக் கொண்டே இருக்கிறீர்கள்.

உங்கள் உலகம் உங்களுக்கு எதிராகவே பிளவுபட்டு நிற்கிறது. காரணம், உங்களது 'நான்' பிளவுண்டு கிடக்கிறது.

தடுப்புகளும், வேலிகளும் கொண்டது உங்கள் உலகம். உங்களது 'நான்' அந்தத் தடுப்பு வேலிகளின் ஒரு பகுதி. சில சமயம் உள்வேலிகள் உடையும். ஆனால், வெளிவேலி அப்படியே இருக்கும். அவையிரண்டும் ஒரே தாய் வயிற்றுப் பிள்ளைகள் (உங்கள் 'நான்' கூட) அவை விலகிச் செல்வதே இல்லை; பிரிவதே இல்லை.

அவற்றின் ஒன்றுபடலில் மகிழ்ச்சி கொள்ளாமல், பிரிக்க முடியாததைப் பிரிப்பதில் வீண் முயற்சி செய்து சக்தி விரயம் செய்கிறீர்கள். 'நான்'- இன் பிளவை இணைக்க முற்படாமல்,

அதை வெட்டிப் பிளந்து உள்ளே நுழைய முயல்கிறீர்கள். உங்களுடைய நானையும், 'நான்' அல்லாததாக நீங்கள் நினைப்பதையும் வெட்டிப் பிளப்பதாக நினைக்கிறீர்கள்.

அதனால், மனிதரின் சொற்கள் நஞ்சு தோய்ந்து வருகின்றன. அதனால், அவர்களின் பகல்கள், கவலையைக் குடித்துத் தள்ளாடுகின்றன. அதனால், அவர்களின் இரவுகள் வேதனையால் சித்திரவதை செய்யப்படுகின்றன.

ஓ, துறவிகளே! மிர்தாத், உங்கள் பிளவுண்ட நானை ஒன்று சேர்ப்பான். அதன் பிறகு நீங்கள் நிம்மதியாக வாழலாம்- எல்லா மக்களோடும்- முழுப் பிரபஞ்சத்துடனும்.

புரிதலின் இனிமையை நீங்கள் உணர்ந்து கொள்வதற்காக, மிர்தாத் உங்கள் நானிலுள்ள நஞ்சை அகற்றிவிடுவான்.

நீங்கள் சரியான சமநிலையை அறிந்து கொள்வதற்காக, மிர்தாத், உங்கள் நானை எவ்வாறு எடைபோடுவது என்பதைக் கற்றுத் தருவான்.

நரோண்டா: மீண்டும், ஆசான் சற்றுப் பேச்சை நிறுத்தினார். அனைவர் மீதும் ஆழமான அமைதி கவிழ்ந்தது. மறுபடியும் மௌனம் கலைத்து மிக்காயன் பேசினார்.

மிக்காயன்: மிர்தாத்! உமது சொற்கள் மீண்டும் ஆசைகாட்டி மிகவும் மோசம் செய்கின்றன. அவை பல கதவுகளைத் திறந்துவிட்டிருக்கின்றன. ஆனால், நாங்கள் வாசற்படியில்தான் நின்று கொண்டிருக்கிறோம். மேலே செல்ல வழிகாட்டுங்கள்- எம்மை உள்ளே அழைத்துச் செல்லுங்கள்!

3

அத்தியாயம்

புனித மும்மையும் சரியான சமநிலையும்

மிர்தாத்: நீங்கள் ஒவ்வொருவரும் உங்கள் தனிப்பட்ட 'நானில்' மையம் கொண்டிருந்தாலும், நீங்கள் எல்லாரும் ஒரே 'நானில்' தான் மையம் கொண்டவர்கள்- இறைவனின் ஒற்றை 'நான்' கூட அப்படித்தான்.

துறவிகளே, கடவுளின் 'நான்' முடிவற்றது; அது ஒன்று மட்டுமே சொல். அதற்குள்தான் இறைவன் இருக்கிறான்- மிக மேலான உள்ளுணர்வு- அதாவது, இறைவனே, தன்னை வெளிப்படுத்திக் கொள்கிறான். அது இல்லாமல், அவன் ஒரு பரிபூரண மௌனம் தான். அதனைக் கொண்டே படைப்பவன் தன்னைப் படைத்துக் கொண்டான்.

அருவமான அதுதான் பல உருவங்களாக வடிவெடுக்கின்றது. வடிவிலுள்ள எல்லா உயிர்களும், அதன் வழியாகவே மீண்டும் அருவ நிலை அடைகின்றன.

இறைவன், தன்னை உணர, தன்னைப் பற்றி நினைக்க, தனக்குத் தானே பேசிக் கொள்ள, 'நான்' என்பது தவிர, வேறு எதையும் உச்சரிக்கவில்லை. அதனால், 'நான்' என்பது ஒன்றே அவனது சொல். அதனால், அதுவே மகத்தான சொல்!

இறைவன், 'நான்' என்று சொல்லும்போது, சொல்லப்படாதது எதுவுமே மிச்சம் மீதி இல்லை. காணும் உலகங்களும், காணப்படாத உலகங்களும், பிறந்தவையும், பிறக்கக் காத்திருப்பவையும், உருளும் காலமும், உருளக் காத்திருக்கும் காலமும், -எல்லாம், எல்லாம், ஒரு மணல் துகள்கூட மிச்சமில்லாமல் பேசப்பட்டு, அந்தச் சொல்லுக்குள் திணித்து வைக்கப்பட்டுள்ளன. அதனைக் கொண்டே எல்லாம் உருவாக்கப்பட்டன. அதன் மூலமாகவே எல்லாம் தாக்குப் பிடித்து வாழ்ந்து வருகின்றன.

அதற்கு ஒரு பொருள் இல்லையென்றால், அந்தச் சொல், வெறும் பாழின் வெற்று எதிரொலியாகிவிடும்.

அதன் பொருள் என்றென்றும் ஒன்றாகவே இல்லையென்றால், அது, கழுத்தின் புற்றுநோயாகும்; நாக்கின் மேல் தோன்றிய கொப்புளமாகும்.

விளங்கிக் கொள்கிறவர்களுக்கு, இறைவனின் சொல், வெறும் பாழின் வெற்று எதிரொலியன்று; கழுத்தின் புற்றுநோய் அன்று, நாவின் கொப்புளங்களும் அன்று. புரிந்து கொள்ளக் கூடியவர்களுக்கு, அந்தச் சொல் புனித ஆவியின் உயிர்த்துடிப்பு. அது, உள்ளுணர்வுக்குள் பொதிந்து கட்டப்பட்டுள்ளது.

அது, தராசுச் சட்டம். என்றென்றும் சமநிலையில் இருக்கும் தராசுச் சட்டம். அதன் ஒரு தட்டில் ஆதிப் பிரக்ஞை, மறுதட்டில் அந்தச் சொல்.

துறவிகளே, ஆதி உள்ளுணர்வும், அந்தச் சொல்லும், புரிதலின் உயிர்ப்பும்தான், இருப்பின் மும்மை. இந்த மூன்றும் ஒன்றே. மூன்றும் சமமாய், மிக விரிவாய், என்றென்றும் இருப்பனவாய், சமநிலை கொண்டனவாய், தம்மை உணர்ந்தனவாய், சுயநிறைவு கொண்டனவாய், அதிகரிக்காமலும், குறையாமலும் இருப்பவை. என்றும் அமைதியாய், என்றும் மாறாமல் இருப்பவை.

துறவிகளே, அதுதான், சரியான சமநிலை.

மனிதன் அதைக் கடவுள் என்கிறான். அதற்கு ஒரு பெயர் சூட்டுவதே ஆச்சரியமான காரியம்தான். என்றாலும் புனிதமானது இந்தப் பெயர்; புனிதமானது, அதைப் புனிதமாய் வைத்திருக்கும் நாக்கு.

மனிதன், கடவுளின் பிள்ளையல்லாமல் வேறென்ன? அவன் கடவுளைவிட வேறாகத்தான் இருக்க முடியுமா? ஒரு வித்துக்குள்ளே

தேக்குமரம் ஒடுங்கியிருக்கவில்லையா? மனிதனுக்குள் கடவுள் பொதிந்து வைக்கப்பட்டிருக்க வில்லையா?

அதனால், மனிதனும், புனித மும்மையே; உள்ளுணர்வே; அந்தச் சொல்லே; புரிதலே.

கடவுளைப் போலவே மனிதனும் ஒரு படைப்பாளி. 'நான்' என்பதே அவனது படைப்பு.

அப்படியிருக்க, அவன் ஏன், கடவுளைப் போலச் சம நிலையில் இல்லை?

அந்தப் புதிரை அறிந்து கொள்ள, மிர்தாத் வெளிப்படுத்தப் போவதைக் கேளுங்கள்.

4 அத்தியாயம்

பொதிந்த கட்டுக்குள் உள்ள கடவுளே மனிதன்

பொதிந்து கட்டப்பட்டுள்ள கட்டுக்குள் இருக்கும் கடவுளே மனிதன். காலமே, அந்தக் கட்டுப்பொதி. 'வெளி'யே, அந்தக் கட்டுப்பொதி. தசையே அந்தக் கட்டுப்பொதி. அதற்குள்தான் எல்லாப் புலன்களும், புலனறிவுகளும் பொதிந்திருக்கின்றன. வெறும் துணிக்கட்டு மட்டுமே குழந்தையாகாது, என்பது தாய்க்குத் தெரியும்; ஆனால், அது, குழந்தைக்குத் தெரியாது.

மனிதன் உள்ளுணர்வு மிக்கவன்தான் என்றாலும், அந்தப் பொதி, நாளுக்கு நாள், யுகத்திற்கு யுகம் மாறிக் கொண்டே இருக்கிறது. அதனால், அவனது உள்ளுணர்வு என்றும் நெகிழ்ந்த படியே இருக்கிறது.

என்றாலும், அவனது உள்ளுணர்வின் வெளிப்பாடான அந்தச் சொல் தெளிவாகவும் இல்லை; அதற்குத் திட்டவட்டமான பொருளும் இல்லை. அதனால், அவனது புரிதல், மூடுபனிக்குள் இருப்பது போல் உள்ளது. அதனால், அவனது வாழ்வு சமநிலை தவறி ஊசலாடுகிறது. மூன்று மடங்குக் குழப்பம் ஒன்றாக அவனுக்குள்.

அதனால், மனிதன் உதவி கேட்டுக் கெஞ்சுகின்றான். அவனது வேதனைக் குரல்கள் எல்லா யுகங்களிலும் எதிரொலிக்கின்றன. அவனது வேதனை முனகல்கள் சுமந்து கனத்துப் போனது காற்று. அவனது கண்ணீர்ப் பெருக்கால், உப்பாகிப் போனது கடல்.

அவனது புதை குழிகளால் உழுது காயப்படுத்தப்பட்டது பூமி. அவனது பிரார்த்தனைகள் கேட்டுக் கேட்டுச் செவிடாகிப்போனது வானுலகம்.

இவற்றிற்கெல்லாம் காரணம், அவனுடைய 'நான்' என்பதற்கே அவனுக்குப் பொருள் விளங்காமற் போனதுதான். தான் கூட்டுக்குள் பொதிந்து கிடக்கிறோம் என்பது ஒரு குழந்தைக்குத் தெரியாதது போலத்தான் அது.

மனிதன் 'நான்' என்று சொல்லும்போது, தன்னை இரண்டாக வெட்டிப் பிளந்து விடுகின்றான், தனது பொதிக்கட்டை ஒரு துண்டாகவும், கடவுளின் மரணமிலா சுயத்தை மற்றொரு துண்டாகவும்.

பிளக்க முடியாததை, உண்மையில் மனிதனால் பிளக்க முடியுமா என்ன? கடவுள் அதைத் தடைசெய்திருக்கிறார். பிளக்க முடியாததைப் பிளக்க எந்தச் சக்தியாலும் முடியாது- கடவுளால்கூட முடியாது! மனிதனின் பக்குவம் இன்மையே அப்படிச் செய்யக் கற்பனை செய்கிறது.

மனிதன் ஒரு குழந்தை. என்றும் அழியாத சர்வசுயத்தைத் தனது விரோதியாகப் பாவித்துக் கொண்டு, சண்டையிடக் கச்சை கட்டிக் கொண்டு, அதனுடன் போர் செய்து கொண்டிருக்கிறான் அவன்.

சமநிலையற்ற அந்தப் போரில், மனிதன், தன்னைத் தானே நார்நாராகக் கிழித்துக் கொள்கிறான்; இரத்த ஆறு பெருக்குகிறான். கடவுள், தந்தையும், தாயுமானவன். இதையெல்லாம் அவன் நேசத்துடன் பார்த்துக் கொண்டிருக்கிறான்.

மனிதன் தன்னைக் கிழித்துக் கொள்கிறானே தவிர, தன் திரையைக் கிழித்துக் கொள்ளவில்லை. இரத்தம் சிந்துகிறானே தவிர, இறைவனை மறைத்திருக்கும் நஞ்சை வழித்து எறியவில்லை.

மனிதனின் விதி அப்படி இருக்கிறது. போரிடுவான், இரத்தம் சிந்துவான். மயங்கி வீழ்வான். முடிவில் விழித்தெழுந்து, பிளவுண்ட தனது 'நானை' எடுத்துத் தனது சதையால் மூடிக் கட்டுவான்; தனது இரத்தத்தால் அதை முத்திரையிடுவான்.

அதனால், துறவிகளே, உங்களை எச்சரிக்கிறேன்- அறிவார்ந்த எச்சரிக்கை இது- 'நான்' என்பதைக் கவனத்தோடு பயன்படுத்துங்கள்!

குழந்தையைக் கவனிக்காமல், துணிப்பொதியை மட்டும் நீங்கள் கவனித்து வரும்வரை, அதை ஒரு நெருப்புலையாகக் கருதாமல் அதை அற்பமாகக் கருதும்வரை, தற்பெருமையில் கிடக்கும்வரை, எல்லா வலி வேதனைகளுடன் உங்களுக்கு மரணமே பரிசாய்க் கிடைக்கும்.

5

அத்தியாயம்

கடவுளின் சொல்லும் மனிதனின் சொல்லும்

'உலை' என்பது கடவுளின் சொல். படைப்பதற்காக அது உருக்குகிறது; பிறகு ஒன்றாய்க் கலக்கிறது. தகுதி படைத்ததென்று எதையும் அது ஏற்றுக் கொள்வதுமில்லை; தகுதியற்றதென்று எதையும் அது தள்ளுபடி செய்துவிடுவதுமில்லை.

புரிதலின் ஆத்மாவை அது பெற்றிருப்பதால், தானும் தனது படைப்பும் ஒன்றுதான் என்பதை அது பூரணமாகப் புரிந்து கொண்டிருக்கிறது. பகுதியை ஒதுக்கிவிடுவது என்பது முழுமையை ஒதுக்கிவிடுவது என்பதையும், முழுமையை ஒதுக்கிவிடுவது என்பது தன்னையே புறக்கணிப்பது ஆகும் என்பதையும் அது புரிந்தே வைத்திருக்கிறது.

அதனால், பொருளும், பொருளாற் பொருந்தும் பயனும், பொருட் காரணமும், என்றும் ஒன்றே.

'தொட்டில்'- என்பது மனிதனின் சொல். பிடிப்பதையும் அடிப் பதையுமே இது உருவாக்குகின்றது. இவனை நண்பன் என்பதும், அவனைப் பகைவன் என்பதும் இதன் வேலை. ஆனால், அதனு டைய நேற்றைய நண்பன், இன்றைய பகைவன் ஆகிவிடுகிறான், இன்றைய பகைவன், நாளைய நண்பன் ஆகிவிடுகிறான். அடிக்கடி இப்படித்தான் நிகழ்கிறது.

கொடூரமானவர் மீது பொங்கி எழுந்து போர் தொடுப்பதன் மூலம், மனிதன் தனக்குத்தானே எதிராகத் திரும்பிவிடுகிறான். மனிதனிடம் புனித ஆத்மா இல்லாமையே இதற்குக் காரணம். அவனும், அவன் படைப்பும் ஒன்றே என்பதை அது மட்டுமே விளங்க வைக்கும். அப்போது, பகைவனை ஒதுக்குவது நண்பனை ஒதுக்குவதாகத் தெரியும். பகை, நட்பு- என்ற இரு சொற்களுமே அவனுடைய 'நானின்' படைப்புத்தான்.

ஒன்று, பாவமானது என்று உங்களால் வெறுத்து ஒதுக்கப்படுவது, இன்னொருவரால் விரும்பி ஏற்றுக் கொள்ளக் கூடியதாகவும் ஆகும். அது அவரால் நல்லதாகக் கூடக் கருதப்படலாம்.

ஒன்று, ஒரே சமயத்தில், சுயத்தை மீறிய இரண்டாக இருக்க முடியும். இதுவோ அல்லது அதுவோ அல்ல, ஒன்றைப் பாவமாகவும், புனிதமாகவும் கருதுவது. உங்களது 'நான்' தான் பிளவுபட்டு அப்படிப் பார்க்கிறது.

படைப்பது எதுவோ, அது படைக்காமல் செய்யவும் முடியும் என்பதை, நான் உங்களுக்குச் சொன்னேனல்லவா?

ஒரு பகைவனை நீங்கள் படைப்பது போலவே, அவனை அவ்வாறு படைக்காமலும் இருக்க முடியும். அல்லது, அவனை, நண்பனாக மறுபடைப்புச் செய்யவும் முடியும். அதற்கு, நீங்கள் முதலில் உலையாக வேண்டும். அதற்கு உங்களுக்கு, புரிதலின் ஆத்மா துணை வேண்டும்.

அதனால், நான் உங்களுக்குச் சொல்ல விரும்புவது இதுதான்: நீங்கள் பிரார்த்தனை என்று ஏதாவது செய்ய விரும்பினால், முதலும் முடிவுமாக, புரிதலை வேண்டிப் பிரார்த்தனை செய்யுங்கள்.

தொட்டிலில் கிடப்பவர் எப்போதும் என் தோழர்களாக இருப்பதில்லை. கடவுளின் சொல் 'வாழ்க்கை' என்பதுதான். எல்லாவற்றையும் ஒன்றாகச் சேர்த்து இணைக்கவல்ல தீயுலைதான் வாழ்க்கை. எல்லாமே இதில் சமநிலைப்பாட்டில் இருக்கின்றன, சரியான சமநிலையில். எல்லாமே, அவற்றைப் படைத்தவனுக்குச் சமம். அதாவது, புனித முத்திரித்துவத்திற்கு. அதில் ஒன்று உங்களுக்கு எவ்வாறு அதிக மதிப்புடையதாகும்?

தொட்டில் பிள்ளைகள் எப்போதும் என் தோழர்கள் அல்லர். நீங்கள் அப்படித்தான் ஒரே உயரத்தில் ஒரே நிறையில், முழுதும் பரவி, முழுதும் தழுவி நிற்கிறீர்கள். உங்களுக்குள் உலைத் தீ இல்லை.

மிகையில் நுழி

என் தோழர்களே, தொட்டில் குழந்தைகளாக இராதீர்கள். அந்தச் சொல்லின் ஞானப் பொருளைத் தேடிக் கண்டடையுங்கள்.

அப்போது உங்களது சொந்தச் சொல்லின் பொருள் புலப்படும். அதன் பொருள் புலப்படும்போது, உங்கள் தொட்டில்களை நெருப்புக்குள் வீசி எறிந்துவிடுவீர்கள். உங்களது சொல்லும், கடவுளின் சொல்லும் ஒன்றே. உங்களது சொல் மட்டும் திரைகளால் மூடப்பட்டுக் கிடக்கிறது.

அந்தத் திரைகளை இந்த மிர்தாத் விலக்கிவிடுவான்.

காலம் கடந்த 'காலம்' தான் கடவுளின் சொல். வெளியெல்லை கடந்த 'வெளி' தான் கடவுளின் சொல். நீங்கள் கடவுளுடன் இல்லாத காலமொன்று உண்டா என்ன? நீங்கள் கடவுளுடன் இல்லாத இடமொன்று உண்டா என்ன?

அப்படியிருக்க, நீங்கள் ஏன், ஆதியந்தமற்ற காலத்தை மணி நிமிடங்களாலும் பருவ காலங்களாலும் விலங்கு பூட்டி வைத்திருக்கிறீர்கள்? அங்குலங்களாலும், மைல்களாலும், வெட்ட வெளியை ஏன் பட்டியில் அடைத்துக் காக்கிறீர்கள்?

பிறப்பற்ற 'வாழ்வு' தான் கடவுளின் சொல். அதனால், அது இறப்பும் அற்றது. அதனால், உங்கள் வாழ்வு, எதற்காகப் பிறப்பும் இறப்பும் கொண்டதாக இருக்க முடியும்? நீங்கள் கடவுளின் வாழ்க்கை வாழவில்லையா என்ன? மரணமிலாப் பெருவாழ்வு, மரணத்திற்கு மூலகாரணம் ஆகிவிடுமா என்ன?

கடவுளின் சொல்லில், எல்லாம் அடங்கி இருக்கின்றன. அங்கே தடைமதில்கள் இல்லை; வேலிகள் இல்லை. அப்படியிருக்க, தடைமதில்களையும், வேலிகளையும் எதற்காக வாடகைக்கு வாங்கிக் கொண்டிருக்கிறீர்கள்?

நான் உங்களுக்குச் சொல்வது இதுதான்: உங்களது எலும்பும், தசையும், உங்களது எலும்பும் தசையும் மட்டுமல்ல. எண்ணற்ற கைகள் உங்கள் உடலுக்குள் புதைந்துள்ளன. மண்ணிலும் வானத்திலும் முங்கி எழுந்த கைகள் அவை. அவற்றால் உருவான உங்கள் எலும்பும், தசையும், திரும்பவும் மண்ணுக்கும், வானத்திற்குமே போய்ச் சேர்கின்றன.

உங்கள் கண்களில் தோன்றும் ஒளி, உங்களது ஒளி மட்டுமல்ல. கதிரொளியை உங்களுடன் பகிர்ந்து கொள்ளும் அனைவரின் ஒளியும் அதுதான். எனக்குள் நீங்கள் பார்ப்பது என்னுடைய ஒளியைத்தான். உங்கள் கண்களில் நான் பார்ப்பதும் என்

ஒளியைத்தான். நான் இருளாக இருந்தால், என்னைக் காணும் உங்கள் கண்களும் இருளடையும்.

உங்கள் நெஞ்சிலிருந்து எழும் மூச்சு உங்கள் மூச்சு மட்டுமல்ல. எல்லாருடைய மூச்சும் அதுதான். உங்களுக்குள் உலவும் மூச்சு ஆதாம் விட்ட மூச்சும்கூடத்தான் அல்லவா? உங்கள் இதயத்தின் துடிப்பில், ஆதாமின் இதயத் துடிப்பும் ஒலிக்கவில்லையா?

உங்கள் எண்ணங்கள் எல்லாம் உங்கள் எண்ணங்கள் மட்டு மல்ல. கடலளவு பொதுச் சிந்தனைகள், அவற்றைத் தமது என்று உரிமை பாராட்டும். அதனால், சிந்திக்கும் எல்லா உயிர்களும், அந்தக் கடலை உங்களுடன் பகிர்ந்து கொள்கின்றன.

உங்கள் கனவுகள், உங்களுடையவை மட்டுமல்ல. உங்கள் கனவுகளில், பிரபஞ்சமே கனவு காண்கின்றது.

உங்கள் வீடு, உங்கள் வீடு மட்டுமன்று. அது உங்கள் விருந்தினர், புழுப் பூச்சி, ஈ, எலி, பூனை போன்றவை எல்லாம் பகிர்ந்து கொள்ளும் பொதுமனை.

அதனால், வேலிகள் கட்டாதீர்கள். எச்சரிக்கை! உங்கள் வேலி ஓர் ஏமாற்று. உண்மையைப் புறந்தள்ளும் சூழ்ச்சி. வேலிக்குள், நீங்கள் உங்களைப் பார்க்கப் பின் திரும்பி நின்றால், உங்கள் எதிரில் நிற்பது மரணம்! அது சூழ்ச்சியின் மற்றொரு பெயர்!

துறவிகளே! மனிதன் கடவுளிலிருந்து பிரிக்க முடியாதவன். அந்தச் சொல்லால் உருவாக்கப்பட்ட சகல உயிர்களிலிருந்தும், தோழர்களிலிருந்தும் பிரிக்கப்பட முடியாதவன்.

அந்தச் சொல், 'கடல்.' நீங்கள் மேகம். தன்னிடமுள்ளதை வழங்காத மேகம், ஒரு மேகம்தானா? தன்னுடைய வடிவையும், அடையாளத்தையும் இழந்துவிடாதபடி என்றும் அலையும் மேகம் முட்டாள்தனமானது. ஏமாற்றமும், தற்பெருமையும் அன்றி அது வேறெதைப் பெற்றுவிட முடியும்?

அது தன்னைத் தானே கரைத்துக் கொண்டு காணாமல் போவதுதான் அதன் வாழ்க்கையாக இருக்க முடியும்.

அது மேக வடிவை இழந்து, செத்துப் போய்க் கடலில் கரைந்து, கடலையே தனது அடையாளமாகக் காணாதவரை, அது மேகமே அன்று.

கடவுளைச் சுமக்கும் மேகமே மனிதன்! தான் கரைந்து காணாமற் போகாமல், அவன் தன்னைக் கண்டு கொள்ள முடியாது. ஆ! அப்படிக் காணாமற் போவதில்தான் என்ன பரவசம்!

அந்தச் சொல்லில் கரைந்து காணாமற் போகாதவரை, நீங்கள்தாம் அந்தச் சொல்- அந்த 'நான்'- என்பதை உங்களால் உணர்ந்து கொள்ள முடியாது. ஆ! அப்படி இழந்து போவதுதான் எத்தனை பரவசம்!

மீண்டும் சொல்கிறேன், புரிதலுக்காக வேண்டிக் கொள்ளுங்கள். புனித புரிதல், உங்கள் இதயங்களைத் தேடிவரும்போது, அங்கே நிலவுவது பூஜ்யம்! அந்த இன்மையில் இறைவனின் நிறைவு நிலவும். அப்போது முதல், நீங்கள் 'நான்' என்று உச்சரிக்கும் போதெல்லாம், அது உங்களுக்கு எந்த மகிழ்ச்சியையும் ஏற்படுத்தாது.

அப்போது, மரணம் உங்கள் கரங்களில் ஓர் ஆயுதமாக இருக்கும். அது மரணத்தை வெல்லும் ஆயுதம். அப்போது, வாழ்க்கை, தனது எல்லையற்ற இதயத்தின் திறவுகோலை, உங்களுக்கு வழங்கி, வாழ்த்தும். அதுதான், அன்பின் தங்கத் திறவுகோல்.

சமாதம்: ஒரு குப்பைகூள விளக்குமாற்றில் இவ்வளவு ஞானம் நிறைந்திருக்கும் என்று நான் கனவிலும் நினைக்கவில்லை.

(மிர்தாத் வேலைக்காரனைப் போல, ஒதுங்கி நிற்பதை, சாடையாகக் குறிப்பிடுகிறார்.)

மிர்தாத்: அறிவாளிகளுக்காகச் சேர்த்து வைக்கப்பட்டிருக்கும் ஞானம் அது. முட்டாள்களுக்கு ஞானமே மூடத்தனம்தான்.

சமாதம்: உன்னுடைய நாக்கு சாமர்த்தியமானது. அதில் கடிவாளமிட்டிருந்தது ஆச்சரியம்தான், இருந்தாலும் உன் சொற்கள் கேட்பதற்கு கடினமாகத்தான் இருக்கின்றன.

மிர்தாத்: சமாதம்! என் சொற்கள் எளியவை. கடினமாக இருப்பது உமது காது. அவற்றைக் கேட்பதற்குச் சிரமப்படுகிறவர்கள், எதையுமே கேட்க முடியாது. அவற்றைக் காண்பதற்குச் சிரமப் படுகிறவர்களால் எதையுமே காணமுடியாது.

சமாதம்: நான் நன்றாகப் பார்க்கவும், கேட்கவும்தான் செய்கிறேன். கொஞ்சம் அதிகமாகவே. சமாதமும், மிர்தாதும் சமம் என்கிற மடத்தனத்தை என்னால் சகித்துக் கொள்ள முடியாது. தலைவனும், வேலைக்காரனும் ஒன்றாகிவிட முடியுமா என்ன?

அத்தியாயம்

தலைவன், பணியாள் பற்றி...

மிர்தாத்: சமாதத்தின் வேலைக்காரன் மட்டுமல்ல இந்த மிர்தாத். சமாதம்! உங்கள் வேலைக்காரர்கள் எத்தனைபேர் என்று உங்களுக்குத் தெரியுமா?

ஒரு பருந்தோ, கழுகோ; ஒரு செடார் மரமோ, தேக்கு மரமோ; ஒரு மலையோ அல்லது விண்மீனோ; ஒரு தேவனோ அல்லது அரசனோ, சமாதத்திற்குப் பணிவிடை செய்யாமல் இருந்ததுண்டா? இந்த உலகம் முழுவதுமே சமாதத்திற்குப் பணிவிடை செய்து கொண்டிருக்க வில்லையா?

இந்த மிர்தாத், சமாதத்தின் தலைவனும் அல்லன். சமாதம்! உங்கள் தலைவர்கள் எத்தனை பேர் என்று உங்களுக்குத் தெரியுமா?

ஒரு வண்டோ, ஈயோ; ஓர் ஆந்தையோ, குருவியோ; ஒரு நெருஞ்சி முள்ளோ, அல்லது ஒரு சுள்ளிக் குச்சியோ; ஒரு கூழாங்கல்லோ, அல்லது சிப்பியோ; ஒரு பனித்துளியோ, அல்லது ஒரு சிறு குளமோ; ஒரு பிச்சைக்காரனோ, அல்லது ஒரு திருடனோ சமாதத்தின் பணிவிடை பெறாமல் போவதுண்டோ? உலகம் தனது பணியைச் செய்வதன் மூலம் உங்கள் பணிகளையும் செய்து விடுகின்றது. உங்கள் பணியை நீங்கள் செய்வதன் மூலம், உலகின் பணியையும் நீங்கள் செய்துவிடுகிறீர்கள்.

எப்போதும், வயிற்றின் எசமானன் தலைதான். அதே சமயம், வயிறும் தலையின் எசமானனாகத் திகழ்கிறது.

பணிவிடையால் பணிவிடை செய்தே ஆகவேண்டுமென்றால், எதுவுமே பணிவிடையைக் காப்பாற்றாது.

பணிவிடை செய்கிறவனுக்குப் பணிவிடை செய்தாலொழிய, எதற்குமே பணிவிடை செய்துவிட முடியாது.

சமாதம், உங்களுக்கும், எல்லாருக்கும், நான் சொல்வது இதுதான்:

வேலைக்காரன், எசமானனின் எசமான். தலைவனாகிய எசமானனோ, வேலைக்காரனின் வேலைக்காரன். வேலைக்காரன் தலை குனிய வேண்டியதில்லை. தலைவன் தலை நிமிர வேண்டியதும் இல்லை. தலைவனின் ஆபத்தான ஆணவம், அடித்து நொறுக்கப்பட வேண்டும். வேலைக்காரனின் அவமானகரமான அவமானம் ஒழிக்கப்பட வேண்டும்.

சொல் ஒன்றுதான் என்பதை மறந்துவிடாதீர்கள். நீங்கள் அந்தச் சொல்லில் உள்ள ஆசை. ஆனால், எல்லாம் ஒன்றுதான். சொல்லின் எந்த ஒரு சிறுபகுதியான அசையும், மற்றதைவிட மேலானதன்று; மற்றதைவிட முக்கியமானதன்று. எல்லா அசைகளும் ஒன்றே. சொல்லும் அப்படியே. அவ்வாறு ஓரசைச் சொல்லாக நீங்கள் மாறிவிடும்போது, சொல்லுக்கடங்காத சுய நேசத்தின் பரவச உணர்வு கடந்து செல்வதை உணர்வீர்கள். அந்த நேசம் எல்லாருக்கு மான, எல்லாவற்றிற்குமான நேசம்.

சமாதம், நான் உங்களிடம், ஒரு வேலைக்காரனின் தலைவனா கவோ, ஒரு தலைவனின் வேலைக்காரனாகவோ இங்கே பேச வில்லை. ஒரு சகோதரன், தன் சகோதரனிடம் பேசுவது போலப் பேசுகிறேன். அப்படியிருக்க, நீங்கள் ஏன் என் சொற்களால் கலவரமடைகிறீர்கள்?

முடிந்தால் என்னை மறுக்கலாம். ஆனால், நான் உங்களை மறுக்க மாட்டேன். என் முதுகின் மேல் உள்ள தசைதான் உங்கள் முதுகின் மேலும் இருக்கிறது என்று சற்று முன்னால் நான் குறிப்பிடவில்லையா? எனக்கு இரத்தம் வரும் என்பதால் உங்களைக் குத்தமாட்டேன். உங்களது இரத்தம் சிந்தாமலிருக்க உங்கள் நாவை உறையிலிடுங்கள். எல்லா வேதனைகளிலிருந்தும் தப்ப, உங்கள் இதயத்தைப் பூட்டியிருந்தால், அதை எனக்குத் திறந்து வையுங்கள்.

உங்கள் சொற்கள் மாயவலையாகவும், முள்களாகவும் இருப்பதைவிட, நாக்கே இல்லாமலிருப்பது மேல். புனித புரிதலால்

நாக்கை சுத்தப்படுத்தாதவரை, உமது சொற்கள் மாயவலைகளாக வும், காயம் பட்டவையாகவுமே இருக்கும்.

துறவிகளே, உங்களில் தேடிப் பாருங்கள். எல்லாத் தடைகளையும் நான் அகற்றி விடுகிறேன். உங்களது 'நான்' கட்டுண்டு புதைந்து கிடக்கும் பொதியை நான் கட்டவிழ்த்து விடுகிறேன். அப்போது நீங்கள், கடவுளின் சொல்லும், உங்கள் 'நானும்' ஒன்றுதான் என்பதைப் புரிந்து கொள்வீர்கள். அது ஆதியந்தமற்ற அமைதியில் திகழ்வது. எல்லா உலகங்களும் அதிலிருந்தே பிறந்தன.

இப்படித்தான் நான் நோவாவுக்கு உபதேசித்தேன்.
அப்படியே உங்களுக்கும் உபதேசிக்கிறேன்.

நரோண்டா: அதன் பிறகு மிர்தாத், எங்களை எல்லையற்ற திகைப்பில் ஆழ்த்தித் தாழ்த்திவிட்டுத் தன் அறைக்குத் திரும்பிச் சென்றுவிட்டார். சகிக்க முடியாத அமைதி, சற்று நேரம் அங்கே நிலவியது. பிறகு நாங்கள் கலைந்து செல்ல ஆரம்பித்தோம்.

கலைந்து செல்லுமுன், ஒவ்வொருவரும் மிர்தாத் பற்றிய மதிப்பீட்டைத் தெரிவித்தார்கள்.

சமாதம்: மணிமுடிக்கு ஆசைப்பட்டுக் கனவு காணும் பிச்சைக்காரன்.

மிக்காயன்: அவன் ஒரு தலைமறைவு ஆள். 'நோவாவுக்குக் கற்பித்தேன்,' என்று குறிப்பிட்டானல்லவா?

அபிமார்: சிக்கலடைந்த நூல்கண்டு.

மிகாஸ்டர்: வேறொரு அண்டவெளியின் நட்சத்திரம்.

பென்னூன்: சக்திவாய்ந்த மூளைதான், ஆனால், முரண்பாட்டில் மாட்டிக் கொண்டுவிட்டது.

சமோரா: அற்புதமான யாழ்தான். ஆனால், அது எழுப்பிய சுரம்தான் என்னவென்று தெரியவில்லை.

ஹிம்பல்: நட்புள்ள காதைத் தேடும் நாடோடிச் சொல், அவன்!

7

அத்தியாயம்

மிக்காயன், நரோண்டா மிர்தாதுடன் நடத்திய உரையாடல்

நரோண்டா: மூன்றாவது காவல் பொழுதின், இரண்டாவது மணிநேரம் அது. என் அறையின் கதவு மெல்லத் திறக்கும் அரவம் கேட்டது. தொடர்ந்து, மிக்காயனின் தாழ்ந்த குரல் கேட்டது.

"இன்னும் நீ விழித்துக் கொண்டுதான் இருக்கிறயா, நரோண்டா?"

"இன்றிரவு, என் அறைக்கு, உறக்கம் வருகை தரவில்லை, மிக்காயன்."

"என் இமைக் கூட்டுக்கும்கூட அது திரும்பவில்லைதான். 'அவன்'- தூங்கிக் கொண்டிருப்பான் என்று நினைக்கிறாயா?

"தலைவரையா சொல்லுகிறாய்?"

"அவனைத் தலைவரென்றா குறிப்பிடுகிறாய்? நான் அப்படி நினைக்கவில்லை. அவனது அடையாளத்தை உறுதிப்படுத்திக் கொள்ளாதவரை நான் ஓய்வு கொள்ள மாட்டேன். வா, இப்போதே அவனைப் போய்ப் பார்க்கலாம்."

நாங்கள், ஓசைப்படாமல் அடிமேல் அடி வைத்து அவரது அறையை அடைந்தோம். தரையில் சுத்தமாக விரித்து வைக்கப்பட்ட

அவரது படுக்கைமீது, மங்கிய நிலாக்கற்றை, அறையின் மேலிருந்த துளை வழியாகத் திருட்டுத் தனமாக நுழைந்து, பரவிக் கிடந்தது. அந்த எளிய படுக்கையில் அவர் படுக்கவில்லை என்று தெரிந்தது. அந்த அறையில் அவரைக் காணோம்!

திகைப்பும், அவமானமும், ஏமாற்றமும் அடைந்த நாங்கள் வெளியேற முற்பட்டபோது, சட்டெனா, அவரது மெல்லிய குரல் எம் செவிகளில் விழுந்தது. அவர் அறையின் வாயிற்படியில் நின்று கொண்டிருந்தார்!

மிர்தாத்: கலக்கமடையாதீர்கள். அப்படியே தரையில் அமைதியாக அமருங்கள். சிகரத்தின் மேல் கவிந்திருந்த இரவு, வேகமாகக் கரைந்து பகலாகிக் கொண்டிருக்கிறது.

கரைவதற்குச் சர்தகமான மணிநேரம் இது.

மிக்காயன்: (திகைத்துத் திக்கியபடி) எங்கள் தலையீட்டை மன்னிக்க வேண்டும். இன்று இரவு நாங்கள் தூங்கவே இல்லை.

மிர்தாத்: மிகச் சுருக்கமான சுய மறப்புத்தான் உறக்கம். சுயத்தை அது மூழ்கடித்து விடுவது நல்லது. பிறகு, விழித்து, விரலளவு உறக்கத்தால், மறதியை உறிஞ்சிவிட வேண்டும். அதுசரி, மிர்தாதை எதற்காகத் தேடி வந்தீர்கள்?

மிக்காயன்: நீங்கள் யாரென்று கண்டு கொள்வதற்காக வந்தோம்.

மிர்தாத்: மனிதருக்கிடையில் நான், கடவுள். கடவுளுடன் இருக்கையில், நான் மனிதன். என்ன, கண்டுகொண்டாயா மிக்காயன்?

மிக்காயன்: நீங்கள் இகழ்ச்சி செய்கிறீர்கள்.

மிர்தாத்: ஒருவேளை, அது, மிக்காயனின் கடவுளுக்கு எதிராக இருக்கக்கூடும். ஆனால், மிர்தாதின் கடவுளுக்கு எதிராக, நிச்சயமாக இல்லை.

மிக்காயன்: மிக்காயனுக்கு ஒன்றும், மிர்தாதுக்கு ஒன்றுமாகப் பல கடவுள்களைக் குறிப்பிடுகிறீர்கள். மனிதர்களைப் போலக் கடவுள்களும் பலப் பலவா?

மிர்தாத்: கடவுள் பல அல்ல. கடவுள் ஒன்றுதான். மனிதரின் நிழல்கள் பலவாக இருக்கும் வரை அது பலதான். மனிதன் தனது நிழலைப் பூமியின் மேல் வீழ்த்திக் கொண்டிருக்கும் வரை, அவனது கடவுள் அவனது நிழலைவிடப் பெரியவர் அல்லர்.

நிழல் இல்லாதவன், ஒளியில் இருப்பவன். நிழல் அற்றவனே, ஒன்றே கடவுள் என்பதை உணர்வான். கடவுளே ஒளிதான். ஒளியால்தான் ஒளியை உணரமுடியும்.

மிக்காயன்: எங்களிடம் புதிர்போட்டுப் பேச வேண்டாம். எங்களது புரியும் சக்தி மிகவும் பலவீனமானது.

மிர்தாத்: நிழலுக்குப் பின்னால் ஓடுகிற மனிதனுக்கு எல்லாமே புதிர்தான். அவன் இரவல் வெளிச்சத்தில் நடப்பவன். அதனால், தனது நிழலின் கால்பட்டே தடுமாறுகிறான். புரிதலின் தீ, கொழுந்து விட்டு எரியும் பொது, உங்களுக்கு நிழல்களே இருக்காது.

என்றாலும், இந்த மிர்தாத், உங்களின் நிழல்களை எல்லாம் திரட்டிக் கதிரொளியில் எரித்து விடப்போகிறான், விரைவிலேயே. இப்போது அது, உங்களுக்குப் புதிராகத்தான் தோன்றும். உங்கள் மீது பற்றி எரியும் உண்மை வெடித்துப் பாயும்போது நிகழ்வதை, விவரிக்கத் தேவையில்லை.

மிக்காயன்: நீங்கள் யாரென்று சொல்லமாட்டீர்களா? உங்கள் பெயர்– உண்மையான பெயர்– உங்களது நாடு, உங்கள் முன்னோர், யாரென்று தெரிந்தால், உங்களை நன்றாகப் புரிந்து கொள்ள வசதியாக இருக்கும்.

மிர்தாத்: ஆ! மிக்காயன்! அடைகாக்கப்பட்டு வெடித்து வெளியேறிய ஒரு கழுகை, மறுபடியும் முட்டைக்குள் போக வைக்கும் முயற்சிதான், அது. மிர்தாதை, உங்கள் விலங்குகளால் பிணைத்து, உங்கள் திரைகள் கொண்டு மூடிவிட முயல்கிறீர்கள். முட்டைக்குள் அடைபடாத ஒருவனை, எந்தப் பெயர் அடையாளப் படுத்திவிட முடியும்? தனக்குள் பிரபஞ்சத்தையே வைத்துக் கொண்டிருப்பவனை, எந்த நாடு தனதாக்கிக் கொள்ள முடியும்? கடவுளை மட்டுமே தனது முன்னோனாகக் கொண்டிருப்பவனை, எந்த முன்னோர் தமதென்று உரிமை கொண்டாட முடியும்?

மிக்காயன்! என்னை நன்றாக அறிய வேண்டுமென்றால், முதலில் மிக்காயனைப் பற்றி நன்றாக அறிந்து கொள்ளுங்கள்.

மிக்காயன்: நீங்கள் மனித அங்கியணிந்த, புராணப் பொய்மை என்று தோன்றுகிறது.

மிர்தாத்: ஆமாம். மக்கள் அப்படியும் ஒருநாள் சொல்லக்கூடும், மிர்தாத் ஒரு வெறும் பொய்த்தோற்றம் என்று. ஆனால், இந்தப் பொய் எவ்வளவு உண்மையானது என்பதை நீங்கள் உணர

வேண்டும்; மனிதனின் எந்த எதார்த்த உண்மையையும் விட அதிகமான உண்மை என்பதை உணர வேண்டும்.

இன்றைய உலகம் மிர்தாதைப் பற்றிக் கவலைப்படவில்லை. ஆனால், இவன் எப்போதும் உலகைப் பற்றிக் கவலை கொள்கிறான். விரைவில் உலகம் இவனை உணர்ந்து கொள்ளும்.

மிக்காயன்: ஒருவேளை, நீங்கள் தலைமறைவாக ஒளிந்திருக்கும் ஆளோ?

மிர்தாத்: ஏமாற்றப் பெருவெள்ளத்தை நெஞ்சில் தாங்கியுள்ள எல்லாக் கப்பல்களின் தலைமறைவுப் பயணிதான் நான். கப்பித்தான் உதவி வேண்டும்போது நான் சுக்கான் பிடித்துக் கப்பலைச் செலுத்துகிறேன். நெடுங்காலமாகவே உங்கள் இதயங்கள், என்னை உரக்கக் கூவி அழைத்துக் கொண்டிருந்தன என்பது உங்களுக்குத் தெரியவில்லை போலிருக்கிறது.

இதோ, மிர்தாத் இங்கே இருக்கிறான். வரப்போகும் பெருவெள்ளத்திலிருந்து உங்களைக் காப்பாற்றிக் கரை சேர்க்க.

மிக்காயன்: ஐயோ, இன்னொரு வெள்ளமா?

மிர்தாத்: அது பூமியை மூழ்கடித்துப் போகாது; பூமிக்கு சுவர்க்கத்தைக் கொண்டுவருவது அது. அது, மனிதனின் சுவடைத் துடைத் தெறியாது; மாறாக, மனிதனுக்குள் இருக்கும் கடவுளை வெளிப்படுத்துவது.

மிக்காயன்: நமது வானங்களை வானவில் அலங்கரித்தது; ஆனால், சில நாள்களிலேயே காணாமற் போய்விட்டது. இன்னொரு வெள்ளம் பற்றியல்லவா பேசுகிறீர்கள்!

மிர்தாத்: நான் குறிப்பிடும் வெள்ளம் நோவாவின் காலத்து வெள்ளத்தைவிடப் படுமோசமானது. அது இப்போதே பொங்கிவர ஆரம்பித்துவிட்டது. நீரினால் கர்ப்பம் தரித்திருக்கிற பூமி, இள வேனிற் பருவம் வரப்போவதற்கான வாக்குறுதிகளை வழங்குகிறது. சுரவேகம் கொண்ட பூமியின் இரத்தம் மெதுவாகக் கொதிக்காது.

மிக்காயன்: அப்படியென்றால், நாங்கள் இனி முடிவைத்தான் எதிர்பார்க்க வேண்டியிருக்கிறதா? ஒரு தலைமறைவு ஆள் வந்து சேர்வதுதான், முடிவுக்கான அறிகுறி என்று எங்களுக்கு முன்பே சொல்லப்பட்டது.

மிர்தாத்: பூமிக்கு அஞ்ச வேண்டாம். இவள் இன்னும் மிக இளமையானவள். அவளது மார்பகங்களிலிருந்து பால் பொங்கிப் பிரவகிக்கின்றது. உங்களால் எண்ணிப் பார்க்க முடியாத எத்தனையோ தலைமுறைகளை இவள் பாலூட்டி வளர்த்தவள்.

இனி மனிதனைப் பற்றிக் கவலைப்படுங்கள். இவன் பூமியின் தலைவன்; அழிக்கப்பட முடியாதவன்.

ஆம். மனிதனை அடையாளமற்றுப் போகும்படிச் செய்ய இயலாது. ஆம். தளர்ந்து போய் விடாதவன் மனிதன். ஒரு மனிதனை உருவாக்க இவன் உலைக்களம் புகுவான். அதிலிருந்து கடவுளாக எழுந்து வருவான்!

உறுதியாக இருங்கள். தயாராக இருங்கள். உங்கள் விழிகளும், செவிகளும், நாவுகளும் விரதம் பூண்டிருக்கட்டும். அப்போதுதான், 'புனிதப்பசி' என்ன என்பது உமது இதயத்திற்கு விளங்கும். அது உங்களுக்குச் சமாதானத்தை வழங்கும். அப்புறம் நீங்கள் என்றென்றும் பூரண நிறைவோடு பொலிவீர்கள்.

நீங்கள் என்றும் பூரண நிறைவோடு போலிந்தால்தான் தேவைப் படுகிறவர்களின் தேவையை நிறைவு செய்யலாம். நீங்கள் என்றும், வலிமையும் உறுதியும் பெற்று விட்டால்தான், ஊசலாடுகிறவர்களை யும், பலவீனர்களையும் காப்பாற்ற முடியும். நீங்கள் எப்போதும் புயலை எதிர்கொள்ளத் தயாராக இருக்க வேண்டும். அப்போது தான், புயலால் அலைக்கழிக்கப்பட்டவர்களுக்கு அடைக்கலம் கொடுக்க முடியும். நீங்கள் என்றும் வெளிச்சத்தோடு திகழ வேண் டும். அப்போதுதான், இருளில் நடப்பவர்க்கு வழி காட்ட முடியும்.

பலவீனமானவர்கள், பலவீனமானவர்களுக்கு ஒருபாரம். ஆனால், வலிமை கொண்டவர்களுக்கு, அவர்கள் மகிழ்ச்சியான பொறுப்பு. வலிமையற்றவர்களைத் தேடிப் போங்கள். அவர்களது பலவீனமே உங்கள் பலம்.

பசித்தவர்கள், பசித்தவர்களுக்கு மற்றுமோர் பசிதான். .வயிறு நிரம்பியவர்களுக்கு, அவர்கள் வரவேற்கத்தக்க வடிகால். அதனால், பசித்தவர்களைத் தேடிப் போங்கள். உங்களது நிறைவே அவர்களது தேவை.

பார்வையற்றவர்கள், பார்வையற்றவர்களுக்குத் தடுமாற வைக்கும் வழித்தடைகள். ஆனால், கண்ணுள்ளவர்களுக்கு அவர்கள் மைல்கற்கள். அதனால், பார்வையற்றவர்களைத் தேடிப் போங்கள். அவர்களின் இருளே, உங்கள் ஒளி.

நரோண்டா: அந்த நேரத்தில், காலை வழிபாட்டிற்கான எக்காளம் முழங்கியது.

மிர்தாத்: புதிய நாளுக்கான அறிவிப்பை, சமோரா முழக்கி அறிவிக்கிறார். நீங்கள் அமர்வதற்கும் எழுவதற்கும் இடையில் இன்னொரு புதிய அற்புதம் வாய் திறக்கப் போகிறது. அது, உங்கள் வயிற்றை நிறைக்கும்; காலியாக்கி வெளியேற்றும். உங்கள் நாக்குகளை சோம்பல் வார்த்தைகளால் நனைக்கும்; செய்ய வேண்டாத செயல்களைச் செய்யும்; செய்ய வேண்டியவற்றைச் செய்யாமல் இருக்கச் செய்யும்.

மிக்காயன்: அப்படியானால் நாங்கள் காலைநேர வழி பாட்டிற்குச் செல்ல வேண்டாமா?

மிர்தாத்: போங்கள்! கற்றுக் கொடுத்திருக்கிறபடி வழிபாடு செய்யுங்கள். எதையாவது வேண்டி வழிபடுங்கள். போங்கள்! ஆணையிடப்பட்டுள்ளபடி எல்லாம் செய்யுங்கள். ஒவ்வொரு சொல்லுமே ஒரு பிரார்த்தனைதான்; ஒவ்வொரு செயலுமே ஒரு தியாகம் தான், என்று புரிந்து கொள்ளும்வரை, வழிபட்டுக் கொண்டே இருங்கள். அமைதியுடன் போங்கள். இந்த மிர்தாத், உங்கள் காலை உணவு நிறைவாகவும், சுவையாகவும் இருக்க ஏற்பாடுகள் செய்ய வேண்டியிருக்கிறது.

8
அத்தியாயம்

மலை வீட்டில் ஏழு துறவிகளும் மிர்தாதைச் சந்திக்கிறார்கள்

நரோண்டா: மிக்காயனும் நானும் அன்று காலை வழிபாட்டிற்குச் செல்லவில்லை. சமாதம் அதை அறிந்து கொண்டார். நாங்கள் தலைவரைச் சந்தித்ததையும் தெரிந்து எங்கள் மீது வெறுப்புக் கொண்டார். ஆனால், அவர் அதை வெளிக்காட்டிக் கொள்ளவில்லை. இன்னொரு சந்தர்ப்பம் ஏற்படும்போது பார்த்துக் கொள்ளலாம் என்று விட்டுவிட்டார்.

நாங்கள் அவ்வாறு நடந்து கொண்டதற்கான காரணத்தை அறிய, மற்ற தோழர்கள் ஆவல் கொண்டார்கள். வழிபாட்டிற்கு எதிராக எம்மைத் திருப்பிவிட்டது தலைவர்தான் என்று அவர்கள் நினைத்தார்கள். தலைவர் எங்களை இரவு நேரத்தில் தனியாக அழைத்துத் தம் அடையாளத்தைத் தெரிவித்திருக்க வேண்டும் என்றும் அவர்களில் சிலர் நினைத்தார்கள். அவர் ஒரு தலைமறைவு ஆள் என்பதை அவர்கள் யாரும் நம்பவில்லை. ஆனால், அவரைச் சந்தித்துப் பல விஷயங்களைப் பற்றிக் கேட்டுத் தெரிந்து கொள்ள வேண்டும் என்று அவர்கள் விரும்பினார்கள்.

மடாலயப் பணிகள் எல்லாம் முடிந்த பிறகு, கருங்குழிக்கு அருகிலுள்ள குகைக்குச் சென்று காலத்தைக் கழிப்பது தலைவரின் வழக்கம். அந்த இடத்தை 'மலை வீடு' என்று நாங்கள் குறிப்பிடுவது வழக்கம்

சமாதம் தவிர, மற்றவர்கள் எல்லாம் அவரைத் தேடி அங்கே போனோம். அது பிற்பகல் வேளை. அங்கே அவர் ஆழ்ந்த தியானத் தில் இருந்தார். அவரது முகம் ஒளிமயமாகக் காணப்பட்டது. அவர், தலைநிமிர்ந்து, விழி திறந்து எங்களைப் பார்த்தபோது, அவரது முகம் மேலும் பிரகாசமடைந்தது.

மிர்தாத்: எவ்வளவு சீக்கிரம் நீங்கள் உங்கள் கூட்டைக் கண்டு கொண்டுவிட்டீர்கள்! உங்களை நினைக்க எனக்கு மிகவும் மகிழ்ச்சியாக இருக்கிறது.

அபிமார்: மடாலயமே எமது கூடு. இந்தக் குகை எவ்வாறு எமது கூடாக முடியும்?

மிர்தாத்: மடாலயம் கூட ஒரு காலத்தில் ஒரு குடிசையாகத் தான் இருந்தது.

அபிமார்: ஆனால், இன்று?

மிர்தாத்: பரிதாபம்! அது ஓர் அகழ்எலி வளை!

அபிமார்: மகிழ்ச்சியான எட்டு அகழ் எலிகள். ஒன்பதாவது எலி மிர்தாத்!

மிர்தாத்: ஏளனம் செய்வது எளிதானது. புரிதல் மிகக் கடினமானது. ஏளனம், என்றும் ஏளனம் செய்தவரையே ஏளனப்படுத்தும். உங்கள் நாக்கிற்கு ஏன் சிரமம் கொடுக்கிறீர்கள்?

அபிமார்: எங்களை அகழ் எலிகள் என்று குறிப்பிட்டு நீங்கள்தாம் எங்களை ஏளனம் செய்கிறீர்கள். அப்படிப்பட்டவர்களா நாங்கள்? நோவாவின் நெருப்பை நாங்கள் இன்னும் அணையாமல் பாதுகாத்து வரவில்லையா? மடாலயம் ஒரு காலத்தில் பிச்சைக் காரர்களின் குடிசையாகத்தான் இருந்தது. செல்வ வளம் மிக்க ஓர் அரண்மனையைவிட, வளம் கொண்டதாக அதை நாங்கள் மாற்றிக் காட்ட வில்லையா! அதன் எல்லைகளை வெகு தூரத்திற்கு விரிவு செய்ய அதை ஒரு பேரரசாக நாங்கள் உயர்த்திவிட வில்லையா? நாங்கள் அகழ் எலிகள்தான் என்றால், தலை சிறந்த எலிகள்! அல்லவா?

மிர்தாத்: நோவாவின் தீ எரிந்து கொண்டுதான இருக்கிறது. ஆனால், மடாலயத்தில் மட்டுமே. நீங்களே மடாலயம் ஆகவில்லை யென்றால், உங்கள் இதயமே விறகும் எண்ணெயும் ஆகவில்லை யென்றால், அதனால் என்ன பயன்?

மடாலயம், பொன்னால் மணியால் மூச்சுத் திணறுகிறது. நிமிர்ந்து நிற்க முடியாமல் கிறீச்சிடுகிறது. மடாலயம் உயிர்த் துடிப்புடன் திகழுமானால், பிணக்கனம் கனக்காமல் இருக்கு மானால், அதற்கு எதிராக எந்த ஆழமும் நிற்கச் சக்தியற்றது.

மிகையில் நுழமி

பிணக்கனத்திடம் எச்சரிக்கையாக இருங்கள், தோழர்களே! தனது தெய்விக நலனில் அழுத்தமான நம்பிக்கை கொண்டவருக்கு, எல்லாப் பொருள்களும் பிணக்கனம்தான்; வேண்டாத பாரம்தான். அவர் தமக்குள் உலகையே தாங்கியிருப்பவர். என்றாலும் அதன் பாரம் அவருக்கு இல்லை.

உங்கள் பொன்னும், வெள்ளியும், மூழ்கும் கப்பலின் பாரங்கள். அவற்றைக் கடலில் வீசி எறியவில்லை யென்றால், அந்தப் பொருள் களோடு சேர்ந்து நீங்கள் அடியாழத்திற்குப் போய்விடுவீர்கள், என்று சொல்ல விரும்புகிறேன்.

மனிதன் பற்றுகின்ற பொருள்களெல்லாம் அவனைப் பற்றிப் பிடித்துக் கொள்ளும். பற்று விடுங்கள்; பற்றியவை பற்றற்றுப் போய்விடும்.

எதற்கும் விலை வைக்காதீர்கள். அற்பப் பொருளும் விலைமதிப் பற்றது. ஒரு ரொட்டித் துண்டிற்கும்கூட விலை குறிக்கிறீர்கள். ஏன், கதிரவன், காற்று, பூமி, கடலுக்கும் விலை குறிப்பதுதானே!

மனிதனின் வியர்வையும், ஆக்கத் திறனும் இல்லாமல், ஒரு சிறிய ரொட்டித் துண்டு உருவாக முடியுமா?

உங்கள் வாழ்வுகள், விலை குறிக்கப்படாமல் இருக்க வேண்டு மானால், எதற்கும் விலை வைத்துப் பேசாதீர்கள்.

மனிதன் ஆசையாய்ப் பற்றியிருக்கும் பொருளை விட, அவன் வாழ்வு விலை மதிப்புள்ளது ஆகாது.

கவனமாக இருங்கள். விலை மதிப்பில்லாத உமது வாழ்வை, மலிவான தங்கத்திற்குச் சமமாக நினைத்துவிடாதீர்கள்.

உமது மடாலய எல்லைகள் நெடுந்தூரத்திற்கு நெடுந்தூரம் பரவியிருக்கலாம். பூமியின் விளிம்பு வரை கொண்டுபோயிருக்க லாம். ஆனால், நீங்கள் என்னவோ நெருக்கமாகச் சிறைப்பட்டே கிடக்கிறீர்கள்.

மிர்தாத், ஓர் ஆதியந்த நிலைக்கு உங்களை ஆயத்துப் படுத்துவான். கடல் என்பது, பூமி பற்றியிருக்கும் ஒரு துளிநீர்தான். என்றாலும், அது பூமிக்குத் துணை செய்கிறது. மனிதன் எவ்வளவு பெரிய எல்லையற்ற கடல்!

அவனை அளக்க, கால் முதல் தலை வரை அளந்து விட்டு, அவனை அளந்து கண்டுவிட்டதாக, சிறு பிள்ளைத் தனமாக நினைத்து விடாதீர்கள்.

அபிமார் சொன்னது போல, நீங்கள் எலிவளைகளைத்தான் அளக்க முடியும். இருட்டில் வளை பறிக்கும் அகழ் எலி போல, எந்த அளவுக்குச் சுற்றி வளைத்துப் போகிறீர்களோ, அந்த அளவுக்குக் கதிரவனின் ஒளிக்கு முகம் காட்டாமல் விலகிப் போய்விடுவீர்கள்.

அபிமார்! உமது சுற்று வழிகளை நானறிவேன். நீங்கள் சொன்னது போல, உங்களிடம் அவை நிறையவே இருக்கின்றன. உலகின் சகல பேராசைகளையும் உதறித்தள்ளும்போது மட்டுமே நீங்கள் தெய்விகத் தன்மையை நெருங்க முடியும்.

ஆனால் விலகிச் செல்லும் உங்களின் பல இருண்ட பாதைகளே, உங்களை இதுவரை உலகத்தோடு தொடர்பு படுத்திக் கொண்டிருக்கின்றன. உங்கள் உணர்வுகளே உங்களைச் சீறித் தூக்கி வீசுகின்றன என்று நான் சொல்லவில்லையா? உங்கள் கடவுளின் பலிபீடத்தின் மேல், உமது பொறாமைகள் நெளிந்து ஊர்ந்து கொண்டிருக்கவில்லையா? நீங்கள் சிலர்தாம். ஆனால், இந்தச் சிலருக்குள் எத்தனை பெரிய கூட்டம்!

நீங்கள் சொன்னபடி, நீங்கள் மாபெரும் எலி வளையாளர்கள் என்றால், நீங்கள் வளை பறிப்பது பூமிக்குள் மட்டுமல்ல, கதிரவனுக்குள்ளும், விண்ணின் பல மண்டலங்களின் உலகங்களுக்குள்ளும் தான்.

அகழ் எலிகள், தமது நகங்களாலும், மூக்கு முனைகளாலும் இருண்ட வளைகளைத் தோண்டிக் கொண்டே இருக்கட்டும். உமது ராஜபாட்டையைக் கண்டுகொள்ள ஒரு கண் இமையைக் கூட நீங்கள் அசைப்பதில்லையே!

இந்தக் கூட்டில் அமருங்கள். உங்களது கற்பனையைக் கட்ட விழ்த்து விடுங்கள். இதோ, இங்கே இருக்கிறான் உமது வழிகாட்டி. வழித்தடங்கள் எதுவும் இல்லாத ஒரு பேரரசின் அற்புதச் செல்வங்களை உங்களுக்கு இவன் காட்டித் தருவான்.

திடமான, அச்சமற்ற இதயங்களுடன் உமது வழி காட்டியைப் பின் தொடருங்கள். இவனது பாதச்சுவடுகள் தொலைதூர விண்மீன்களிலும் பதிந்துள்ளன. அவை உங்களுக்கு உறுதியான அடையாளம். அவை உங்கள் காலடிச் சுவடுகளும் ஆகும்! முன்பே நீங்கள் அங்கே நடந்து சென்றதன் காலடித் தடங்கள்! அவை உங்களுக்குள்ளும் இருப்பவை, உங்கள் பாகமாக இருப்பவை! இதை நீங்கள் கற்பனை செய்து கூடப் பார்க்க முடியாது!

வேர்களைவிட அதிகமாக ஒரு மரம் கிளை பரப்பாது. ஆனால், மனிதன் ஆதியந்த மற்ற கால இடப்பரப்பில் பரவித் திகழ முடியும். காரணம், அவன் ஆதியந்தமற்றதில்தான் வேர் பதித்து நிற்கிறான்.

உங்களுக்குள் எல்லை வகுத்துக் கொள்ளாதீர்கள். பரவுங்கள். நீங்கள் இல்லாத இடமே இல்லை என்னும்படிக்கு எங்கும் பரவி இருங்கள். இந்த உலகில் நீங்கள் இருக்கக்கூடிய வாய்ப்புள்ள எல்லா இடங்களுக்கும் பரவி நில்லுங்கள். கடவுளைக் காணும்வரை

பரவிக் கொண்டே இருங்கள். அப்போது நீங்கள், உங்களையே சந்தித்துக் கொள்வீர்கள். பரவுங்கள்! பரவுங்கள்!

ஊடுருவ முடியாத போர்வை என நம்பி இருளில் எதையும் செய்யாதீர்கள். இருளால் குருடானவர் பற்றி நீங்கள் வெட்கப் படவில்லை என்றால், மின்மினிக்கும் வௌவாலுக்குமாவது வெட்கப்படுங்கள்.

என் தோழர்களே, இருள் என்று ஒன்று இல்லை. இருப்பது ஒளியின் கூடுதலும், குறைவுமான தர அளவுகள்தாம். உலகின் ஒவ்வொரு உயிரையும் சந்திக்க அமைந்த அளவுகள் அவை.

உமது பட்டப் பகல் வெளிச்சம், பீனிக்ஸ் பறவைக்கு அந்திக் கருக்கல்.

உமது அடர்ந்த இரவு, தவளைக்குப் பட்டப் பகல் வெளிச்சம். இரவே தன்னை, மறைப்புநீக்கி வெளிப்படுத்திக் கொள்ளுமானால், அது எவ்வாறு இன்னொன்றிற்கு மறைப்பாக இருக்க முடியும்?

எதையும் மறைத்து மூடாதீர்கள். இன்மை என்னும் சூன்யம், உங்கள் இரகசியங்களை வெளிப்படுத்துமென்றால், அவற்றின் மூடுதிரைகளும் அவற்றை வெளிப்படுத்தவே செய்யும்.

பாத்திரத்திற்குள் இருப்பதை மூடி அறியாதா என்ன? மூடிகள் திறக்கப்பட்டால், உள்ளிருக்கும் பாம்பு, புழுக்களுக்குத் துன்பம்தான்.

உங்கள் இதயத்தின் அடியாழத்தில் உள்ள காற்றோடு கலக்காத மூச்சு, உங்களிடம் இல்லை என்று உங்களுக்குச் சொல்ல விரும்பு கிறேன்.

தனது காமம், அச்சம், சிரிப்பு, கண்ணீர் போன்றவற்றையெல் லாம் வெளிப்படுத்தாத பார்வை ஒன்று கூட இல்லை.

மற்ற கதவுகளைத் தட்டிப் பார்க்காமல், எந்தக் கனவும் உங்கள் கதவு தட்டி நுழைந்து விடுவதில்லை.

ஆகவே, எப்படிப் பார்ப்பது என்பதில் கவனமாக இருங்கள். எந்தக் கனவுகளை உங்களில் அனுமதிக்கிறீர்கள், எதை அனுப்பி விடுகிறீர்கள் என்பதில் கவனமாக இருங்கள்.

நீங்கள், கவலை, துன்பங்களிலிருந்து விடுபட்டால் இந்த மிர்தாத், உங்களை மகிழ்ச்சியுடன் கடைத்தேற்றுவான்.

9

அத்தியாயம்

வேதனையற்ற வாழ்வுக்கான வழி

மிகாஸ்டர்: எங்களுக்கு வழி காட்டுங்கள்.

மிர்தாத்: கவலை, வேதனைகளிலிருந்து விடுதலை பெற இதுதான் வழி:

அதனால்– உங்கள் எண்ணங்கள் ஒவ்வொன்றும், தீயின் மீதும், வானத்தின் மீதும் செதுக்கிவிடும்படியாகச் சிந்தனை செய்யுங்கள், எல்லாரும் எல்லாமும் காண்பதற்காக. உண்மையில் அதற்கு இதுதான் வழி.

அதனால்– இந்த உலகமே நீங்கள் பேசுவதைக் கேட்கும் ஒற்றைக் காதாக ஆகும்படிப் பேசுங்கள். உண்மையில் அதற்கு இதுதான் வழி.

அதனால்– நீங்கள் செய்யும் ஒவ்வொரு செயலும் உங்கள் பின் தலையில் அடிக்கும்படியாகச் செய்யுங்கள்.

உண்மையில் அதற்கு இதுதான் வழி.

அதனால்– நீங்களே விருப்பத்தின் வடிவம் என்னும்படியாக விரும்புங்கள். உண்மையில் நீங்கள் அப்படித்தான் இருக்கிறீர்கள்.

அதனால்– தமது வாழ்வை உங்களில் வாழ விரும்புகிற கடவுளாக உங்களை நினைத்து வாழுங்கள். உண்மையில் அவர் அதைத்தான் விரும்புகிறார்.

ஹிம்பல்: எவ்வளவு காலம்தான் எங்களைப் புதிரிலேயே வைத்திருப்பீர்கள்? இதுவரை எந்த மனிதனும் பேசியிராத வகையில், எந்தப் புத்தகமும் சொல்லியிராத முறையில் நீங்கள் பேசுகிறீர்கள்.

பென்னூன்: எம் செவிகள் கேட்டுப் புரிந்து கொள்ளும்படியாக உங்களைப் பற்றிச் சொல்லுங்கள். நீங்கள் ஒரு தலைமறைவு ஆள்தான் என்றால், அதற்கான ஆதாரங்களைக் கொடுங்கள்.

மிர்தாத்: சரியாகச் சொன்னீர்கள், பென்னூன். உங்களுக்கு ஏராளமான செவிகள். அதனால்தான் உங்களால் கேட்க முடியவில்லை. புரிந்து கொள்ளக்கூடிய ஒரே ஒரு செவி மட்டும் இருந்திருந்தால் ஆதாரம் கேட்டிருக்கமாட்டீர்கள்.

பென்னூன்: தலைமறைவு மனிதர் வருவார். உலகை மதிப்பீடு செய்ய வருவார். அந்த மதிப்பீட்டின்போது நாங்களும் அவருடன் அமர்ந்திருக்க வேண்டும், என்று முன்பே சொல்லப்பட்டுள்ளது.

நியாயத் தீர்ப்பு நாளுக்கு நாம் தயாராவோமா?

10

அத்தியாயம்

நியாயத் தீர்ப்பு நாளும் நியாயத் தீர்ப்பும்

மீர்தாத்: என் வாயில் இருப்பது நியாயத் தீர்ப்பு அன்று; புனித புரிதல் மட்டுமே. இந்த உலகிற்குத் தீர்ப்பு வழங்க நான் வரவில்லை. நான் வந்தது உலகின் அநீதியை வெளிப்படுத்தவே. அறியாமை, நீதி அங்கியணிந்து பொய்முடி சூடி, குற்றங்களுக்குத் தீர்ப்புச் சொல்ல விரும்புகிறது.

அநீதி வழங்குவது அறியாமையேதான். மனிதனை நினைத்துப் பாருங்கள். தனது பிளவுண்ட உலகில், அறியாமை நூல்கண்டின் சிக்கலில் மாட்டிக்கொண்டு, மனிதன், தனக்கும், எல்லாவற்றிற்கும் மரணத்தைத்தானே கொண்டு வந்துகொண்டிருக்கிறான்!

உங்களுக்கு நான் சொல்வது இதுதான்: கடவுளும், மனிதனும் என இருமைப்படுத்தாதீர்கள். இருப்பதெல்லாம் கடவுள் மனிதன், அல்லது மனிதக் கடவுள்– என்ற ஏகம்தான். எவ்வாறு பெருக்கினாலும், எவ்வாறு வகுத்தாலும் அது என்றும் ஒன்றுதான்.

கடவுளின் ஏகத்துவம், என்றும் அழியாத கடவுள் விதி. அது தனக்குத்தானே விதித்துக் கொண்ட சட்டம். நீதி மன்றங்களோ, நீதிபதிகளோ, இதை வெளிப்படுத்த விரும்புவதில்லை; இதன் மரியாதையையும், ஆற்றலையும் உயர்த்திப் பிடிப்பதும் இல்லை.

வெளிப்பட்டும், மறைந்தும் இருக்கும் இந்தப் பிரபஞ்சமே ஒரு வாய். அது சொல்வதைக் காது படைத்தவர்களால் மட்டுமே கேட்க முடியும்.

ஆழமும் அகலமும் கொண்ட கடல்
ஓர் ஒற்றைச் சிறுதுளிதானே?
பிரபஞ்ச வானில் விரைந்து சுழலும் உலகமும்
ஓர் ஒற்றை உருண்டைதானே?
எண்ணற்ற உலகங்கள் எல்லாம்
ஒற்றைப் பிரபஞ்சம் தானே?

அதேபோல, மனித குலம் ஒட்டு மொத்தமாக ஒரே ஒரு மனிதன்தான். அதே போல, மனிதனும், தனது உலகங்களையெல்லாம், தனக்குள் உள்ளடக்கும்போது, அவனது ஏகத்துவம் முழுமையடைகிறது.

என் தோழர்களே, உயிர்களுக்கான ஒரே விதி, கடவுளின் ஏகத்துவம்தான். அதன் இன்னொரு பெயர்தான் அன்பு. இதை உணர, காத்திருக்க வேண்டும். வாழ்வுக்குள் காத்திருக்க வேண்டும். வேறு விதிகளுக்குக் கட்டுப்படுவது, இல்லாமற் போய்விடுவது; அல்லது மரணம்.

வாழ்வு என்பது உள்முகமாகச் சேகரிக்கப்படுவது. மரணம் என்பது வெளியே சிதறடிக்கப்படுவது. வாழ்வு, ஒன்றாக இணைப்பது. மரணம், வெளியேறுவது. அதனால், மனிதன்- இருமையாளன்- இவ்விரண்டிற்கும் நடுவில் தொங்கிக் கொண்டிருக்கிறான்.

அவன், தன்னைத் தனக்குள் திரட்டிக்கொள்ள முடியும். ஆனால், தன்னை, வெளியே பரப்பிக் கொள்ளுவதன் மூலமாகத் தான் முடியும். அவன், தன்னைத் தனக்குள் ஒன்றிணைத்துக் கொள்ள முடியும். ஆனால், அது, தன்கட்டுகளை அவிழ்ப்பதன் மூலமாகத்தான் முடியும்.

சேகரிப்பதிலும், கட்டி இணைப்பதிலும், அவன் அந்த விதிப்படித்தான் இயங்குவான். அவனுக்குக் கிடைக்கும் பரிசு, வாழ்க்கைதான்.

தன்னைச் சிதறடித்தலும், கட்டவிழ்த்தலும் செய்யும்போது, அவன், அந்த விதிக்கு எதிராகப் பாவம் செய்கிறவன் ஆகிறான். இதனால், அவனுக்குக் கிடைக்கும் கசப்பான பரிசு, மரணம்தான்.

நீங்கள், உங்களையே தண்டித்துக் கொண்டவர்கள். உங்களைப் போலவே சுய தண்டனைக்கு உள்ளான மனிதருக்கு நியாயம் வழங்க, நீதிபீடத்தில் அமர்ந்து கொள்கிறீர்கள். இந்த நீதிபதிகளும், நீதியும் எவ்வளவு கொடுமையானவை!

இதைவிடக் கொடுமை குறைந்தது, சிறைப்பட்ட ஒரு கூட்டுப் பறவைகள் இரண்டு, ஒன்றையொன்று தண்டித்துக் கொள்வது.

இதைவிட வேடிக்கைக் குறைவானது, ஒரே நுகத்தடியில் பூட்டப்பட்ட இரண்டு மாடுகள், 'உன்னை நுகத்தில் பூட்டுகிறேன் பார்!' என்று, ஒன்றுடன் ஒன்று மிரட்டுவது.

இதைவிடக் குறைவான விகாரம் கொண்டது, ஒரே புதைகுழியில் கிடக்கும் இரண்டு பிணங்கள், ஒன்றையொன்று குற்றம் சாட்டிக் கொண்டு, சவக் குழியிடம் முறையிடுவது.

இதைவிடப் பரிதாபக் குறைவானது, இரு பார்வையற்றவர்கள், ஒருவர் கண்ணை ஒருவர் பிடுங்கிக் கொள்வது.

என் தோழர்களே, உங்கள் நீதிபீடங்களைத் தூக்கி எறியுங்கள்! நியாயத் தீர்ப்பு வழங்குவதற்கு முன் உங்களுக்கு அதன் விதி தெரிந்திருப்பதோடு, சாட்சியங்களையும் விசாரித்து அறிய வேண்டும். யாரை சாட்சியாக விசாரிக்கப் போகிறீர்கள்? யாரிருக் கிறார்கள் உங்கள் முன்?

காற்றைச் சாட்சியத்திற்கு அழைப்பீர்களா?

வானத்திற்குக் கீழே நடக்கும் எதையும், அதனால் தான் சரியாகச் சொல்ல முடியும்.

அல்லது விண்மீன்களைச் சாட்சி சொல்ல அழைப்பீர்களோ?

உலகில் நடப்பவைகளுக் கெல்லாம் அவைதாமா தனி சாட்சி?

அல்லது, ஆதாம் முதல் இன்றுவரை செத்துப் போனவர்களை சாட்சிக்கு அழைப்பீர்களோ? அவர்கள் எல்லாம், இப்போது வாழ்வோரில் வாழ்ந்து கொண்டிருக்கும் செத்துப் போனவர்கள்.

எந்த வழக்கிற்கும் இந்த உலகமே சாட்சி சொன்னால்தான் சாட்சியம் முழுமையடையும். நீங்கள் உலகை சாட்சி சொல்ல அழைப்பதானால், நீதிமன்றங்கள் கூடாது. நீதி பீடத்திலிருந்து நீங்கள் இறங்க வேண்டும். சாட்சி, நீதி பீடத்தில் ஏறி அமர வேண்டும்!

நீங்கள் எல்லாம் அறியும்போது, நீங்கள் எதற்குமே தீர்ப்புச் சொல்ல மாட்டீர்கள்.

இந்த உலகங்களில் உங்களை நீங்கள், ஒன்று திரட்டிக் கொள்ளும்போது, வெளியே சிதறிப்போய்விட்டவரைக் குற்றம் சாட்ட மாட்டீர்கள். சிதறிப் போனவர்களே, சிதறிப் போனவர் களைக் குற்றம் சாட்டுவார்கள். தன்னைத்தானே குற்றம் சாட்டிக் கொள்கிறவர்களைக் குற்றம் சாட்டுவதை விட்டுவிட்டு, அவர்களு டைய குற்றச் சாட்டை நீக்க முயற்சி செய்யுங்கள்.

மனிதன் தன்மேல் தானே சுமைகளைச் சுமத்திக் கொண்டு, தாங்க முடியாத பாரத்தால் தள்ளாடுகிறான். அவனது பாதை குறுக்கு மறுக்காகச் செல்வதாகவும், கரடுமுரடாகவும் அமைந்து விடுகிறது. ஒவ்வொரு தீர்ப்பும், ஒரு கூடுதல் பாரம்தான். நீதிமான் களுக்கும், தண்டிக்கப் படுகிறவர்களுக்கும்கூட அப்படித்தான்.

பாரம் குறைய வேண்டுமானால், யார் மீதும் தீர்ப்பைத் திணிக் காதீர்கள். அவர்கள், தாங்களாகவே காணாமற் போய்விட வேண்டுமென்று நீங்கள் விரும்பினால், நீங்கள் அந்த 'மகத்தான சொல்'லுக்குள் மூழ்கிக் காணாமற் போய்விட வேண்டும். உங்களது பாதை நேராகவும், மெத்தென்றும் இருக்க வேண்டுமானால், புரிதல், உங்கள் காலடி வைப்பிற்கு வழிகாட்ட வேண்டும்.

என் வாயில் இருப்பது நியாயத் தீர்ப்பு அன்று; புனித புரிதல் மட்டுமே.

பென்னூன்: நியாயத் தீர்ப்பு நாள் என்ன ஆயிற்று?

மிர்தாத்: ஒவ்வொரு நாளும் நியாயத் தீர்ப்பு நாள்தான் பென்னூன். ஒவ்வொரு கண்சிமிட்டலிலும், எல்லா உயிர்களின் கணக்கும் எடை போடப்படுகின்றன. எதுவும் மறைத்து வைக்கப்பட வில்லை. எதுவும் எடை போடப்படாமல் விடுபடவில்லை.

சிந்திப்பவன், செயல்படுகிறவன், ஆசைப்படுபவன் ஆகியோரில் பதிவு செய்யப்படாத எண்ணமோ, செயலோ, ஆசையோ இல்லை.

உலகில், மலட்டுத்தன்மையுடைய எண்ணமோ, ஆசையோ, செயலோ இல்லை. அவை, தம் இயல்பாலும், தரத்தாலும் விளைவுகளை உருவாக்கவே செய்கின்றன. கடவுளின் சட்டத்தில் என்ன இருக்கிறதோ, அதுதான் வாழ்விலும் திரண்டிருக்கிறது. எவை யெல்லாம் எதிராகச் செயல் படுகின்றனவோ, அவை திரண்டு மரணத்தில் முடிகின்றன.

பென்னூன், உங்களின் நாள்களெல்லாம் ஒரே மாதிரியானவை அல்ல. சில, அமைதியானவை. அவை, சரியாக வாழ்ந்ததன் அறுவடை நேரங்கள்.

சில, மேக மூட்டம் கொண்டவை. மரணத்தின் அரைத் தூக்கமும், வாழ்வின் பாதி விழிப்பும் வழங்கும், பரிசு நேரங்கள் அவை.

கண்களில் மின்னல்கள் வெட்டவும், மூக்கில் இடிகள் முழங்கவும், மற்றவர்கள் புயல்மேல் சவாரி செய்து உங்கள் மேல் பாய்கிறார்கள். அவர்கள், மேலிருந்து உங்களைத் தாக்குகிறார்கள்; கீழிருந்து சாட்டையால் அடிக்கிறார்கள்; இடம் வலமாகத் தூக்கி வீசுகிறார்கள். நீங்கள் மண் கவ்வும்படியாக உங்களைத் தரையோடு சேர்த்து நசுக்குகிறார்கள். நீங்கள் பிறக்கவே இல்லை என்னும்படிக்கு, உங்களைச் சுவடில்லாமல் துடைத்துவிடப் பார்க்கிறார்கள். அந்த நாள்கள் எல்லாம் புனித சட்டத்திற்கு விரோதமாகக் கழிக்க நேர்ந்த நல்வாய்ப்புப் பொழுதுகள்.

உலகம் அப்படித்தான். வானில் அலையும் நிழல்கள், மழை பொழியும் மேகங்களைவிட எந்த விதத்திலும் கெடுகுறி அடையாளங்கள் அல்ல. கண்களைத் திறந்து பாருங்கள்.

மேகங்கள், தென் காற்றிலேறி வடதிசை நோக்கிப் பயணம் செய்யும்போது, மழை வரும் என்று சொல்கிறீர்கள். நீங்கள் ஏன், அலையும் மனித முகில்களை அளக்கும் அறிவை இழந்து விடுகிறீர்கள்? மனிதன், எவ்வளவு வேகமாகத் தனது வலையில் அகப்பட்டுக் கொண்டு அல்லல் படுகிறான்?

விட்டுவிடுதலையாகும் நாள் அருகில்தான் உள்ளது. ஆனால், என்ன பயங்கரமான நாள் அது!

அவனது வலை, அவனது இதயத்தின், ஆத்மாவின் நரம்புகளால், பல நூற்றாண்களுக்கு முன்பே நெய்யப்பட்டது. அந்த வலை கிழிக்கப்படும்போது, அவர்களின் சதையும் கிழிக்கப்பட வேண்டி வரும்! அவர்களின் எலும்புகளும் நொறுக்கப்பட வேண்டி வரும்! அந்தக் கிழித்தலும், நொறுக்குதலுமான காரியத்தை, அவரவர்களே செய்து கொள்ள வேண்டி வரும்!

பாத்திரத்தின் மூடியைத் திறந்தால் (நிச்சயமாகத் திறக்கப்படும்) உள்ளே இருப்பது வெளியே தெரியத்தானே செய்யும். அப்போது, அவன் தனது அவமானத்தை எங்கேபோய் ஒளித்து வைப்பது? எங்கேதான் ஓடி ஒளிவது?

அந்த நாளில், உயிரோடு வாழ்பவர்கள் செத்துப் போனவரை நினைத்துப் பொறாமைப் படுவார்கள். செத்துப் போனவர்கள் உயிரோடு இருப்பவர்களைச் சபிப்பார்கள். மனிதரின் சொற்கள், அவர்களுடைய தொண்டைக்குள் சிக்கிக் கொள்ளும். வெளிச்சம் அவர்களுடைய கண்களில் உறைந்து போகும். அவர்களின் இதயத்திலிருந்து தேள்களும், பாம்புகளும் புறப்படும். "அய்யோ, இவை எப்போது வந்தன?" என்று அவர்கள் அலறுவார்கள், அவர்கள் தாம் அவற்றிற்கு இதயம் திறந்து வழிவிட்டவர்கள் என்பது மறந்துபோய்!

கண் திறந்து பாருங்கள்!

தடுமாறும் உலகிற்கு ஒரு வழிகாட்டியாக உள்ள இந்த மடாலயத்தில், நீங்கள் தடுமாறி விழுவதற்குத் தேவைக்கு அதிகமாகவே சேறு படிந்துவிட்டது. வழிகாட்டியே ஒரு மாயவலையாக மாறிவிட்டால், அப்புறம், கடலில் அகப்பட்டவர் நிலைதான்! அது எவ்வளவு கொடுமையாக இருக்கும்!

இந்த மிர்தாத் உங்களுக்காக ஒரு கப்பல் கட்டப்போகிறான். இந்தக் கூட்டிற்குள்ளேயே அது உருவாக்கப்பட்டுப் பயணம் புறப்படும். நீங்கள், இந்தக் கூட்டைவிட்டு, உலகத்தை நோக்கிப் பறப்பீர்கள். அது, தன் அலகில், ஆலிவ் இலைக் கொத்தைக் கொண்டிருக்காது. மாறாக, என்றும் தீர்ந்துபோகாத வாழ்வை, முழுமையாகக் கொண்டிருக்கும். அதற்காக, நீங்கள், சட்டத்தை அறிந்திருக்க வேண்டும்; கடைப்பிடிக்கவும் வேண்டும்.

சமோரா: கடவுளின் சட்டத்தை எவ்வாறு அறிவது? எவ்வாறு கடைப்பிடிப்பது?

11

அத்தியாயம்

அன்பே கடவுளின் சட்டம்

மிர்தாத்: அன்பே கடவுளின் சட்டம்.

நீங்கள் வாழ்ந்தால், அன்பைக் கற்றுக் கொள்ளலாம். நீங்கள் அன்பு செலுத்தினால்தான், வாழ்வையும் கற்றுக் கொள்ள முடியும். மனிதனுக்கு வேறு பாடமே தேவையில்லை.

என்றென்றும், அன்பு கொண்டவர்களால், அன்பாய் அகப் படுத்திக் கொள்ள, அன்பு செலுத்தலன்றி வேறு மார்க்கம் என்ன இருக்க முடியும்? அதுதானே இருமையை ஒருமையாக்குவது?

யாரை, எவ்வாறு நேசிப்பது?

ஒரு மரத்தின், ஓர் இலையை மட்டும் தேர்ந்தெடுத்து, அதன் மீது இதயத்தைப் பொழிவது எவ்வாறு சரியாகும்? அப்படியானால், இலைகள் தாங்கிய கிளையின் கதி என்ன? கிளைகள் தாங்கிய அடிமரம் என்ன ஆவது?

அடிமரத்தைப் போர்த்தியுள்ள பட்டை என்ன ஆவது? அடிமரம், பட்டை, கிளை, இலைகளுக்கு ஊட்டம் தந்து வளர்க்கும் வேர்கள் என்ன ஆவது? வேர்களைப் பிடித்துள்ள மண் என்ன ஆவது? கதிரவன், கடல், காற்று, உரம் எல்லாம் என்ன ஆவது?

ஓர் இலைக்கு மட்டுமே உங்கள் அன்பு போதுமான தென்றால், முழு மரத்திற்கும் எவ்வளவு அன்பு தேவைப்படுகிறது! முழுமையின்

ஒரு சிறு பகுதியை மட்டுமே நேசிப்பதானால், அது, முன் கூட்டியே, உங்களைக் கவலையில் தள்ளிவிடும்.

'ஒரு மரத்தில் எத்தனை எத்தனை இலைகள்! சில, பசுமை யானவை; சில, நோய் கொண்டவை; சில, அழகானவை; சில, அருவருப்பானவை; சில, மிகப் பெரியவை; சில, மிகச் சிறுத்தவை. 'எவ்வாறு சரியான இலையைத் தேர்ந்தெடுக்க முடியும்?' -என்று நீங்கள் கேட்கிறீர்கள்.

நான் சொல்கிறேன், நோய் கொண்டு ஒளி மங்கியவை, வளமான வையாக மாறும். நான் மேலும் சொல்கிறேன், நீங்கள் அசிங்கம் என்று கருதுவது, அழகின், வண்ணம் கலக்கும் தட்டுதான்; வண்ணம்தான்; தூரிகைதான். சிறுத்துப் போன இலை, பெரி தாவதற்கான வாய்ப்புப் பெறாததுதான்.

வாழ்வு மரம் என்பது நீங்களே. உங்களைப் பிளவு படுத்திக் கொள்ளாமல் எச்சரிக்கையாக இருங்கள். ஒரு கனியை இன்னொரு கனிக்கு எதிராகத் திருப்பிவிடாதீர்கள்.

ஓர் இலையை மற்றொரு இலைக்கு எதிராகவும், ஒரு கிளையை இன்னொரு கிளைக்கு எதிராகவும், அடி மரத்தை வேர்களுக்கு எதிராகவும், மரத்தைத் தாய் மண்ணுக்கு எதிராகவும் திருப்பி விட்டுவிடாதீர்கள்.

மற்ற பகுதிகளைப் புறக்கணித்து, ஒரு பகுதியை மட்டும் நேசிக்கும் காரியத்தைத்தான் நீங்கள் செய்து வருகிறீர்கள்.

வாழ்வு மரம் என்பது நீங்களே. உங்கள் வேர்கள் எங்கெங்கும் ஆழக்கால் பதித்துப் பரவியுள்ளன. உங்கள் கிளைகளும், இலைகளும் எங்கும் பரவிப் பந்தலிட்டு நிற்கின்றன. உங்கள் கனிகள் அனைவர் வாயிலும் உள்ளன.

மரத்தில் எப்படிப்பட்ட கனிகள் இருந்தாலும், கிளைகளும், இலைகளும், வேர்களும் எப்படிப் பட்டவையாக இருந்தாலும், அவை, உங்கள் கனிகளே; உங்கள் கிளைகளே; உங்கள் இலைகளே; உங்கள் வேர்களே. உங்கள் மரத்தின் கனிகள் இனிமையும், நறுமணமும் கொண்டவையாக இருந்தாலோ, பச்சைக் காயாக இருந்தாலோ, நீங்கள் வேர்களுக்குச் செலுத்தும் ஊட்டச் சத்து எப்படிப் பட்டதென்று கவனித்துப் பாருங்கள்.

அன்பே வாழ்வின் சாறு. வெறுப்பு, மரணத்தின் சீழ். ஆனால், இரத்தம் நரம்புகள் வழியாகத் தடையின்றிப் பாய்வதுபோல, அன்பு உடலெங்கும் பாயவேண்டும். இரத்தம் தடைபட்டால், நோய்தான் வரும். வெறுப்பு என்பது தடைபட்ட அன்புதான்.

அன்பு தடைபடுத்துப்பட்டால், கொடிய நஞ்சாக மாறும்; கொடுப்ப வருக்கும், பெறுபவருக்கும்; வெறுப்பவருக்கும் வெறுக்கப் படுபவருக் கும்.

உங்கள் மரத்தின் பழுத்த இலை, அன்பிழந்த இலை. அதைக் குற்றம் சாட்டாதீர்கள்.

இலையுதிர்ந்த கிளை, அன்புக்கு ஏங்கும் கிளை. அதைக் குற்றம் சாட்டாதீர்கள்.

அழுகிய கனி, வெறுப்பு உறிஞ்சிய பழம்தான். அதைக் குற்றம் சாட்டாதீர்கள். மாறாக, உங்கள் கண்ணிழந்த கஞ்சத்தனமான இதயத்தைக் குற்றம் சாட்டுங்கள். அது, தனது வாழ்வின் சாற்றைச் சிலருக்கு வழங்கி, பலருக்கு மறுத்துவிடுதல் மூலம், தனக்கே மறுத்தது.

தன்னை மட்டும் நேசிக்காத அன்பு, மலரும் சாத்தியம் கொண் டது. எல்லாரையும் தழுவும் அன்பு தவிர, மற்றது உண்மை யானதன்று. அதனால், அன்பே கடவுள். காரணம், அவர் தம்மையே நேசிப்பவர்.

அன்பினால் வேதனையடையும்வரை, நீங்கள் உண்மை அன் பைக் கண்டு கொள்ளவில்லை, அன்பின் தங்கத் திறவுகோலைக் கண்டு கொள்ளவில்லை என்று பொருள். நிலையற்ற உம்மை நேசிப்பதால், உமது அன்பும் நிலையற்றதாகிறது.

ஒரு பெண்ணை நேசிக்கும் ஆணின் காதல், அன்பே அன்று. அது, வெகு தொலைவின் இருப்பதன் ஒரு சின்ன அடையாளம். பெற்றோர், மக்கள்மேல் வைக்கும் பாசம், புனித அன்புக் கோயிலின் ஆசார வாசல்.

ஒவ்வொரு ஆணும், ஒவ்வொரு பெண்ணினுடைய காதலனாக ஆகும்வரை, இதற்கு மறுதலையாகவும் ஆகும்வரை, ஒவ்வொரு குழந்தையும் எல்லாப் பெற்றோரின் குழந்தையாகவும், மறுதலையாகவும் ஆகும் வரை, ஆணும் பெண்ணும் எலும்பையும் தோலையும்தான் பற்றிக் கொண்டு பெருமைபேசிக் கொண்டிருப் பார்கள். அவர்கள் உண்மை அன்பைப் பற்றிப் பேசவே மாட் டார்கள். அப்படிப் பேசினால் அது பழியாகும்.

ஒரே ஒரு மனிதனை நீங்கள் பகையாக நினைக்கும் வரை, உங்களுக்கு நண்பர்களே இல்லை. பகைக்கு இடம் கொடுக்கும் இதயத்தில், நட்புக்கு ஏது இடம்?

உங்கள் இதயத்தில் வெறுப்பிருக்கும் வரை, உங்களால் அன்பின் ஆனந்தத்தை உணர முடியாது. எல்லாமே வாழ்வின் சாரம்தான், ஆனால் ஒரு சின்னப் புழு மட்டுமே குடைகிறது—என்றால், அந்தச் சின்னப் புழு, உங்கள் வாழ்வையே கசப்பாக்கிவிடும். எதை நேசித்தாலும், யாரை நேசித்தாலும் அது, உண்மையில் உங்களையே நேசிப்பதுதான்.

வெறுப்பும் அப்படித்தான். நீங்கள் எதை, அல்லது யாரை வெறுத்தாலும், அது, உண்மையில் உங்களையே வெறுத்துக் கொள்வதுதான்.

உமது நேசமும், வெறுப்பும்- ஒரே நாணயத்தின் இரண்டு பக்கங்கள் போல. நீங்கள் உங்களது மனசாட்சிக்கு நேர்மையாக நடந்து கொண்டால் வெறுத்தவர்களையும் உங்களால் நேசிக்க முடியும்; நீங்கள் அன்பு செலுத்துவதற்கு முன்னால் வெறுத்தவர் களையும், உங்களை நேசித்தவர்களையும் உங்களால் நேசிக்க முடியும்.

அன்பு ஒரு தர்மமன்று. அன்பு, தவிர்க்க முடியாத ஒன்று, உணவையும் நீரையும்விட; ஒளியையும், காற்றையும் விடவும்தான்.

அன்பு செலுத்துவதுற்காக யாரும் கர்வப்பட வேண்டாம். அன்பையே மூச்சுக்காற்றாக உள் வாங்கி வெளிவிடுங்கள்; இயல்பாக மூச்சு வாங்கி விடுவது போல, அந்த நினைவுகூட இல்லாமல்.

அன்பை யாரும் உயர்த்திப் பிடிக்கத் தேவையில்லை. புகழ் மொழி அதற்குத் தேவையில்லை.

அன்பு, இதயத்தைத்தான் உயர்த்தும். அதற்கான தகுதி அதற்குண்டு.

அன்புக்குப் பரிசுகள் தேவையில்லை. அன்பே அன்பின் பரிசு, வெறுப்பிற்கு வெறுப்பே தண்டனை ஆவது போல.

அன்பில் கணக்குப் பார்க்கக் கூடாது. அன்பு மற்றவர் கணக்கை விட்டுவிட்டுத் தன் கணக்கைத் தானே பார்த்துக் கொள்ளும்.

அன்பு, கடன் வாங்கவோ, கடன் கொடுக்கவோ செய்யாது. அன்பு, வாங்குவதுமில்லை, விற்பதுமில்லை. ஆனால், அன்பு, கொடுக்கும்போது, முழுசாய்த் தன்னைக் கொடுத்துவிடும்; எடுக்கும்போது, முழுசாய் எடுத்துக் கொள்ளும். எடுப்பதுதான் அதற்குக் கொடுப்பதாக இருக்கிறது. கொடுப்பதே அதற்கு எடுப்பதாக அமைகிறது. அதனால், இன்றுபோல், அது நாளையும் என்றென்றும் விளங்கும்.

மிகையில் நுழி

ஆறு தன் நீரை யெல்லாம் கடலில் கொட்டித் தீர்த்துவிடப் பாய்வது போல, நீங்கள் உங்கள் அன்பைப் பொழிய வேண்டும்; ஆனால், என்றென்றும் அன்பாய், நிரப்பப்பட்டுக் கொண்டே இருப்பீர்கள்.

கடல் தந்த நீரை, பாய்ச்சாமல் தனக்கே வைத்துக் கொள்ளும் குளம், தேங்கிய ஒரு குட்டைதான்.

அன்பில், 'அதிகம்,' 'குறைவு' என்பதெல்லாம் கிடையாது. அதை அளந்து, தர மதிப்பீடு செய்ய ஆரம்பித்தவுடனே, அது சட்டென நழுவி, கசந்த நினைவுகளைப் பின்னே விட்டுவிட்டு, ஓடிவிடுகிறது.

அன்பில், 'இப்போது,' 'அப்புறம்' என்பதெல்லாம் கிடையாது; 'இங்கே,' 'அங்கே,' என்பதும் கிடையாது. எல்லாப் பருவங்களும் அன்பின் பருவகாலங்களே. எல்லா இடங்களும் அன்பு வாழத்தகுந்த இடங்களே.

அன்பிற்கு அடைக்கும் தாழ் இல்லை; வேலிகளும் இல்லை. அன்பு தடைப்படுத்தப்படுமானால், அது அன்பே அன்று.

அன்பு கண்ணற்றது என்று அடிக்கடி சொல்கிறீர்கள், நேசிப்பவரின் குறை காணாது என்ற பொருளில். அவ்வகைக் குருட்டுத் தனமே, பார்வையின் சிகரம்!

எதிலும் குறையே காணாதபடி எப்போதும் அப்படிக் குருடாக இருக்க உங்களால் முடியுமா?

முடியாது. அன்பு, தெளிவான, கூர்மையான ஊடுருவும் பார்வை கொண்டது. அதனால்தான், அது எந்தக் குறையையும் காண்பதில்லை.

அன்பு உங்கள் பார்வையைக் கழுவிவிடும்போது, உங்களது அன்பிற்குத் தகுதியற்ற எதையும் நீங்கள் பார்க்க மாட்டீர்கள். அன்பற்ற, குற்றமுள்ள கண்ணே, குறைகளைப் பரபரப்பாய்த் தேடிக் கொண்டிருக்கும்.

அன்பு ஒன்றிணைக்கும். வெறுப்பு, பிரிக்கும். நீங்கள் 'பலிபீடச் சிகரம்' என்று அழைக்கும் இந்த மாபெரும் பாறைப்பூமி, அன்பின் கரங்களால் பற்றிக் கொள்ளப்படாத இடம் நோக்கி, மேலே பறக்கப்போகிறது!

அழிந்துவிடுவதுபோல் தோன்றும் உங்கள் உடல்கூட, பிரிந்து பிளந்துபோவதை விரும்புவதில்லை. உங்கள் உடலின் ஒவ்வொரு

'செல்'லும், சமமான பற்றுதலுடன் ஒன்றுடன் ஒன்று இறுகப் பற்றிக் கொண்டுள்ளன.

வாழ்வின் இன்னிசை நிறைந்த அமைதிதான் அன்பு. மரணத்தின் வெடிமுழக்கத்துடன் பேய்த்தனமான போருக்கு உற்சாகம் காட்டு வதுதான் வெறுப்பு. எதை வேண்டுகிறீர்கள் நீங்கள்? அன்பையும், நிரந்தர அமைதியையுமா? அல்லது, வெறுப்பையும், தீராத போரை யுமா?

உலகம் முழுவதுமே உங்களுக்குள் உயிர்த்துடிப்புடன் உள்ளது. வானுலகங்களும், அவற்றிலிருந்து விருந்து படைப்பவர்களும் உங்களுக்குள் உயிர்த்துடிப்புடன் உள்ளனர்.

அதனால், பூமியை நேசியுங்கள். உங்கள்மீது உங்களுக்கு அன்பிருக்குமானால், பூமியையும், அதன் சகல உயிர்களையும் நேசியுங்கள்; சுவர்க்கங்களையும், அதில் வாழ்பவர்களையும் நேசியுங்கள்.

அபிமார்! ஏன் நரோண்டாவை வெறுக்கிறீர்கள்?

நரோண்டா: குருவின் சிந்தனைப் போக்கு சட்டென வேறு திசையில் திரும்பியது கண்டு, அனைவரும் திகைத்துப் போனார்கள். அபிமாருக்கும் எனக்கும் இடையே உரசல் இருந்தது. அதை மற்றவர்களுக்குத் தெரியாமல் மறைத்து வைத்திருந்தோம். அது வெளிப்பட்டுவிடவே, இருவரும் திடுக்கிட்டுத் திகைத்துப் போனோம். எல்லாரும் எங்களைப் பார்த்தார்கள். அபிமார் என்ன சொல்லப் போகிறார் என்று காத்திருந்தார்கள்.

அபிமார்: (கடிந்து கொள்கிற பாவனையில் என்னைப் பார்த்து விட்டு...) அதைக் குருவிடம் சொல்லிவிட்டாயா, நரோண்டா?

நரோண்டா: அபிமார், 'குரு' என்று சொன்னதைக் கேட்டதும் என் இதயம் நெகிழ்ந்துவிட்டது. மிர்தாதின் வருகைக்குப் பிறகு, அந்தச் சொல்லைப் பயன்படுத்துவதில் எங்களுக்குள் கருத்து வேறுபாடு ஏற்பட்டிருந்தது. நமக்கு ஞானம் புகட்ட வந்த ஆசான் அவர், என்று நான் கருதினேன். ஆனால், அவர் சாதாரண மனிதர்தான் என்றார் அபிமார்.

மிர்தாத்: அபிமார்! அப்படி நரோண்டாவைப் பார்க்காதீர்கள். உங்கள் குற்றச் சாட்டின் குற்றவாளி அல்லர் அவர்.

அபிமார்: அப்படியானால், யார் சொன்னது? மனிதமனங் களைப் படித்தறியவும் உங்களால் முடியுமா?

மிர்தாத்: துபாஷிகளோ, உளவாளிகளோ மிர்தாதுக்குத் தேவை யில்லை. நரோண்டா மிர்தாதை நேசிப்பதைப் போல, நீங்களும் நேசித்தால், இவனுடைய மனதைப் படித்துவிட முடியும்; இதயத் திற்குள் பார்த்துவிட முடியும்.

அபிமார்: குருவே, கண்ணும் காதுமற்ற இவனை மன்னியுங்கள். என் கண்ணையும், காதையும் திறந்து விடுங்கள், நான் பார்க்கவும், கேட்கவும்.

மிர்தாத்: அற்புதங்கள் செய்ய வல்லது அன்பு மட்டுமே. நீங்கள் பார்க்க விரும்பினால், அன்பே, உங்கள் கண்ணின் கருவிழி ஆகவேண்டும். கேட்க விரும்பினால், அன்பே, உமது செவிப்பறை ஆக வேண்டும்.

அபிமார்: நான் யாரையும் வெறுப்பதில்லை; நரோண்டாவைக் கூட.

மிர்தாத்: வெறுப்பின்மை, நேசிப்பது ஆகிவிட்டது, அபிமார். அன்பு, ஓர் ஆக்கபூர்வமான சக்தி. உங்கள் ஒவ்வொரு அசைவிற்கும் ஒவ்வொரு காலடி வைப்பிற்கும் அது வழிகாட்டியாகும். உங்கள் கனவு வலைக்குள் சிக்கியிருப்பவை உமது ஆசைகளே. அதனால், உமது ஆசைகளையும், எண்ணங்களையும் கட்டுப்படுத்துங்கள். இல்லையென்றால், உமது சிந்தனைகளே, உமது நாள்களின் புலம்பல்கள் ஆகிவிடும்.

என் இதயமே ஒரு யாழ். இசைக்கு நான் உருகுகின்றவன். நல்லவரே சமோரா, உமது யாழ் எங்கே?

சமோரா: நான் போய்க் கொண்டு வரட்டுமா, குருவே?

மிர்தாத்: போய்க் கொண்டு வாருங்கள்.

நரோண்டா: உடனே சமோரா எழுந்து சென்றார். எல்லாரும் ஒருவரை ஒருவர் திகைப்புடன் பார்த்தபடி அமைதியாகக் காத் திருந்தார்கள்.

சமோரா யாழ் கொண்டுவர, மிர்தாத் அதைப் பக்குவமாகத் தம் கைகளால் வாங்கிப் பார்த்து, நரம்புகளை மீட்டிச் சரிசெய்தார். பிறகு பாட ஆரம்பித்தார்:

இறைவனே உன் கப்பல் தலைவன், புறப்படு என்
கப்பலே!
உயிரோடிருப்பவர் மீதும், இறந்தவர் மீதும்
நரகம் தன் சினத் தீயைப் பொழியும்போது
பூமியே தீக்குழம்பாய் உருகும்;

வானையும் துடைக்கும் சுவடுகளற்று.
இறைவனே, உன் கப்பித்தான், புறப்படு, என் கப்பலே!

அன்பே, உன் திசைமுள்; போய்வா, கப்பலே!
வடக்கிலும் தெற்கிலும், கிழக்கிலும் மேற்கிலும்,
போய், உன் செல்வங்களைப் பகிர்ந்து கொள்.
புயல், உங்களை உச்சியில் தாங்கும்.
ஒளி, இருளில் வழிகாட்டும்.
அன்பே, உன் திசைமுள்; போய்வா, என் கப்பலே!

நம்பிக்கை, உனது நங்கூரம், புறப்படு, என் கப்பலே!
இடிகள் முழங்கும்; மின்னல்கள் வெட்டும்;
மலைகள் அதிரும்; பிளந்து பிரியும்,
புனித தீப்பொறியை மறக்கும்படி.
நம்பிக்கை, உனது நங்கூரம், புறப்படு, என் கப்பலே!

நரோண்டா: பாடலை நிறுத்தினார் குரு. தாயின் பாசத்தோடு, யாழைத் தன் நெஞ்சோடு சேர்த்துக் கொண்டார். அதன் நரம்புகள் அதிரவில்லை என்றாலும், அது ஒலித்துக் கொண்டே இருந்தது, *'இறைவன் உன் கப்பித்தான், புறப்படு, என் கப்பலே!'* என்று!

குரு, வாய் மூடி இருந்தாலும், அவரது பாடல், வானிலும், கரடுமுரடான மலை முகடுகளிலும், கீழே உள்ள குன்றுகளிலும், பள்ளத்தாக்குகளிலும், அமைதியற்ற கடலிலும், வெகுதூரத்திற்கு வெகுதூரம் எதிரொலித்தது.

அந்தக் குரலில் நட்சத்திர மழை பொழிந்தது; வானவில் வளைந்து நின்றது; அலையடித்தது; காற்று வீசியது; பாடல் போதையில் குயில்கள் கூவின; கடல்கள் விம்மின; மூடுபனி படர்ந்தது. பிரபஞ்சமே அவரது இசையில், நன்றியுடன், ஆனந்த பரவசம் அடைந்தது.

பால் மலைத் தொடரின் மிகவுயர்ந்ததான பலிபீடச் சிகரம், சட்டெனப் பூமியிலிருந்து விடுபட்டுப் பெயர்ந்து, வானில் மிதந்தது! கம்பீரமாய், உறுதியாய், ஆற்றல் கொண்டு தன் பயணம் தொடங்கியது!

அதன் பிறகு, மூன்று நாள்கள், குரு, ஒரு வார்த்தைகூடப் பேசவில்லை; யாருடனும்.

12

அத்தியாயம்

படைப்பாற்றல் கொண்ட மௌனம்

நரோண்டா: மூன்று நாள்கள் கழிந்தபின், ஏதோ ஒரு தவிர்க்க முடியாத கட்டளைக்குக் கட்டுப்பட்டவர்கள் போல ஏழு பேரும் ஒன்று கூடினோம். எங்களை எதிர்பார்த்தது போல, குருவும் எங்களை வரவேற்றார்.

மிர்தாத்: மீண்டும் உங்களை வரவேற்கிறேன், என் பறவைக் குஞ்சுகளே! வருக, உங்கள் கூட்டிற்கு! உங்கள் எண்ணங்களையும், விருப்பங்களையும் இப்போது தெரிவியுங்கள்.

மிக்காயன்: எமது எண்ணங்களும், விருப்பங்களும் தங்களிடம் நெருங்கி இருக்கவே விரும்புகின்றன. அப்போது உங்களது உண்மையைக் கேட்கவும் உணரவும் முடியும்.

ஒரு வேளை, நாங்கள் தங்களைப் போலவே நிழல்கள் அற்றவர்களாக ஆகிவிடவும் கூடும். என்றாலும் உமது மௌனம் எம்மை வியப்பில் ஆழ்த்துகின்றது. எந்த விதத்திலாவது உங்களை நாங்கள் புண்படுத்தி விட்டோமா?

மிர்தாத்: நான் மூன்று நாள் மௌனம் காத்தது, உம்மை விலக்கிவிட அல்ல. மாறாக, என்னை நெருங்கச் செய்வதற்குத்தான். வெல்ல முடியாத மௌனத்தின் அமைதியை அறிந்தவர்களைப் புண்படுத்தவும் முடியாது; அவர்கள் எவரையும் புண்படுத்தவும் மாட்டார்கள்.

மிக்காயன்: பேச்சைவிட மௌனம் சிறந்ததோ?

மிர்தாத்: சிறந்த பேச்சு, ஒரு நேர்மையான பொய். மோசமான மௌனம், ஒரு நிர்வாண உண்மை.

அபிமார்: மிர்தாதின் சொற்கள் நேர்மையாக இருந்தாலும், அவை பொய்தாம் என்று சொல்லலாமா?

மிர்தாத்: ஆம்! எவருடைய 'நான்,' மிர்தாதின் நானைப் போல் இல்லையோ, அவர்களுக்கெல்லாம் மிர்தாதின் சொற்கள் பொய்களே. உமது எண்ணங்களெல்லாம், ஒரே கல் குழியிலிருந்து வெட்டி எடுக்கப்படும் வரை, எல்லா ஆசைகளும் ஒரே கிணற்றிலிருந்து முகந்து எடுக்கப்படும் வரை, உங்கள் சொற்கள் நேர்மையாக இருந்தாலும், அவை பொய்களே.

உமது நானும், எனது நானும் ஒன்றாகும்போது, எனதும் இறைவனதும் ஒன்றாகும் போது, நமது பேச்சு, உண்மையான மௌனத்துடன் சங்கமமாகும்.

உமதும் எனதுமான நான்கள் ஒன்றாக இல்லாதிருப்பதால், உம்மை, உமது ஆயுதங்களைக் கொண்டே வெல்ல, நான் சொற்களால் போர் தொடுக்கிறேன். உங்களை எனது கல்குழிக்கும், எனது கிணற்றிற்கும் வருமாறு செய்யவே இந்தப் போர்.

உங்களை வென்று, அமைதிப்படுத்துவதற்கு, நான் முயல்வது போல, நீங்களும் உலகிற்குள் சென்று, வென்று, அதை அமைதிப்படுத்துவீர்கள்.

அதற்குப் பிறகுதான் நீங்கள் உலகை வழி நடத்தி, உச்ச நிலை உள்ளுணர்வின் மௌனத்தை, உலகிற்கு உணர்த்தும் தகுதி பெறுவீர்கள். உலகை, 'வார்த்தையின்' கல்குழிக்கு இட்டுச் செல்லவும், 'புனித புரிதல்' கிணற்றுக்கு இட்டுச் செல்லவும் அப்போதுதான் முடியும்.

மிர்தாதினால் நீங்கள் வெல்லப்படாதவரை, நீங்கள் தகர்க்க முடியாத உண்மைக்குள்தான் இருக்க முடியும், சக்தி வாய்ந்த ஆக்கிரமிப்பாளராகவும் இருப்பீர்கள்.

உலகம் தனது தொடர் தோல்வியையும், அவமதிப்பையும் துடைத்தெறியவும் வழியில்லை.

அதனால், போர் செய்யக் கச்சை வாரை இறுக்கிக் கட்டுங்கள்! உமது கேடயங்களையும், மார்புக் கவசங்களையும் துலக்கிப் பளபளப்பாக்குங்கள்! உமது வேல்களையும், வாள்களையும் தீட்டிக் கூர்மைப் படுத்துங்கள்!

மௌனம் முரசடிக்கட்டும்! கொடி உயரட்டும்!

பென்னூன்: அது எப்படி, ஒரே சமயத்தில் மௌனம், முரசாகவும் கொடியாகவும் இருக்க முடியும்?

மிர்தாத்: நான் குறிப்பிடும் மௌனம், உங்களை எல்லையற்ற பெரு வெளிக்குள் கொண்டு சேர்க்கும். அங்கே, இல்லாதது செல்லும்போது இருப்பதாகும். இருப்பது, அதற்குள் இல்லாததாகும். அந்தத் திகைப்பூட்டும் பாழிலிருந்துதான், ஒவ்வொரு ஓசையும் பிறக்கின்றது; அடங்குகின்றது. ஒவ்வொரு வடிவமும் தோன்று கின்றது; தகர்கின்றது. ஒவ்வொரு சுயத்தின் ஆணையும் எழுதப் படுகிறது; அழிக்கப்படுகிறது. அங்கே இருப்பது, 'அது' மட்டுமே!

அந்தப் பாழின் வழியாக நீங்கள் கடந்து செல்லவில்லையென் றால், மோனத்தில் உள்ள அதன் அனுபவம் வாய்க்கவில்லை யென்றால், உங்களது உண்மையான இருப்பை உணர வழியில்லை. உங்கள் இருப்பு எவ்வளவு உண்மையானது என்பதும், இல்லா திருப்பது எவ்வளவு செயற்கையானது என்பதும் உணர வழியில்லை.

உங்களது எதார்த்த உண்மை, எவ்வளவு வேகமாக எல்லா எதார்த்தங்களுடனும் பிணைக்கப்பட்டிருக்கிறது என்பதையும் உணர வழியில்லை.

அந்த மௌனத்திற்குள்தான் நீங்கள் சுற்றித் திரிய வேண்டும். உங்கள் பழைய இறுகிய தோல் உரிக்கப்பட்டாக வேண்டும். எல்லா விலங்கு, தளைகளிலிருந்தும் நீங்கள் விடுபட்டாக வேண்டும்.

அங்கேதான், நான், உமது கவலைகளையும், அச்சங்களையும், உமது உணர்ச்சிகளையும், ஆசைகளையும், உமது பொறாமைகளை யும், காமங்களையும், விரட்டிவிட முடியும். இவை ஒவ்வொன்றாக ஓடி மறையும். உமது இடைவிடாத ஓலங்களிலிருந்து செவிகள் விடுதலையடையும். வேதனையின் குத்தல்களிலிருந்து உமது மேனி விடுபடும்.

அங்கேதான், இந்தப் பூமியின் வில் அம்புகளை வீசி எறிந்துவிட்டு, மனநிறைவும் மகிழ்ச்சியும் கொண்டு, உண்மையாக வேட்டையாடி, நிம்மதி இன்மையையும், துயரத்தையும் விரட்டியடிக்க முடியும்.

அங்கேதான், சுயம் என்னும் இருட்டுச் சிப்பிக்குள்ளிருந்து மூச்சுத்திணறல் நீங்கி, வெளிப்பட்டு, மெய்யான சுயத்தின் ஒளியிலும், காற்றிலும் உலவ முடியும்.

இந்த மௌனத்தை உங்கள் மீது நான், வலியுறுத்துவது, உமது நாவிற்கு ஓய்வு கொடுக்க அல்ல.

நான் பரிந்துரைப்பது, குற்றவாளிகளின், அயோக்கியர்களின் மௌனத்தை அல்ல; மாறாக, இந்தப் பூமியின் பயனுள்ள மௌனத் தையே.

நான் பரிந்துரைப்பது, பொறுமையுடன் அடைகாக்கும் கோழி யின் மௌனத்தைத்தானே தவிர, பொறுமையிழந்து கொக்கரிக்கும் முட்டையிடும் கோழியின் பண்பையல்ல.

இருபது நாள் மாயக்கரங்கள் மீது நம்பிக்கை வைத்து, தனது மார்பின் கீழ், சிறகின் கீழ், மௌனமாய் அடைகாக்கும் ஒரு கோழி.

இன்னொரு கோழி, துள்ளிக் குதித்து, படபடெனச் சிறகடித்துக் கூவி, தான் முட்டையிட்டதை அறிவிக்கும்.

என் தோழர்களே, கொக்கரிக்கும் ஒழுக்கத்திடம் எச்சரிக்கையாக இருங்கள்.

நீங்கள் உமது அவமானத்தை மூடி மறைப்பது போலவே, உமது பெருமைகளும் மூடி அடைக்கப்படும். கூவும் பெருமை, மௌனமான அவமதிப்பைவிட மோசமானது. இரைச்சலிடும் ஒழுக்கம், மௌனமான அநீதியைவிடக் கொடுமையானது.

அதிகம் பேசுவதைத் தவிர்த்து விடுங்கள். ஆயிரம் சொற்கள் பேசுவதைவிட, ஒன்று, ஒன்றே ஒன்று உண்மைக்காகப் பேசுவது சிறந்தது. மற்றவை, மனதின் மேக மூட்டம்; காதின் பஞ்சடைப்பு; நாக்கின் நமைச்சல்; இதயத்தின் குருட்டுத்தனம்.

உண்மைக்குத் தேவையான சொல் ஒன்றே ஒன்றுதான் என்று சொல்வதுகூட எவ்வளவு கடினமாக இருக்கிறது!

ஆயிரமாயிரம் சொற்கள் எழுதுவதை விட, உண்மையாக ஒன்றே ஒன்று எழுதுவது மேன்மையானது. மற்றவை, காகிதத்தின் விரயம். மையின் விரயம். நிமிடங்களுக்கு, ஒளியின் சிறகுகள் தருவதற்குப் பதிலாக, ஈயத்தின் கால்களைத் தருவது அது.

ஆ! எவ்வளவு சிரமம்! எவ்வளவு சிரமம், உண்மைக்கான ஒரே ஒரு சொல்லை எழுதுவது!

பென்னூன்: குரு மிர்தாத் அவர்களே, பிரார்த்தனை பற்றி என்ன சொல்கிறீர்கள்? பிரார்த்தனையின் போது, பலவற்றைக் கேட்டு, பலப்பல சொற்களைப் பயன்படுத்துகிறோமே! ஆனால், கேட்டது எதுவும் கிடைக்கவில்லையே!

13

அத்தியாயம்

பிரார்த்தனை பற்றி...

மிர்தாத்: வேதனை கொண்டு எந்தக் கடவுள்களிடம் நீங்கள் முறையிட்டாலும், அது, உங்களையே நீங்கள் வேண்டிக் கொள்வதாகவே அமைகிறது.

ஈர்க்கும் ஆற்றலும், விலக்கும் ஆற்றலும் உங்களுக்குள்ளேயே இருக்கின்றன.

ஈர்க்கப்பட வேண்டியவையும், விலக்கப்பட வேண்டியவையும் உங்களுக்குள்ளேயே இருக்கின்றன.

ஒன்றைப் பெறுவது என்பது, அதனால் ஆசீர்வதிக்கப்படுவதே ஆகும்.

பசியிருந்தால் உணவும் இருக்கும். உணவு இருந்தால் பசியும் இருக்கும். பசியின் வேதனை இருந்தால்தான், வயிறு நிறைவதனுடைய ஆசீர்வதிப்பின் மகிழ்ச்சியும் இருக்கும்.

ஆம்! தேவையிலேயே தேவைக்கான விநியோகமும் இருக்கிறது.

பூட்டின் அத்தாட்சிதானே திறவுகோல்? அதே போல, பூட்டும் சாவியின் அத்தாட்சிதானே? பூட்டும் சாவியும் கதவின் அத்தாட்சிகள்தாமே?

சாவியைத் தொலைத்துவிட்டோ, கை தவறி எங்காவது மறதியாய் வைத்துவிட்டோ, அடிக்கடி சென்று கொல்லனை அவசரப்படுத்தா

தீர்கள். அவன், தன் பணியை முன்பே செய்து முடித்தவன்; சரியாகவும் செய்தவன். மறுபடியும் அதே வேலையைச் செய்யும்படி அவனைக் கேட்கக் கூடாது.

உங்கள் வேலையை நீங்கள் செய்யுங்கள், அவ்னை விட்டு விடுங்கள். அவனுக்கு வேறு வேலை இருக்கிறது. உங்கள் நினைவில் குவிந்துள்ள குப்பை கூளங்களையும், நாற்றத்தையும் அகற்றுங்கள். திறவுகோல் நிச்சயம் கிடைத்துவிடும்.

சொல்லுக்கடங்காத இறைவன், உன்னை வெளிப்படுத்தும்போது, அவன், உன்னில் தன்னையே வெளிப்படுத்திக் கொள்கிறான். அதனால், நீயும், சொல்லுக் கடங்காதவன் ஆகிவிடுகிறாய்!

அவன், தன்னில் ஒரு சிறு பகுதியை உனக்குள் வழங்குவ தில்லை- அவன் பிளவு படுத்த முடியாதவன். உங்கள் அனைவருக் குள்ளும், பிளவு படுத்தப்படாத, சொல்லுக்கடங்காத தனது பூரணத் தையே அவன் தானமாக வழங்குகிறான்.

இதைவிடப் பெரிய மரபு எதையும் நீங்கள் பெற்றுவிட முடியுமா என்ன? அதை, எது அல்லது யார் வரவிடாமல் தடுத்துவிட முடியும், உமது கோழைத் தனமும் குருட்டுத்தனமும் அல்லாமல்?

அந்த மாபெரும் மரபுக்காக நீங்கள் பெருமைப்பட வேண்டும். சில நல்லெண்ணவாதிகள் சொல்வது போல, எதையோ தேடி அலையாதீர்.

அவர்கள், தமது பல் வலி, வயிற்று வலிகளையும், வியாபார இழப்புகளையும், சண்டை சச்சரவு, பழிவாங்கல்களையும், உறக்க மற்ற இரவுகளையும்- புதைப்பதற்கான ஒரு குழியாகவே கடவுளைக் கருதியிருக்கிறார்கள்!

மற்றவர்கள், கடவுளைத் தமது செல்வங்களின் கருவூலமாகக் கருதுகிறார்கள். அவர்கள் எந்த வேளையிலும் ஆசைப்பட்டு எடுக்கும் அணிகள் எல்லாம், பொன்முலாம் பூசப்பட்ட போலி அணிகளே.

மற்றும் சிலர், கடவுளை ஒரு கணக்குப் பிள்ளையாகக் கருதுகிறார்கள்!

அவர்களின் சொத்தும், அவர்களுக்கு வரவேண்டிய தொகை பற்றிய கணக்கும் அவரிடம் இல்லை. அதற்குப் பதிலாக, அவர்கள் பட்ட கடனை எல்லாம் அவர் வசூலித்துவிட்டு, அவர்கள் கணக்கில் நல்ல கணிசமான தொகை மிஞ்சியிருப்பதையே அவர் காட்டுவார்.

கடவுளுக்கு ஏகப்பட்ட வேலைகள் இருப்பதாகப் பலர் கருது கிறார்கள். அத்தனை வேலைகள் இருந்தாலும், அவரே அதைத் தனியே செய்து கொள்வார். அவருக்குத் தார்க்குச்சி போட்டு விரட்ட வேண்டியதும் இல்லை, நினைவுபடுத்த வேண்டியதும் இல்லை என்பதைச் சிலர் மட்டுமே அறிவார்கள்.

கதிரவனின் உதயம், மறைவு நேரங்களை நீங்கள் கடவுளுக்கு நினைவூட்டுகிறீர்களா என்ன?

தூரத்து வயலில் ஒரு தானியம் பூமியில் உயிர் பிடிக்கக் கடவுளுக்கு நினைவூட்ட வேண்டுமா என்ன?

தலை சிறந்த வலையை ஒரு சிலந்தி பின்னச் செய்ய, அவருக்கு நினைவூட்ட வேண்டுமா என்ன?

ஒரு சிட்டுக்குருவி, தன் கூடு கட்டும் திறமை பெற அவருக்கு நினைவு படுத்த வேண்டுமா என்ன?

இந்த எல்லையற்ற பிரபஞ்சத்தில், எண்ணற்ற பொருள்களை நிரப்ப அவருக்கு நினைவூட்ட வேண்டுமா என்ன?

உங்களது அற்பத் தேவைகளுக்காக, உங்கள் பலவீனமான சுயத்தை அவர்மீது ஏன் சுமத்துகிறீர்கள்?

அவரது பார்வை, சிட்டுக் குருவிகள், தானியங்கள், சிலந்திகளைவிடவா மோசமானது?

மண்டியிட்டு, இரு கரங்களையும் நீட்டி, மற்றவர் மனத்திற்குள் என்ன இருக்குமோ என்று தவிப்பதை விட்டு, கிடைத்த பரிசுகளைப் பெற்றுக் கொண்டு ஆரவாரமின்றி அவர்களைப் போல் நீங்கள் ஏன் உங்கள் காரியங்களைச் செய்து கொண்டே இருக்கக் கூடாது?

உங்கள் ஆணவங்களையும், ஆசைகளையும், புகழ்களையும், குற்றச்சாட்டுகளையும் ஒன்று திரட்டி அவர் காதில் இரைச்சலுடன் ஓலமிட்டால், கடவுள் எங்கே இருப்பார்?

அவர் உமக்குள் இல்லையா? உமதான எல்லாவற்றையும் அவர் அறிந்தவரில்லையா? உங்கள் அண்ணத்திற்கும் நாக்கிற்கும் இருக்கும் நெருக்கத்தைவிட, அவரது செவி, உமது வாய்க்கு மிக அருகில் இருக்கவில்லையா?

அவருடைய இறைத்தன்மையே அவருக்குப் போதுமானது. ஆனால், அதன் விதை என்னவோ உங்களிடத்தில்தான்.

நீங்கள் கண்டுகொள்வதற்காக, பராமரிப்பதற்காக, அவர் தமது இறைத்தன்மையின் விதையை உங்களிடம் தந்திருக்கும்போது,

இந்தப் பூமியின் சுற்றுச் சூழலின் எல்லா அம்சங்களும், மிகத் துல்லியமாக உங்கள் இதயக் கண்ணாடியில் எதிரொளிக்கின்றன. எல்லாவற்றினதுமான ஊர் சுற்றித் திரியும் சிந்தனைகளை, இதயம் அவை பிறந்த நாள் தொட்டு அறியும். அவை உங்கள் இதயத்தில் அலையடிக்கின்றன.

எந்தச் சொல்லும், செயலும்; எந்த விருப்பமும், பெருமூச்சும்; எந்தக் கடந்து செல்லும் நினைவும், அற்ப நேரக் கனவும்; மனிதன், விலங்கின் எந்த மூச்சும்; எந்த நிழலும், எந்த மாயையும், இது நாள் வரை, தமது மாய வழிகளில் சென்று வருதலன்றி, காலத்தின் இறுதி எல்லை சென்று வந்ததில்லை. இவை ஏதாவது ஒன்றினோடு உமது இதயத்தை ஒத்திசைவாகப் பொருத்திப் பாருங்கள், அது உடனே, நரம்புகளில் இசை மீட்டுவதற்குப் பாயும்.

பிரார்த்தனை செய்வதற்கு, உங்களுக்கு உதடுகளோ, நாக்கோ தேவையில்லை. மாறாக, உங்களுக்கு, அமைதியாக விழித்துக் கொண்டுள்ள இதயம் வேண்டும்; மேலான விருப்பம் வேண்டும்; மேலான எண்ணம் வேண்டும். எல்லாவற்றிற்கும் மேலாக, ஐயமோ, தயக்கமோ இல்லாத மேலான மனவுறுதி வேண்டும்.

சொல்லின் ஒவ்வொரு அசையிலும் இதயம் விழிப்புடன் இருந்தாலன்றி, சொற்களால் எந்தப் பயனும் இல்லை. இதயம், விழிப்புடன் இருக்கும்போது, நாக்கு தூங்கப் போய்விடுவது நல்லது; அல்லது, உதடுகளுக்குள் மறைந்து முத்திரையிட்டுப் பூட்டிக் கொள்வது நல்லது.

வழிபாடு செய்ய உங்களுக்கு எந்த ஆலயங்களும் தேவையில்லை.

தமது இதயத்தில் ஒரு கோயிலைக் காணாதவர், எந்தக் கோயிலிலும் தமது இதயத்தைக் காண முடியாது.

நான் சொல்வது உங்களுக்கும், உங்களைப் போன்றவர்களுக்கும் தான்; எல்லாருக்கும் அல்ல. பெரும்பாலானவர்கள் கைவிடப் பட்டவர்கள். அவர்களுக்கு, வழிபாடு செய்ய வேண்டும் என்ற உணர்வு இருக்கிறது. ஆனால், அதற்கான வழிதான் தெரியாது.

அவர்கள் வார்த்தைகளால் மட்டுமே வழிபட முடியும்; வேறு வழி தெரியாது. அந்தச் சொற்களும் நீங்கள் வழங்கியவையே.

தம் இதயப் பெருவெளியில் அவர்களை அலையச் சொன்னால், அவர்கள், காணாமல் போய்த் திகைத்து விடுவார்கள். ஆனால், அவர்கள், தம்மைப் போன்ற மந்தைகள் நடுவிலும், கோயில் மதில்களுக்கு உள்ளேயும், நிம்மதியும், சாந்தியும் அடைந்து விடுவார்கள்.

அவர்கள், ஆலயங்களைக் கட்டிக் கொண்டே போகட்டும். அவர்கள், தமது பிரார்த்தனைகளை உச்சரித்துக் கொண்டே இருக்கட்டும்.

உங்களையும், மற்றவர்களையும், நான், பிரார்த்தனை செய்ய வலியுறுத்துவது, புரிதலுக்காகத்தான். அதற்கான பசி ஏற்பட்டாலன்றி, வேறு எதனாலும் அது நிறைவு படுத்தப்படாது.

நினைவில் கொள்ளுங்கள், படைப்பாற்றல் கொண்ட சொல்தான், வாழ்விற்கான திறவுகோல்.

படைப்பாற்றல் கொண்ட சொல்லுக்கான திறவுகோல், அன்பு.

அன்பிற்கான திறவுகோல், புரிதல்.

இவற்றால் உங்கள் இதயத்தை நிரப்புங்கள். பல சொல்லக் காமுறும் நாக்கின் வேதனையிலிருந்து விடுபடுங்கள். பலப் பல பிரார்த்தனைகளின் பாரத்திலிருந்து மனதை விடுதலை செய்யுங்கள். எல்லாக் கடவுள்களின் பிணைப்புகளிலிருந்தும் உமது இதயத்தை விடுதலை செய்யுங்கள்! அந்தக் கடவுள்கள் பரிசுகள் தந்து உங்களை அடிமைப்படுத்தி விடுவார்கள்! அந்தக் கடவுள்கள், ஒரு கரத்தால் உங்களைத் தடவிக் கொடுப்பார்கள்; மறு கரத்தால் அடிப்பார்கள்!

அவர்களை நோக்கிப் பிரார்த்தனை செய்தால் மட்டும், மனநிறைவு கொண்டு அன்பு பாராட்டுவார்கள். அவர்களைக் கடிந்துகொண்டால், கடுஞ்சினம் கொண்டு பழி வாங்கிவிடுவார்கள்.

காப்பாற்றச் சொல்லிக் கேட்டால், அதற்குக் காது கொடுக்க மாட்டார்கள்; கெஞ்சினாலும் அருள் செய்யமாட்டார்கள். உங்களுக்கு ஏதாவது கொடுத்திருந்தால் கூட, கொடுத்தற்காக வருத்தப்படுவார்கள்! உமது கண்ணீரே அவர்களுக்கு நறுமணப் புகை! உமது அவமானமே, அவர்களின் மேன்மை!

அந்தக் கடவுள்கள் எல்லாரிடமிருந்தும் உமது இதயத்தை விடுவித்துவிடுங்கள். அப்போதுதான், அவர்களுக்குள் உள்ள ஒரே கடவுள், என்றென்றும், உங்களை நிறைவாய் வைத்திருக்கும்படி உங்களுக்குள் தன்னை நிறைத்திருக்கும் கடவுள் என்பதை உணர்வீர்கள்.

பென்னூன்: மனிதன் எல்லாம் வல்லவன் என்று பேசுகிறீர்கள். அவன் கைவிடப்பட்டவன் என்றும் சொல்கிறீர்கள். எங்களை மூடுபனிக்குள் தள்ளிவிட்டீர்களே!

14

அத்தியாயம்

இரண்டு தலைமைத் தேவர்களின் உரையாடல். இரண்டு துர்த்தேவதைகளின் உரையாடலும்...

மிர்தாத்: கால எல்லை கடந்த, மனிதப் பிறவியின் நேரத்தில், பிரபஞ்சத்தின் உச்சித் துருவத்தில், இரண்டு தலைமைத் தேவர்கள், இவ்வாறு தமக்குள் பேசிக்கொண்டனர்:

முதல்தேவன் சொன்னான்:

பூமியில் ஓர் அற்புதக் குழந்தை பிறந்தது; பூமி ஒளி மயமாயிற்று.

இரண்டாவது தேவன் சொன்னான்:

சுவர்க்கத்தில் புகழ்வாய்ந்த மன்னன் ஒருவன் பிறந்தான்; சுவர்க்கம் ஆனந்தக் களிப்பில் திளைத்தது.

முதல்: சுவர்க்கமும் பூமியும் கூடிக் கலந்ததன் கனி அவன்.

இரண்டாவது: தந்தை, தாய், குழந்தையின்- நிரந்தர ஒன்றிணைப்பின் பிறவி அவன்.

முதல்: அவனில், பூமி மேன்மை பெற்றது.

இரண்டாவது: அவனில், சுவர்க்கம் நியாயப்படுத்தப்பட்டது.

முதல்: அவனது விழிகளில், பகல், உறக்கம் கொள்ளும்.

இரண்டாவது: அவனது இதயத்தில் இரவு விழித்திருக்கும்.

முதல்: அவனது நெஞ்சில், புயல் கூடுகட்டி இருக்கும்.

இரண்டாவது: அவனது தொண்டை, பாடலின் அளவுகோல்.

முதல்: அவனது கரங்கள், மலைகளைத் தழுவிக்கொள்ளும்.

இரண்டாவது: அவனது விரல்கள், விண்மீன்களைப் பறித்தெடுக்கும்.

முதல்: அவனது எலும்புகளில் கடல்கள் முழங்கும்.

இரண்டாவது: அவனது நரம்புகளில் கதிரவன்கள் பயணிக்கும்.

முதல்: அவனது வாயில், உலைக்களமும், வார்ப்படமும்.

இரண்டாவது: அவனது நாவில் சுத்தியலும், பட்டறைக் கல்லும்.

முதல்: நாளைய விலங்குகள் அவனது காலைச் சுற்றி.

இரண்டாவது: அவனது இதயத்தில், அவற்றிற்கான திறவுகோல்.

முதல்: என்றாலும் இந்தக் குழந்தை, புழுதியே தொட்டிலாய்க் கிடக்கிறது.

இரண்டாவது: அவன் யுகங்களால் பொதிந்து கட்டப்பட்டவன்.

முதல்: ஒவ்வொரு இரகசியத்திற்குமான எண்ணைக் கடவுளைப் போலவே, அவன் பெற்றிருக்கிறான். கடவுளைப் போலவே, சொற்களின் இரகசியத்தையும் அவன் அறிந்திருக்கிறான்.

இரண்டாவது: புனித எண் ஒன்றைத் தவிர, அவனுக்கு எல்லா எண்களும் தெரியும். படைப்பாற்றல் கொண்ட ஒரு சொல்லைத் தவிர, மற்ற எல்லாச் சொற்களும் அவனது அறிவெல்லைக்கு உட்பட்டவைதாம். அவனறியாத படைப்புச் சொல்லே, முதலும் முடிவுமானது.

முதல்: இருந்தாலும், அந்த எண்ணையும், அந்தச் சொல்லையும் அவன் அறிவான்.

இரண்டாவது: பாதைகளற்ற, எல்லையற்ற, பெருவழியில் அவன் நடந்து செல்லாதவரை, காலத்தின் இருண்ட மாடத்திற்குள் தன் பார்வையைச் செலுத்தாதவரை, அவன் அவற்றை எவ்வாறு காண முடியும்?

முதல்: ஆ! அற்புதம்! எவ்வளவு அற்புதம் பூமியின் குழந்தை!

இரண்டாவது: ஆ! மாபெரும் புகழாளன், சுவர்க்கத்தின் மன்னன்!

முதல்: பெயரில்லாதவர்கள் அவனை மனிதன் என்பர்.

இரண்டாவது: பெயரற்ற கடவுளையே அவன் அழைக்கிறான்.

முதல்: மனிதன் என்பது கடவுளின் சொல்.

இரண்டாவது: கடவுள் என்பது மனிதனின் சொல்.

முதல்: இன்றும், என்றென்றும்.

இரண்டாவது: இங்கும், எங்கெங்கும்.

கால எல்லை கடந்த மனிதப் பிறவியின் வேளையில், பிரபஞ்சத்தின் உச்சித் துருவத்தில், இரண்டு, தலைமைத் தேவர்கள், இவ்வாறு பேசிக் கொண்டனர்.

அதே சமயத்தில், பிரபஞ்சத்தின் மற்ற துருவத்தில் இருந்து கொண்டு, இரண்டு துஷ்ட தேவதைகள் இவ்வாறு பேசிக் கொண்டன:

முதல் தேவதை: வீரம் செறிந்த படைவீரன் ஒருவன் நம் அணியில் சேர்ந்துவிட்டான். அவனது உதவியால், நாம் வெல்வோம்.

இரண்டாவது: முக்கி முனகும் அச்சம் கொண்ட கோழை அவன் என்று சொல்! அவனது புருவத்தின் மீது, துரோகம் குடியிருக்கிறது. என்றாலும், அவனது கோழைத்தனமும், துரோகமும் தீவிரமானவைதாம்.

முதல்: அச்சமற்ற கொடூரமான கண்கள் அவனுக்கு.

இரண்டாவது: அவன் இதயம் சாதுவானது; கண்ணீர் வடிப்பது.

முதல்: அவன் மனம் கூர்மையானது; நிலையானது.

இரண்டாவது: சோம்பலான, மந்தமான காது அவனுக்கு என்றாலும், அந்தச் சோம்பலும், மந்தமும் பயங்கரமானவை.

முதல்: அவனது கை, வேகமும், திட்டமும் கொண்டது.

இரண்டாவது: தயக்கமும், தடுமாற்றமும் கொண்டவை அவன் கால்கள். என்றாலும், அவனது தயக்கம் பயங்கரமானது; தடுமாற்றம் ஆபத்தானது.

முதல்: நமது உணவு, அவனது நரம்புகளுக்கு எஃகு. நமது மது, அவனது இரத்தத்திற்கு நெருப்பு.

இரண்டாவது: நமது உணவுப் பாத்திரத்தால், அவன் நம்மை அடிப்பான்; நமது மதுச் சாடிகளால், நமது தலையை உடைத்துவிடுவான்.

முதல்: நமது ரொட்டிக்கான அவனது பசியும், நமது மதுவுக்கான அவனது தாகமுமே, அவனது யுத்தத் தேர்.

இரண்டாவது: தீராத தாகத்தாலும், தணியாத பசியாலும் அவன் அடங்காப் பிடாரியாகி நமது முகாமில் கலகம் விளைவிக்கக் கூடும்.

முதல்: அப்போது, மரணமே தேரோட்டியாக இருக்கும்.

இரண்டாவது: மரணத்தைத் தேரோட்டியாகக் கொள்வதால் அவன் அழிவில்லாதவன் ஆகிவிடுவானே!

முதல்: மரணம் அவனைச் சிறிதளவுகூடப் பாதிக்காதா?

இரண்டாவது: ஆம். அவனது ஓலத்தால் மரணமே களைத்துப் போகும்! கடைசியில் அவன், அதை வாழ்க்கையின் முகாமுக்குள் விரட்டிவிடுவான்!

முதல்: மரணம் மரணத்திற்கே துரோகம் செய்யுமா?

இரண்டாவது: இல்லை. வாழ்க்கை, வாழ்க்கைக்கு விசுவாசமாக இருக்கும்.

முதல்: மகிழ்ச்சிக் கனியைத் தந்து அவனது சுவையை நாம் கேலி செய்யலாம்.

இரண்டாவது: இந்தத் துருவப் பிரதேசக் கனி மீது அவனுக்கு எப்போதும் விருப்பமில்லை.

முதல்: வண்ணமயமான நறுமண மலர்கள் கொண்டு அவனது கண்ணையும், மூக்கையும் நாம் கவர்ந்துவிடலாமே.

இரண்டாவது: அவனது கண்கள் தேடுவது வேறு மலர்களை; அவனது மூக்கு தேடுவது வேறு வாசனையை.

முதல்: இனிய, வெகுதூரத்து இசை கொண்டு அவன் செவிகளைப் பயமுறுத்தலாமே.

இரண்டாவது: அவன் செவிகள் திரும்புவது வேறு வகை சேர்ந்திசைப் பக்கம்.

முதல்: அச்சம், அவனை நமக்கு அடிமைப்படுத்தும்.

இரண்டாவது: நம்பிக்கை, அவனை அச்சத்திலிருந்து பாதுகாத்து விடும்.

முதல்: வேதனை, அவனை நமக்குக் கீழ் அடக்கிவிடும்

இரண்டாவது: நம்பிக்கை, அதிலிருந்து விடுதலை செய்துவிடும்.

முதல்: புதிரான கனவுகளால் அவனது உறக்கத்தைக் கலங்கடிப்போம்; குழப்பமான நிழல்கள் கொண்டு அவனது விழிப்பைப் போட்டு மூடிவிடுவோம்.

இரண்டாவது: அவனது கற்பனை, புதிர்களை அவிழ்த்துவிடும்; நிழல்களைக் கரைத்துவிடும்.

முதல்: எப்படியானாலும் அவனை நம்மில் ஒருவனாகக் கணக்கு வைத்துக் கொள்ளலாம்.

இரண்டாவது: நீ விரும்பினால் அப்படியும் வைத்துக் கொள்ளலாம். ஆனால், அவனை எதிரியாகவும் கணக்கு வைத்துக் கொள்ளவேண்டும்.

முதல்: அவன், ஒரே சமயத்தில் நம்மவனாகவும், எதிரியாகவும் இருக்க முடியுமா என்ன?

இரண்டாவது: அவன், போர்க்களத்தின் தன்னந்தனி மாவீரன். அவனது ஒரே எதிரி, அவனது நிழல்தான். அவனது நிழல் நீண்டால், போரும் நீளும். அவனது நிழல், அவன் முன்னால் விழும்போது, அவன் நம்முடன் இருப்பான். நிழல் அவன் பின்னால் விழும்போது, அவன் நமக்கு எதிரியாய் விடுவான்.

முதல்: என்றைக்கும் கதிரவனுக்கு முதுகு காட்டியபடி அவனை வைத்திருக்க முடியாதா?

இரண்டாவது: அவனது முதுகுக்குப் பின்னால் மட்டுமே, என்றும் இருக்கும்படிக் கதிரவனை யார் வைத்திருப்பது?

முதல்: இந்த மாவீரன் ஒரு புதிர்

இரண்டாவது: இவனது நிழல் ஒரு புதிர்.

முதல்: தன்னந்தனி மாவீரன் வாழ்க!

இரண்டாவது: தன்னந்தனி நிழலும் வாழ்க!

முதல்: நம்முடன் இருக்கும்வரை அவன் வாழ்க!

இரண்டாவது: நமக்கு எதிரியாகும்போதும் அவன் வாழ்க!

முதல்: இப்போதும், எப்போதும்.

இரண்டாவது: இங்கேயும், எங்கேயும்.

பிரபஞ்சத்தின் மற்ற துருவத்தில் இருந்து கொண்டு, இரண்டு துஷ்ட தேவதைகள் இவ்வாறு பேசிக் கொண்டன.

15

அத்தியாயம்

அவமதிப்புப் பற்றியும் புனித புரிதல் பற்றியும்...

நரோண்டா: குரு தன் பேச்சை முடிப்பதற்கு முன்பே, குகை வாயிலில், காற்றையும் வெளிச்சத்தையும் தடுத்தபடி, மூத்த துறவி யின் பெரிய உருவம் தோன்றியது.

குரு சற்று முன் குறிப்பிட்ட, அந்தக் கெட்ட தேவதைகளில் ஒன்றுதான் வந்துவிட்டதோ என்று, ஒரு கணம் என் மனதில் பளிச்சிட்டது.

மூத்தவர் கண்களில் தீ. அவர் முன்னே பாய்ந்து, குருவின் கையைப் பற்றி வெளியே இழுக்க முயன்றபோது, அவரது தாடி ரோமங்கள் குத்திட்டுநின்றன.

சமாதம்: உன் மனதின் இழிவை நீ வாந்தி எடுத்ததை நான் இப்போது கேட்டேன். உன் வாய் ஒரு நச்சுக் குழாய். உனது இருப்பு, நோயின் தீச்சகுனம். இந்த மடாலயத்தின் தலைவன் என்ற முறையில், உடனே வெளியேறும்படி உனக்குக் கட்டளை இடுகிறேன்.

நரோண்டா: குரு, மெலிந்த உருவமுடையவராக இருந்தாலும் உறுதியாக அசையாமல் நின்றார், ஆற்றல் மிக்கவராக. சமாதம் ஒரு குழந்தைபோலத் தோன்றினார். குருவின் சாந்தம்

திகைப்பூட்டுவதாக இருந்தது. அவர் சமாதத்தைப் பார்த்துப் பேசினார்.

மிர்தாத்: உள்ளே வரவிட்டவருக்குத்தான், வெளியே அனுப்பவும் சக்தியிருக்கிறது. சமாதம்! நீங்களா என்னை உள்ளே அனுமதித்தது?

சமாதம்: உன் பரிதாபமான நிலை கண்டதும், கருணையால் என் இதயம் நெகிழ்ந்தது. அதனால், உன்னை உள்ளே சேர்த்துக் கொண்டேன்.

மிர்தாத்: சமாதம்! உமது பரிதாப நிலையைக் கண்டுதான், என் அன்பு நெகிழ்ந்தது. இதோ, நான் இங்குதான் இருக்கிறேன். எனது அன்பும் என்னுடன் தான் இருக்கிறது. ஆனால், பரிதாபம், நீங்கள் இங்கும் இல்லை; எங்கும் இல்லை! உங்கள் நிழல்தான் இங்கே சிதறிக் கிடக்கிறது. எல்லா நிழல்களையும் ஒன்று திரட்டிக் கதிரவனில் எரித்துவிடவே நான் இங்கு வந்திருக்கிறேன்.

சமாதம்: உனது மூச்சு, உலகக் காற்றை மாசுபடுத்துவதற்கு முன்பே, நான், இந்த மடாலயத்தின் மூத்தவன். நான் இங்கே இல்லையென்று உன் கேடு கெட்ட நாக்கு எப்படிச் சொல்லிற்று?

மிர்தாத்: இந்த மலைகள் எல்லாம் தோன்றுவதற்கு முன்பே, நான் இருந்தவன். இவை, தகர்ந்து பொடிப் பொடியாகிப் புழுதியான பின்னும் நான் இங்கிருப்பேன்.

நானே மடாலயமும், பலிபீடமும், நெருப்பும். எனக்குள் நீங்கள் அடைக்கலம் அடையவில்லை என்றால், நீங்கள் புயலுக்கு இரையாகி விடுவீர்கள். எனக்கு முன்பாக நீங்கள் உங்களையே எரித்துக் கொள்ளவில்லையென்றால், மரணத்தின் கணக்கற்ற கொலைகாரர்களின் கூரிய கத்திமுனைகளின் குத்துகளைத் தாங்கிக் கொள்ளும் சக்தியைப் பெறமுடியாது. எனது, மென்மையான நெருப்புக்கு நீங்கள் இரையாக மறுத்தால், கொடிய நரக நெருப்புக்கு எண்ணெயாகிப் போய் விடுவீர்கள்.

சமாதம்: தோழர்களே, எல்லாரும் கேட்டீர்களா இதை? கேட்கவில்லை? இந்தப் பழிகாரப் போலி வேடதாரியை அந்தப் பள்ளத்தில் தள்ளுவோம்!

நரோண்டா: மறுபடியும் சமாதம் குருவை நோக்கிப் பாய்ந்தார்; கையைப் பிடித்து வெளியே இழுத்தார். ஆனால், குரு கொஞ்சம் கூட அசையவில்லை. மற்ற துறவிகளும் நகரவில்லை. சமாதத்தால் ஒன்றும் முடியாமல் போகவே, தலைகுனிந்தார்; 'நானே மடா

லயத்தின் தலைவன், கடவுள் தந்த அதிகாரத்தை நிலைநிறுத்துவேன்,' என்று முணுமுணுத்தபடி, குகையை விட்டு வெளியேறினார்!

குரு நீண்ட நேரம் மௌனமாக இருந்தார். ஆனால், சமோரா வால் சும்மா இருக்க முடியவில்லை.

சமோரா: சமாதம் நம் குருவை அவமதித்துவிட்டார். குருவே! அவரை என்ன செய்வது? உத்தரவிடுங்கள், நொறுக்கிவிடுகிறோம்!

மிர்தாத்: சமாதத்திற்காக வேண்டிக் கொள்ளுங்கள், தோழர் களே. அவருக்கு நாம் செய்ய வேண்டியது அதுதான். அவரின் விழிகளின் திரை அகலவும், அவரது நிழல் நீங்கவும் பிரார்த்தனை செய்யுங்கள்.

தீமையை வரவேற்பது போலவே, நன்மையை வரவேற்பதும் எளிதான காரியம் தான். வெறுப்புக்கு ஒத்துப்போவதைப் போலவே, அன்பிற்கு இசைந்து போவதும் எளிதுதான்.

எல்லையற்ற பிரபஞ்சப் பெருவெளியிலிருந்தும், உமது விசால மான இதயங்களிலிருந்தும், இந்த உலகிற்கான ஆசீர்வதிப்பு களைப் பெற்றுக் கொண்டு, வழங்குங்கள். உலகிற்கு வழங்கும் ஆசீர்வாதம் உங்களுக்கு ஆசீர்வதிப்பாகும்.

எல்லா உயிர்களின் நன்மைக்காகவும் வேண்டிக் கொள்க. ஒவ்வொரு உயிருக்கான நன்மையும், உமக்கான நன்மையே. அதே போல், ஒவ்வொரு உயிருக்கான தீமையும் உமக்குச் செய்து கொள்ளும் தீமையே.

உங்கள், இருத்தல் என்னும் ஏணியின் படிகள்தாமே நீங்கள் எல்லாம்? புனித சுதந்தரப் பெருவெளிக்குச் செல்ல விரும்புவோர் மற்றவர் தோள் மீதே ஏறிச் செல்ல வேண்டியிருக்கிறது. அப்படிச் செல்பவர்கள், மற்றவர் மேலேறிச் செல்ல, தங்கள் தோள்களையே படிகளாக உதவவேண்டி வருகிறது.

உங்கள் இருப்பாகிய ஏணியின் ஒரு படிக்கட்டுதானே சமாதம்? உங்கள் ஏணி, பலமாகவும் பாதுகாப்பாகவும் இருக்க வேண்டாமா? அதனால், ஒவ்வொரு படியும், பலமாகவும் பாதுகாப்பாகவும் இருக்கும்படிப் பார்த்துக் கொள்ளுங்கள்.

உங்கள் வாழ்வின் அஸ்திவாரத்தில் ஒரு கல்தானே சமாதம்? நீங்களும், அவருக்கும் மற்ற உயிர்களுக்கும் அஸ்திவாரக் கற்களே. உங்கள் மாளிகை பழுதற்று நின்று திகழ, சமாதம் என்ற அடிக்கல் பழுதின்றி இருக்கப் பார்த்துக் கொள்ளுங்கள். அதே போல் மற்றவர் மாளிகைகளும் பழுதின்றித் திகழ, நீங்கள் பழுதற்ற அடிக்கற்களாக இருங்கள்.

உங்களுக்கு இரண்டு கண்களுக்கு மேல் இல்லை என்பதை நினைவு கொள்ளுங்கள். இந்தப் பூமியிலோ, இதற்கு மேலோ, கீழோ உள்ள, பார்க்கவல்ல கண்கள் எல்லாமே, உமது கண்களின் விரிவாக்கமே.

உமது அண்டை வீட்டாரின் பார்வை தெளிவாக இருக்க வேண்டுமானால், உமது பார்வை தெளிவடைய வேண்டும். அவர்கள் பார்வை மங்கினால், உமது பார்வையும் மங்கும். ஒவ்வொரு பார்வையற்றவரின் விழிகளையும் பறித்துக் கொண்டது நீங்களே. அதனால், அவர்களுக்குப் பார்வையைக் கொடுங்கள். நீங்கள் நன்றாகப் பார்க்க, அண்டை வீட்டாரின் பார்வையைக் காப்பாற்றுங்கள். உமது வீட்டு வாசலில் அண்டை வீட்டார் தட்டுத் தடுமாறாதபடி உமது பார்வையைக் காப்பாற்றிக் கொள்ளுங்கள்.

சமாதம் என்னை அவமதித்து விட்டதாக, சமோரா நினைக்கிறார். எனது புரிதல் ஆற்றலை அவர் எப்படிக் குலைத்துவிட முடியும்?

சேறு கலங்கிப் பாயும் நீரோடை, மற்ற நீரோடையையும் கலக்கிவிடும். ஆனால், கடலை மாசு படுத்த முடியுமா? கடல், அதன் சேற்றை யெல்லாம் அடித்தரையில் படிய விட்டு, நீரோடைக்குத் தெளிந்த நீரையே பதிலுக்குக் கொடுக்கும்.

இந்தப் பூமியின் ஒரு சதுர அடி நிலத்தை, அல்லது ஒரு சதுர மைல் நிலத்தை மாசுபடுத்தித் தரிசாக்கிவிட முடியும். ஆனால், பூமியை அது பாதிக்குமா என்ன? மனிதர், விலங்குகளின் எல்லாக் கழிவுகளையும் பூமி பெற்றுக் கொண்டு, பதிலுக்கு இனிய கனிகளையும், நறுமண மலர்களையும், நிறைந்த தானிய்ங்களையும், புல்பூண்டுகளையும் வழங்கி வருகிறது.

ஒரு வாள், எளிதில் தசையைக் காயப்படுத்திவிடலாம். ஆனால், அது, காற்றைக் காயப்படுத்துமா? எவ்வளவு ஆற்றல் மிக்க கை அதைப் பிடித்திருந்தாலும் அது முடிகிற காரியமா?

இழிவான, குறுகிய மனதின் கர்வம் தான், குருட்டுத்தனமான, பேராசை கொண்ட அறியாமையைப் பெற்றெடுக்கிறது. இதுதான், அவமதிக்கிறது; அவமானப்படுகிறது; அவமதிப்பிற்குப் பழிவாங்க, ஒரு அவமதிப்பையே ஆயுதமாகப் பயன்படுத்துகிறது; அழுக்கை அழுக்கால் கழுவ முயல்கிறது.

ஆணவம் கொண்ட, சுய போதையில் கிடக்கும் உலகம், உங்கள் மீது நீதிபதிக் கூட்டத்தை ஏவும்; தனது கந்தலாகிப் போன,

இரத்த வெறி கொண்ட சட்டம் என்ற வேட்டை நாய்களை உங்கள் மீது ஏவும்; தனது அழுகிய மத நம்பிக்கைகளையும், தானே உருவாக்கிக் கொண்ட பெருமைகளையும், உம்மைக் கடித்துக் குதற ஏவிவிடும்.

உங்களை, சட்ட விரோதமானவர் என்றும், குழப்பத்தின் கையாட்கள் என்றும், அராஜகவாதிகள் என்றும் பிரகடனப் படுத்தும்; உமது பாதைகளில் கண்ணி வெடிகள் புதைத்துச் சிதறடிக் கும்; சினத்தால் உங்கள் படுக்கைகளை அலங்கரிக்கும்; உங்கள் செவிகளில் சாபங்களை விதைக்கும்; உமது முகங்களின் மீது அவமதிப்பைக் காறி உமிழும்.

உமது இதயங்கள் மயக்கம் அடைந்துவிடக் கூடாது. ஆழமும் அகலமும் கொண்ட கடல்போல இருந்து, அவர் உங்களைச் சபித்தாலும் அவரை நீங்கள் வாழ்த்த வேண்டும்.

பூமிமண் போல் திகழ்ந்து, தாராள மனதுடன், அமைதி கொண்டு, மனிதனின் இதய அழுக்கையெல்லாம் கழுவி, தூய்மையும், அழகும் கொண்டதாகச் செய்யுங்கள்.

எந்த வாளாலும் காயப்படுத்த முடியாத சுதந்தரக் காற்றைப் போல் திகழுங்கள்.

உங்களைக் காயப்படுத்தும் வாள், கடைசியில் மழுங்கிப்போய்த் துருப்பிடித்துப் போகும். உங்களுக்குக் கெடுதல் செய்த கை, கடைசியில் தளர்ந்து போய் நின்றுவிடும்.

உங்களைத் தெரிந்து கொள்ளாத உலகம், உங்களுக்குள்ளேயும் இருக்காது. அதனால், அது, பற்களைக் காட்டி உறுமியபடிதான் உங்களை வரவேற்கும்.

ஆனால், உலகறிந்த உங்களுக்குள், அந்த உலகம் இருக்கிறது. அதனால், நீங்கள், அதன் சினத்தை அன்பால் எதிர் கொள்ளுங்கள்; அதன் பழிச் சொற்களை அன்பான புரிதல் மூலம் சாந்தப்படுத்துங்கள்.

புரிதல்தான், நமது நாளை நலமாக்கும்.
இப்படித்தான் நான் நோவாவுக்கு உபதேசித்தேன்.
அதேபோல்தான் உங்களுக்கும் உபதேசிக்கிறேன்.

நரோண்டா: அதன் பிறகு நாங்கள் எழுவரும், அமைதியாகக் கலைந்து சென்றோம். 'இப்படித்தான் நான் நோவாவுக்கு உபதேசித்தேன்' என்று குரு குறிப்பிடும்போது, அதற்கு மேல் அவர் பேசமாட்டார் என்று பொருள்.

16
அத்தியாயம்

பணம் என்பது என்ன?
(கடன் கொடுப்பவர், பெறுபவர் பற்றி...)

நரோண்டா: ஒருநாள், குருவும் நாங்கள் எழுவரும் குகை வீட்டிலிருந்து திரும்பி வந்தபோது, மடாலய வாசலில், சமாதம், கையில் ஒரு காகிதத்தை ஆட்டியபடி நின்று கொண்டிருப்பதைக் கண்டோம். அவரது காலடியில் வயதான மனிதர் ஒருவர் வீழ்ந்து கிடந்தார்.

அந்த மனிதரை நோக்கி, சமாதம் சீறிக் கொண்டிருந்தார். "கடமை தவறிய உன் செயல் என் பொறுமையை இழக்கச் செய்துவிட்டது. இனியும் உனக்குக் கருணை காட்ட முடியாது. இப்போதே கொடுத்துவிடு! இல்லாவிட்டால் சிறைதான்!" என்று கத்தினார்.

அந்த மனிதர், ரஸ்டிடியன் என்பது எங்களுக்குத் தெரிந்தது. மடாலயத்தின் குத்தகைதாரர்களில் ஒருவர். மடாலயத்திற்கு அவர் சிறிது கடன்பட்டிருந்தார். வயதானவர். கந்தலாடைதான் அணிந் திருந்தார். கொஞ்சம் கருணை காட்டினால், சீக்கிரம் வட்டியைக் கொடுத்துவிடுவதாகக் கெஞ்சிக் கொண்டிருந்தார். அண்மையில் அவர் தம் மகனை இழந்திருந்தார். அவரது ஒரே பசுவும் செத்துப் போனது. மனைவியும் வாத நோயில் படுத்துவிட்டாள். இதையெல் லாம் சொல்லி அவர் அழுது புலம்பியும், சமாதம் மனமிரங்க வில்லை.

குரு, சமாதத்தை நெருங்கினார். ரஸ்டிடியனைக் கரம் பற்றி எழுப்பினார்.

மிர்தாத்: எழுங்கள், ரஸ்டிடியன்! நீங்களும் கடவுளின் வடிவம் தான். கடவுள் வடிவம் ஒரு நிழலின் காலடியில் விழக்கூடாது.

(பிறகு, சமாதம் பக்கம் திரும்பி....)

அந்தப் பத்திரத்தை இப்படிக் கொடுங்கள்!

நரோண்டா: பயங்கரக் கோபத்தில் சீறிக் கொண்டிருந்த சமாதம், நாங்கள் ஆச்சரியப்படும் படியாக, சட்டென, ஓர் ஆட்டுக் குட்டி போல அடங்கி, அமைதியானார். காகிதத்தைக் குருவிடம் நீட்டினார்.

அதை வாங்கிய குரு, நீண்ட நேரம் அதை உற்றுப் பார்த்தார். சமாதம் ஒன்றும் பேசாமல் திகைப்புடன் நின்றுகொண்டிருந்தார்.

மிர்தாத்: வட்டிக்குக் கொடுப்பவர் யாரும் இந்த மடாலயத் தலைவராக இருக்க முடியாது. அதிக வட்டிக்குப் பணம் விநியோகிக் கும்படி, ஆதிமூலவர் உமக்குப் பத்திரம் எழுதிக் கொடுத்திருக் கிறாரா? தட்டு முட்டுச் சாமான்களையோ, நிலங்களையோ அடைமானமாக வாங்கி இந்தக் கருவூலத்தைக் கொழுக்க வைக்கச் சொன்னாரா? உமது சகோதர மக்களின் வியர்வையையும், இரத்தத் தையும் குடிக்கச் சொன்னாரா? எல்லாம் வற்றிப் போனவரைச் சிறையில் தள்ளச் சொன்னாரா? கடைசித் துளி ரத்தத்தைக் கூட விட்டுவிடாமல் குடிக்கும்படிப் பத்திரம் எழுதிக் கொடுத் தாரா?

அவர் உமக்குத் தந்தது, ஒரு மடாலயம்; ஒரு பலிபீடம்; ஒரு வெளிச்சம். அவ்வளவுதான். இதற்கு மேல் எதுவும் இல்லை. அவர் உயிர் வாழும் உடல்தான் இந்த மடாலயம். அவரது அஞ்சாத இதயமே பலிபீடம். அவரது எரியும் நம்பிக்கையே இந்த ஒளி.

இவற்றையே பழுதின்றிக் காக்கும்படி அவர் உமக்கு உத்தர விட்டார். இந்த உலகம் நன்றி கெட்டுப் போனதால், மரணத்தின் ஊது குழலுக்கு ஏற்ப நடனமாடுகிறது; கொடுமை என்னும் சதுப்பு நிலத்தில் விழுந்து புரள்கிறது. இத்தகைய உலகின் நடுவில் தான், இந்த மடாலயத்தைத் தூய்மை கெடாமல் காப்பாற்ற அவர் உமக்கு ஆணையிட்டார்.

உடலின் கவலைகள் உள்ளத்தைத் தொல்லைப் படுத்தாமல் போகக் கூடும். நம்பிக்கை கொண்டவர்களின் நன்கொடைகளால் நீங்கள் வாழும்படிச் செய்யப்பட்டுள்ளது. இந்த மடாலயம் தோன்றிய நாள் தொட்டு, இன்றுவரை நன்கொடைகளுக்குப் பஞ்சம் ஏற்பட்டதே இல்லை.

ஆனால், பரிதாபம்! அந்தத் தருமங்கள் எல்லாம் இன்று சாபமாக மாறிவிட்டன, உங்களுக்கும், கொடுப்பவர்களுக்கும் கூட. பெற்ற பரிசுப் பொருள்களைக் கொண்டே கொடுத்தவர்களை நீங்கள் அடக்கி வைத்தீர்கள். அவர்கள் நூற்றுத் தந்த நூலைக் கொண்டே நீங்கள் சாட்டைகளைத் தயாரித்தீர்கள். உங்களுக்கான ஆடைகளை அவர்கள் நெய்து கொடுத்தார்கள்; நீங்களோ அவர்களின் ஆடைகளை உரித்து நிர்வாணிகளாய் ஆக்கினீர்கள். உங்களுக்கு அவர்கள் சமைத்துத் தந்த ரொட்டிகளைப் பெற்றுக் கொண்டு அவர்களைப் பட்டினி போட்டீர்கள். அவர்கள் வெட்டி எடுத்துத் தந்த கற்களால், அவர்களுக்கான சிறைச்சாலைகளைக் கட்டினீர்கள். உங்களை வெதுவெதுப்பாக வைத்திருக்க அவர்கள் வெட்டித் தந்த மரங்களைக் கொண்டே, அவர்கள் மீது சுமத்த நுகத்தடிகளையும், அவர்களுக்கான சவப்பெட்டிகளையும் செய்தீர்கள். அவர்களுடைய வியர்வையையும், இரத்தத்தையும் எடுத்து அவர்களுக்கே அநியாய வட்டிக்குக் கொடுத்தீர்கள்.

பணம் என்பது- மனிதரை விலங்கு கொண்டு பூட்டி அடிமைப் படுத்துவதற்காக, அவர்களின் வியர்வையும் இரத்தமும் கொண்டு வார்த் தெடுக்கப்பட்ட, பழங்கால பாபிலோனிய அற்ப வெள்ளி நாணயம் அல்லாமல் வேறென்ன?

செல்வம் என்பது- அளவில்லாமல் வியர்வையும் இரத்தமும் வடிக்கும் உழைப்பாளர் முதுகின்மீது வியர்வையும் இரத்தமும் கலந்து அரைத்து எடுக்கப்பட்டு, தானியக் களஞ்சியத்தில் சேமிக்கப்பட்ட மனித வியர்வையும் இரத்தமும் அல்லாமல் வேறென்ன?

தமது மனங்களையும், இதயங்களையும் எரித்துக் கொண்டு, செல்வர்களின் சேமிப்பிற்காகத் தம் இரவு பகல்களை நாசமாக்கிக் கொள்ளும் உழைப்பாளரை நினைத்து நான் பெரும் கவலை கொள்கிறேன். தாம் என்ன சேமித்தோம் என்பது கூட அவர்களுக்குத் தெரியாது.

வேசிகள், கொலைகாரர்கள், திருடர்களின் வியர்வையும்; என்புருக்கி நோயாளிகள், குட்டரோகிகள், வாத நோயாளிகளின் வியர்வையும்; பார்வையற்றோர், உழுது உழுது முடமாகிப் போனோர், அவர்கள் எருதுகளின் வியர்வையும்; இடையர்கள், அவர்கள் ஆடுகள், அறுவடை செய்வோர், தானியம் திரட்டுவோர் ஆகியோரும், மற்றும் பலரும் சேர்ந்து சேர்ந்து வடித்த வியர்வையும்தான் செல்வர்கள் திரட்டி வைத்திருக்கும் சேமிப்பு.

அனாதை, போக்கிரி வடித்த இரத்தமும், தியாகியும், கொடுங்கோலனும் சிந்திய இரத்தமும், நல்லவனும் தீயவனும், கொள்ளைக்காரனும், பறிகொடுத்தவனும், தண்டிக்கப்பட்டவனும், தண்டனை கொடுத்தவனும், சிந்திய இரத்தமும், ஒட்டுண்ணிகளும் மோசக்காரர்களும், இவர்களால் ஏமாற்றப்பட்டவரும், மற்றும் பலரும்

சேர்ந்து சிந்திய இரத்தமும் தான், செல்வர்கள் திரட்டி வைத்திருக்கும் சேமிப்பு.

இவர்கள் சிந்திய வியர்வையையும், இரத்தத்தையும் தமது விற்பனைப் பண்டங்களாக்கி, செல்வம் குவித்துச் சேமித்து வைத்திருக்கும் செல்வரின் கொடுமை கண்டு நான் மிகமிக வருத்தப்படுகிறேன்!

இந்த வியர்வையும், இரத்தமும், கடைசிக் காலத்தில் தமக்கான விலையைக் கேட்கும்! அந்த விலை பயங்கரமானதாகவும், அச்சம் தருவதாகவும் இருக்கும்!

கடன் கொடுப்பதா? வட்டிக்குக் கடனா? அது நன்றி கெட்ட காரியம் மட்டுமல்ல, கண்டிக்கத் தக்கதும், வெட்கங்கெட்ட செயலும் ஆகும்.

கடன் கொடுக்க உங்களிடம் என்ன இருக்கிறது? உங்களுக்குக் கிடைத்திருக்கிற வாழ்வே ஒரு பரிசல்லவா? தான் அருளும் பரிசுகளுக்காக இறைவன் வட்டி கேட்கிறானா? கேட்டால் என்ன கொடுப்பீர்கள்?

உலகம் முழுவதன் பயன்பாட்டிற்காக, ஒவ்வொரு மனிதனும், ஒவ்வொரு பொருளும், வழங்கியவற்றின் கருவூலம்தானே இந்த உலகம்?

வானம்பாடி தனது பாடலை உங்களுக்குக் கடனாகவா தருகிறது? நீரோடை, தனது பளிங்கு நீரைக் கடனாகவா வழங்குகிறது?

தேக்கு மரம், தனது நிழலைக் கடனாகவா தருகிறது? ஈச்சமரம், தனது தேன்கசியும் பேரீச்சம் பழங்களைக் கடனாகவா வழங்குகிறது?

ஆடு, உமது கம்பளிக்கான ரோமத்தையும், பசு தனது பாலையும் உங்களுக்குக் கடனாகவா தருகின்றன?

மேகம், மழையையும், கதிரவன் தனது வெப்பத்தையும் ஒளியையும் கடனாகவா தருகின்றன?

இந்தப் பொருள்களும், எண்ணற்ற மற்ற பொருள்களும் இல்லையென்றால் உலக வாழ்க்கை என்னவாக இருக்கும்? இந்த உலகின் கருவூலத்திற்கு யார், அல்லது எது அதிகப் பொருள் சேர்த்தது, யார் குறைவாகச் சேர்த்தது என்று யாரால் சொல்ல முடியும்?

சமாதம்! ரஸ்டிடியன் மடாலயக் கருவூலத்திற்கு அளித்த கொடை எவ்வளவு என்று உங்களால் கணக்கிட்டுச் சொல்ல முடியுமா? அப்படியிருந்தும் அவர் பொருளையே எடுத்து— அற்ப அளவில்— அவருக்கே கடன் கொடுத்து வட்டிக் கணக்கு

மிகையில் நுழி

பார்க்கிறீர்கள். இவரைச் சிறைக்கு அனுப்பவும், அங்கே கிடந்து நலியவும் நடவடிக்கை எடுக்கிறீர்கள்.

ரஸ்டிடியனிடமிருந்து நீங்கள் என்ன வட்டியை எதிர்பார்க்கிறீர்கள்? நீங்கள் கொடுத்த கடன் தொகை அவருக்கு எவ்வளவு இலாபகரமாக இருந்தது என்பது உங்களுக்குத் தெரியவில்லையா? மகனின் சாவு, பசுவின் மரணம், மனைவியின் வாதநோய்- இவை தவிர, வேறு எதை அவர் உங்களுக்குத் திருப்பித் தந்துவிட முடியும்? உமது முன்னால் மண்டியிட்ட, இவரது முதுகைப் போர்த்தியுள்ள இந்தக் கந்தல் ஆடையைவிட, வேறு என்ன வட்டியை நீங்கள் இவரிடமிருந்து பெற்றுவிட முடியும்?

கண்களைத் துடைத்துவிட்டுப் பாருங்கள், சமாதம். உங்கள் கடனையும் வட்டியோடு நீங்கள் செலுத்த வேண்டி வரும். அதற்கு முன் விழித்துக் கொள்ளுங்கள். இல்லை யென்றால் நீங்கள் சிறையில் தள்ளப்பட்டு நாசமடைந்து போவீர்கள்.

என் தோழர்களே, உங்கள் அனைவருக்குமாக நான் சொல்ல விரும்புவதும் இதுவே. கண்களைத் துடைத்துவிட்டுப் பாருங்கள். விழித்துக் கொள்ளுங்கள்.

முடிந்தபோதெல்லாம் கொடுங்கள். முடிந்ததை யெல்லாம் கொடுங்கள். ஆனால், கடனாக எதையும் கொடுக்காதீர்கள். உங்கள் வாழ்க்கையே ஒரு கடனாக ஆகாதவாறு பார்த்துக் கொள்ளுங்கள். அது கடனாக ஆனால், உடனே திருப்பிச் செலுத்த வேண்டிய அவசரம் ஏற்பட்டு, உங்களைத் திவாலாக்கிவிடும்! சிறையிலும் தள்ளிவிடும்!

நரோண்டா: தமது கையிலிருந்து காகிதத்தை அவர் மீண்டும் பார்த்தார். பிறகு, துணிந்து, அதைச் சுக்கு நூறாகக் கிழித்துக் காற்றில் பறக்கவிட்டார்! பிறகு, ஹிம்பல் பக்கம் திரும்பினார். அவர்தான் மடாலயக் கருவூலக் காப்பாளர். அவரிடம் சொன்னார்:

மிர்தாத்: ரஸ்டிடியனுக்குப் பணம் கொடுங்கள். இரண்டு பசுக்கள் வாங்கவும், மனைவியின் சிகிச்சைக்கும், அவர்களின் கடைசி காலம்வரையில் தேவைக்குமான பணத்தைக் கொடுத்து விடுங்கள்!

ரஸ்டிடியன்! நீங்கள் நிம்மதியாகத் திரும்பிச் செல்லுங்கள். நீங்கள் கடன்களிலிருந்து விடுவிக்கப்பட்டாயிற்று. இனிமேல் நீங்கள் கடனே வாங்கக் கூடாது.

'தமது பெரும் செல்வத்தைக் கடனாகக் கொடுப்பவனுடைய பாரம், கடன்பட்டவனின் பாரத்தைவிடக் கனமானது.'

17

அத்தியாயம்

சமாதம் லஞ்சம் கொடுக்க முயல்கிறார்

நரோண்டா: பல நாள்கள், ரஸ்டிடியனின் விவகாரமே மடாலயத்தின் முக்கியமான பேச்சாக இருந்தது. மிக்காஸ்டரும், சமோராவும் ஆவேசத்துடன் குருவை ஆதரித்தார்கள். பணத்தைப் பார்க்கவும், தொடவுமே வெறுப்பாக இருப்பதாக சமோரா தெரிவித்தார்.

பென்னூனும், அபிமாரும் அரைகுறை மனதுடன் அதை ஏற்றனர். ஹிம்பல் வெளிப்படையாக எதிர்ப்புத் தெரிவித்தார். உலகில் பணம் இல்லாமல் எதுவும் நடக்காது என்றும், சோர்வு கொண்ட, விரயம் செய்யும் ஏழைகளுக்கு, இறைவன் கொடுக்கும் தண்டனைதான் வறுமை என்பது போல, சிக்கனமும், தொழில் திறமையும் கொண்ட செல்வர்களுக்கு இறைவன் வழங்கும் ஆசீர் வதிப்பே செல்வம் என்றும், காலம் உள்ளவரை, கடன் கொடுப்ப வரும், கடனாளிகளும் இருக்கவே செய்வார்கள் என்றும் ஹிம்பல் கூறினார்.

இதற்கிடையில், சீர்கெட்டுப்போன தமது பதவியைச் சரி செய்து கொள்ளும் முயற்சியில் சமாதம் தீவிரமாக ஈடுபட்டார். ஒருமுறை,

அவர், தமது அறைக்கு என்னை இரகசியமாக அழைத்துப் பேசினார்.

"மடாலயத்தின் வரலாற்றுப் பதிவாளனாகவும், நகலெடுப்பவ னாகவும் உள்ள நீ, ஓர் ஏழையின் புதல்வன். உன் தந்தைக்கு நிலமில்லை. அவர், மனைவி மற்றும் ஏழு குழந்தைகளுடன் சாப்பாட்டுக்கே வழியில்லாமல் தவித்துக் கொண்டிருக்கிறார். இதை யாரிடமும் சொல்லாதே. நான் உதவுகிறேன். வெளியில் தெரிந்தால் கண்டவனெல்லாம் வந்து உதவி கேட்பான். அப்புறம் அது கேலிக்குரியதாகிவிடும். பாதகன் மிர்தாதைக் கை கழுவிவிடு! உன் தந்தைக்கு இலவசமாக நிலங்கள் தருகிறேன். தனது தானியக் களஞ்சியங்களில் நிறையச் சேமிக்கும்படி உதவுகிறேன்," என்றார்.

நான் அதை மறுத்துவிட்டேன். சமாதம் உதவுவதைவிட, மிக அதிகமாகக் கடவுள் உதவுவார் என்று சொன்னேன். மிர்தாத் எனது குருவும், இரட்சகரும் ஆவார் என்றும், அவரைக் கை விடுவதைவிட என் உயிரையே விட்டுவிடச் சித்தமாக இருப்பதாகவும் தெரிவித்தேன்!

மடாலயத்தைப் பொறுத்தவரை, எனது அறிவுக்கும் தகுதிக்கும் ஏற்றபடி, நல்ல நம்பிக்கையுடன் பணியாற்றி வரப் போவதாகவும் உறுதியளித்தேன்.

சமாதம், என்னை அணுகியது போலவே, மற்ற தோழர்களையும் அணுகி, அவர்களை, ஆசை காட்டிக் கலைத்துவிட முயன்ற தகவல், எனக்குப் பின்னால் தெரியவந்தது. ஆனால், எந்த அளவுக்கு வெற்றி கிடைத்தது என்று தெரியவில்லை.

மடாலயத்தின் கூட்டங்களில், ஹிம்பல் அடிக்கடி காணப்பட வில்லை என்பது ஒரு முக்கிய குறிப்பு!

18

அத்தியாயம்

மீர்தாத் மரணம் பற்றிப் பேசுகிறார் (காலச் சக்கரத்தின் வெளிவிளிம்பு பற்றியும், அச்சு பற்றியும்)

நரோண்டா: மலைகளிலிருந்து பெருக்கெடுத்த வெள்ளம், கீழே பாய்ந்து கடலில் சங்கமித்துக் கொண்டிருந்தது...

மடாலயத் தோழர்கள், குகைக்குச் சென்று குருவின் முன் கூடினோம். எங்களில் ஹிம்பல் இல்லை.

குரு, எல்லையற்ற ஆற்றல் பற்றி உரையாடினார். பிறகு, சட்டெனப் பேச்சை நிறுத்தி,

"ஹிம்பல், மிகவும் துன்பத்தில் இருக்கிறார். ஆறுதல் தேடி வந்து கொண்டிருக்கிறார். இங்கே அவரைக் கொண்டு வந்து சேர்க்க, அவருடைய கால்கள் வெட்கப்படுகின்றன. அபிமார்! போய், அவரை அழைத்து வாருங்கள்," என்றார்.

நரோண்டா: அபிமார், வெளியே சென்று, ஹிம்பலை உள்ளே அழைத்து வந்தார்.

ஹிம்பல், ஏதோ ஒரு துயர நிகழ்ச்சி காரணமாகக் குலுங்கிக் குலுங்கி அழுது கொண்டிருந்தார்.

மிர்தாத்: அருகில் வாருங்கள், ஹிம்பல்! ஆ! ஹிம்பல்! ஹிம்பல்! உமது தந்தை இறந்து விட்டதால், துயரம் உங்கள் இதயத்தைக் கிறிக்கிழிக்க, அதன் இரத்தம் இப்படிக் கண்ணீராய்ப் பெருகுகின்றது. உங்கள் குடும்பமே இறந்து போனால் என்ன செய்வீர்கள்?

உமது கண்களுக்கும், கரங்களுக்கும் எட்டாத தொலைவில், உலகின் எல்லாத் தந்தைகளும், தாய்மார்களும், சகோதரிகளும், சகோதரர்களும் இறந்து போய் விட்டால், என்ன செய்வீர்கள்?

ஹிம்பல்: ஆமாம், குருவே, என் தந்தை கொடூரமான முறையில் மரணமடைந்தார். அவர் வாங்கி வந்த காளை, அவர் வயிற்றைக் கொம்பால் கிழித்து, அவர் தலையை நொறுக்கிவிட்டது. நேற்று மாலை ஒருவர் மூலம் எனக்குத் தகவல் வந்திருக்கிறது. கவலை கொண்ட மனிதன் நான். கவலையே நான்தான்.

மிர்தாத்: உலகத்தின் செல்வ மெல்லாம், அவர் இறந்த போது, அவரைப் பார்த்துப் புன்னகை புரிந்திருக்கும்.

ஹிம்பல்: ஆமாம் குருவே, அப்படித்தான்.

மிர்தாத்: உமது வேதனை அதிகமாக இருப்பதற்குக் காரணம், நீங்கள் அனுப்பி வைத்த பணத்தால், வாங்கப்பட்டது அந்தக் காளைமாடு என்பதுதான்!

ஹிம்பல்: ஆமாம், குருவே அது உண்மைதான். உங்களுக்கு எல்லாம் தெரியும் போலிருக்கிறதே!

மிர்தாத்: நீங்கள் கொடுத்தனுப்பிய பணம், மிர்தாதுக்கு நீங்கள் செலுத்த வேண்டிய அன்பிற்கான விலை!

நரோண்டா: ஹிம்பல் பேசவில்லை. கண்ணீர் வடித்தபடி நின்று கொண்டிருந்தார்.

மிர்தாத்: உமது தந்தை இறக்கவில்லை, ஹிம்பல். அவருடைய உருவமோ, நிழலோகூட இறக்கவில்லை. உமது தந்தையின் மாறிய உருவமும், நிழலும் பற்றிய உமது உணர்வுகள்தான் இறந்தவை. வடிவங்கள் மென்மையானவை. நிழல்கள் மிகமெல்லியவை. சாதாரண மனிதக் கண்களால் அந்த மாற்றங்களைக் காண முடியாது.

கானகத்தில் உள்ள தேவதாரு மரத்தின் நிழலும், அதே தேவதாருவால் செய்யப்பட்ட கப்பலின் பாய் மரம், கோயிலின் கொடிமரம், தூக்கு மேடை மரம் ஆகியவற்றின் நிழல்களும் ஒன்றல்ல.

கதிரொளியில் படரும் தேவதாருவின் நிழலும், நிலாவொளியில் வீழும் நிழலும், விண்மீன்கள், மற்றும் அதிகாலைச் செக்கரில் படியும் நிழல்களும் ஒன்றல்ல.

என்றாலும், என்னவிதமான வடிவங்களாக மாறினாலும் தேவதாரு, தேவதாரு மரம்தான்.

பழைய தேவதாரு மரம் ஒன்றின் தங்கைதான் அது என்று காட்டுமரங்கள் கண்டுகொள்ளாமற் போனாலும், அது தேவதாரு மரமேதான்.

இலை மீது நகரும் ஒரு பட்டுப்புழு, தனது சகோதரி ஒரு பட்டு நூல் தரும் கூட்டுப் புழுவாக மாறும் என்பதைக் கண்டு கொள்ளுமா?

மண்ணில் கிடக்கும் ஒரு கோதுமை மணி, தனது சொந்த பந்தங்கள், பூமி மீது பயிராய் வளரும் என்பதைக் கண்டு கொள்ளுமா?

காற்றில் மிதக்கும் நீராவித் துகளோ, கடல் நீரின் ஒரு துளியோ, தமது சகோதரத் துளிகள் மலைமீது பனியாய்க் கிடப்பதை அறியுமா என்ன?

பூமி, ஒரு சகோதர விண்மீனையோ, விண்வீழ் கொள்ளியையோ உறவாக உணருமா என்ன?

ஒரு தேக்குமரம், தனது விதையில் தன்னைக் கண்டு கொள்ளுமா என்ன?

உமது தந்தை இப்போது ஒளியில் இருக்கிறார். அதைக் காணும் ஆற்றல் உமது விழிகளுக்கு இல்லை. மனிதனின் சுயம், பருப் பொருளாக வடிவெடுக்கும் போது, என்ன உருவம் கொண்டாலும், மனிதனின் தெய்விக சுயத்தின் ஒளியில் கரைந்து போகாதவரை, நிழலைத் தரவே செய்யும்.

இன்று பச்சை மரக்கிளையாக இருப்பது, நாளை ஒரு மரத்துண்டு ஆகும்; சுவரில் பதிக்கப்படும்; வடிவம் மாறும்; நிழல் வீசும்; நெருப்பில் எரிந்து காணாமல் போகும்வரை.

அதே போல, மனிதன், தனக்குள் உள்ள கடவுளுக்குள் கரையும் வரை, செத்தாலும், உயிரோடு இருந்தாலும், மனிதன்தான். அவன் தனது ஒருமையை, மாபெரும் ஏகத்தில் அடையாளம் கண்டு கொள்ள வேண்டும். அந்தப் புரிதல் அவனுக்கு வேண்டும். ஒரு

மிரைய்ஸ் நறம்

கண் சிமிட்டும் நேரத்தில், மனிதன் ஆசைப்படும் வாழ்நாளை முழுவதையும் பெற்றுவிட முடியாது.

என் தோழர்களே, எல்லாக் காலங்களும், முழுவாழ்நாள் காலங்களே.

காலத்தில், நின்று, புறப்படுவது என்பதே இல்லை. தங்கியிருந்து, உண்டு, இளைப்பாறிப் போகும் இடங்களும் காலத்தில் இல்லை.

ஒன்றின்மேல் ஒன்றாகப்படிந்து, போய்க் கொண்டே இருப்பது தான் காலம். அதன் பின்பக்கம், ஊர்தியின் பின்பக்கத்தில் இணைக்கப்பட்டுள்ளது. அதில் முடிவில்லை. விலக்குவதற்கு எதுவும் இல்லை. ஆரம்பமும் இல்லை; முடிவும் இல்லை.

புலன் உணர்வுகளால் உருவாக்கப்பட்ட சக்கரம் தான் காலம். வெட்ட வெளிச் சூனியத்தில் அதைச் சுழலவிட்டதும் புலன் உணர்வுகளே.

திகைப்பூட்டும் பருவ காலங்களை நீங்கள் உணர்கிறீர்கள். அதனால், எல்லாமே அவற்றின் பிடியில் சிக்கி இருப்பதாக நம்புகிறீர்கள். தோன்றி அகலும் எல்லாப் பருவ காலங்களும் என்றென்றும் ஒன்றேதான்.

வளர்ச்சியும் சிதைவும் உமது புலனுணர்வுகளுக்குப் புலப்படு கின்றன. அதனால், அழிவு என்பது வளர்ச்சியின் முடிவு என்று முடிவு கட்டிவிடுகிறீர்கள். வளர்ச்சிக்கும் அழிவிற்குமான ஆற்றல், வளர்ச்சியோ அழிவோ அல்ல என்பதை ஒப்புக் கொள்ளுங்கள்.

தென்றலோடு ஒப்பிட்டு, வீசும் காற்று, வேகமானது என்று உணர்கிறீர்கள். காற்று விரைவில் வெகுதூரம் போய்விடும் என்கி றீர்கள். காற்றையும் தென்றலையும் செலுத்தும் சக்தி ஒன்றுதான். அந்தச் சக்தி, காற்றுடன் ஓடுவதும் இல்லை, தென்றலில் தடுமாறு வதும் இல்லை.

எவ்வளவு ஏமாளிகள் நீங்கள்! உமது புலனுணர்வுகள் எவ்வளவு தந்திரம் செய்கின்றன! எங்கே உமது கற்பனை? உங்களைத் திகைப்பூட்டும் எல்லா மாற்றங்களும் செப்பிடுவித்தைகளே.

வீசும் காற்று, எவ்வாறு தென்றலை விட வேகமாக இருக்க முடியும்? வீசும் காற்றைத் தென்றலல்லவா பெற்றெடுத்தது? வீசும் காற்று தென்றலைத்தானே சுமந்து செல்கிறது!

பூமியின் மீது நடக்கும் நீங்கள், காலடி வைப்புகளாலும், தூர அளவுகளாலும், எவ்வாறு அளப்பீர்கள்? நீங்கள் மெல்ல நடந்தாலும், வேகமாய் ஓடினாலும், பிரபஞ்ச வெளியில் பூமி சுழலும்போது, உங்களையும், பூமிப் பிரதேசங்களையும் சுமந்து கொண்டு அது செல்லவில்லையா? உங்கள் நடைவேகம் பூமி யின் வேகம்தானே? பூமியின்மீதுள்ள அனைத்துப் பொருள்களின் வேகமும் பூமியின் வேகம்தானே?

நிதானம், வேகத்தின் தாய். வேகத்தைச் சுமந்து செல்வது நிதானம். கால இடங்களின் ஒவ்வொரு புள்ளியிலும், வேகமும் நிதானமும் பிரிக்க முடியாதபடி அமைந்துள்ளன.

வளர்ச்சியை வளர்ச்சி என்றும், அழிவை அழிவென்றும், அவை ஒன்றுக்கொன்று எதிரானவை என்றும், எப்படி நீங்கள் சொல்கிறீர்கள்?

அழிவிலிருந்து அல்லாமல் வேறொன்றிலிருந்து ஏதாவது முளைத்ததுண்டா? வளர்வது தவிர, வேறேதாவது அழிவதுண்டா?

நீங்கள் தொடர்ந்து அழிந்து கொண்டுதானே வளர்ந்து வருகிறீர் கள்? தொடர்ந்து சிதைவதன் மூலம், நீங்கள் வளர்ந்து கொண்டே வரவில்லையா?

இறந்து போனவர்கள், உயிர் வாழ்பவருக்கான அடிமண்தானே?

உயிர் வாழ்பவர்கள், இறந்து போனவரின் தானியக் களஞ்சியம் தானே?

வளர்ச்சி, அழிவின் குழந்தை என்றால், அழிவு, வளர்ச்சியின் குழந்தை- வாழ்வு, மரணத்தின் தாய் என்றால், மரணமும் வாழ்வின் தாய்தான். கால இடங்களின் ஒவ்வொரு புள்ளியிலும் அவை ஒன்றே.

சாவுக்கும், அழிவுக்கும் கவலைப்படுகிற உங்கள் முட்டாள் தனத்தைப் போன்றதுதான், வாழவும், வளரவும் நீங்கள் ஆனந்தப் படுவது.

இலையுதிர் காலம் மட்டுமே, திராட்சைக் கனிகளுக்கான பருவம் என்று எப்படிச் சொல்கிறீர்கள்? மழைக் காலத்திலும் அவை தோன்றுகின்றன. அவற்றிற்குள் சாறு துடிக்கின்றது; திராட்சை ரசத்தை அது கனவு காண்கிறது. இளவேனிற் பருவத்திலும், மரகத மணி மொட்டுகள் போல் பிஞ்சுகள் வெளிப் படுகின்றன. கோடை காலத்திலும் பிஞ்சுக் காய்கள் பருத்துப்

பெருக்க, கதிரொளியில் அதன் கன்னங்களில் தங்க முலாம் படர்கின்றது.

ஒவ்வொரு பருவ காலமும், மற்ற மூன்று பருவ காலங்களைத் தனக்குள் சுமந்தே திரிகிறது. கால இடங்களின் ஒவ்வொரு புள்ளியிலும் அவை ஒன்றாகவே ஒடுங்கியுள்ளன.

ஆ! காலம் ஒரு, மாபெரும் செப்பிடுவித்தைக்காரன்! மனிதர், மாபெரும் போலிகள்!

சக்கரத்தில் உள்ள அணில் போல, மனிதன் காலச் சக்கரத்தைச் சுழற்றிவிடுகிறான். அவனே நம்ப முடியாத அளவுக்கு அது சுழல ஆரம்பித்துவிடுகிறது. அவனும் அதில் அகப்பட்டுவிடுகிறான். காலத்தின் சுழற்சி வேகத்தை அவனால் கணிக்கவும் முடிவதில்லை.

ஈரமான கல்லை நக்கும் பூனை, கசியும் தனது இரத்தத்தையே சுவைக்கிறது. கல்லில் கசியும் இரத்தம் என்றே அது அதை நினைக்கிறது.

காலத்தின் வெளி விளிம்பில் கசியும் தனது இரத்தத்தையே மனிதன் சுவைக்கிறான். காலத்தின் ஆரக் கால்களில் உள்ள தனது சதையையே அவன் மெல்லுகிறான். அந்த இரத்தமும், சதையும், காலத்திற்குச் சொந்தமானது என்றே அவன் நினைத்து விடுகிறான்.

பிரபஞ்ச வெட்டவெளி இருளில், காலச் சக்கரம் சுழல்கிறது.

புலன் உணர்வுகளால் அறியப்படும் எல்லாப் பொருள்களும் காலச்சக்கரத்தின் ஆரக் கால்களில் உள்ளன. ஆனால், கால வெளி தவிர வேறெதையும் அவற்றால் அறிய முடிவதில்லை. அதனால், பொருள்கள் தொடர்ந்து தோன்றுவதும் மறைவதுமாக உள்ளன.

காலத்திலும் வெளியிலும், ஒரு புள்ளியில் ஒரு சமயம் மறைந்து போவது, மற்றொரு சமயம் மற்றொரு புள்ளியில் தோன்றிவிடுகிறது. ஒன்றுக்குப் பகலாக இருப்பது, மற்றொன்றிற்கு இரவாக இருக்கிறது. இதெல்லாம் பார்ப்பவர் எங்கே, எப்போது பார்க்கிறார் என்பதைப் பொறுத்து அமைகிறது.

துறவிகளே, வாழ்வு, சாவு ஆகியவற்றின் பாதை ஒன்றுதான். காலச்சக்கரத்தின் வெளிவட்ட விளிம்பில். வட்டத்தின் சுழற்சியில், அது ஒரு முடிவிடத்தை அடைவதே இல்லை. அது எங்கும்

தங்கி நிற்பதும் இல்லை. உலகில் உள்ள எல்லா இயக்கங்களும், சுழல் வட்ட இயக்கங்களே.

அப்படியானால், காலத்தின் மாயச் சுழற்சியிலிருந்து தப்புவதற்கு, மனிதனுக்கு வழியே இல்லையா?

மனிதனால் அது முடியும். ஏனென்றால், அவன், கடவுளின் புனித சுதந்தரத்தின் வாரிசு.

காலச் சக்கரம் சுழல்கிறது. ஆனால், அதன் அச்சுத் தண்டு என்றும் ஓய்வில் இருக்கிறது!

காலச் சக்கரத்தின் அச்சுத் தண்டுதான் கடவுள். கால இடங்களில், எல்லாப் பொருள்களும் அவனைச் சுற்றிச் சுழன்று கொண்டிருந்தாலும், அவன், காலவெளி கடந்து அசையாமல் இருக்கிறான்.

எல்லாப் பொருள்களும் அவனுடைய 'சொல்'லிலிருந்து புறப்பட்டவையாக இருந்தாலும், அவன் 'சொல்,' அவனைப் போலவே கால வெளி கடந்து நிற்பது.

அச்சுத் தண்டில்தான் எல்லாம் அமைதியாக இருக்கின்றது. வெளி விளிம்பில் எல்லாமே குழப்பம்தான்.

நீங்கள் எங்கே இருக்கப் போகிறீர்கள்?

நான் சொல்வது இதுதான்:

வெளி விளிம்பிலிருந்து அச்சை நோக்கி நழுவுங்கள். சுழற்சியின் தலை சுற்றலிலிருந்து விடுபடுங்கள்.

காலம், உங்களைச் சுற்றிச் சுழலட்டும். அப்போது, நீங்கள், காலத்தோடு சேர்ந்து சுழல மாட்டீர்கள்.

19

அத்தியாயம்

நம்பிக்கையும் தர்க்கமும் காலச் சக்கரத்தை எப்படி நிறுத்துவது?

பென்னூன்: மன்னியுங்கள், குருவே! உமது தர்க்கம், என்னை அதர்க்கத்தில் தள்ளிக் குழப்புகிறது.

மிர்தாத்: பென்னூன், அதில் என்ன ஆச்சரியம்? நீங்கள் 'நீதிபதி' என்று அழைக்கப்பட்டவர். ஒரு வழக்கை முடிவுக்குக் கொண்டுவருமுன், அதன் தர்க்க நியாயத்தைத்தான் நீங்கள் வலியுறுத்துவீர்கள். தர்க்கத்தின் பயனே மனிதனைத் தர்க்கத்திலிருந்து விடுவிப்பதுதான் என்பதையும், அவனை நம்பிக்கையை நோக்கி வழிநடத்த வேண்டும் என்பதையும், அதுதான் அவனைப் புரிதலுக்கு இட்டுச் செல்லும் என்பதையும், இவ்வளவு காலம் நீதிபதியாக இருந்தும், நீங்கள் ஏன் புரிந்து கொள்ளவில்லை?

தர்க்கம் என்பது பக்குவம் அற்றது. அறிவென்னும் யானையைப் பிடிக்க, அது சிலந்தி வலை பின்னும். தர்க்கம் தக்க வயதை அடைந்ததும், தனது வலையினாலேயே சுருக்கிட்டுத் தற்கொலை செய்து கொள்ளும்! அப்புறம் அது நம்பிக்கையாக உருவெடுக்கும்; ஆழ்ந்த ஞானம் பெறும்.

தர்க்கம், முடவரின் ஊன்றுகோல். ஆனால், வேகநடை போடுகிற வர்களுக்கு ஒரு சுமை. சிறகுகள் பெற்றவர்களுக்கோ பெரும் பாரம்.

முதுமையுற்றுத் தளர்ச்சியடைந்த நம்பிக்கைதான் தர்க்கம். தர்க்கம் பக்குவ வயதை அடைந்தால் அது நம்பிக்கை. பென்னூன், உங்களது தர்க்கம் சரியான வயதை எட்டும்போது, நீங்கள் தர்க்கம் பற்றிப் பேசவே மாட்டீர்கள். விரைவில் அது நடக்கத்தான் போகிறது.

பென்னூன்: காலத்தின் வெளி விளிம்பிலிருந்து, அச்சுத் தண்டை நோக்கி நாம் நழுவிச் சென்றுவிடும் போது, நமது அடையாளத்தை இழக்க வேண்டி நேர்கிறதே! எந்த மனிதனாவது தனது இருப்பை மறுப்பானா?

மிர்தாத்: சுயத்தை மறுப்பதுதான் சுயத்தை நிலை நிறுத்துவது. மாறுதலுக்காக மரணமடைகிறவன், மாற்ற மில்லாப் பிறவியாகப் பிறப்பான். பெரும்பாலான மனிதர்கள் சாவதற்காகவே வாழ் கிறார்கள். வாழ்வதற்காகச் சாகிறவர்களே, மகிழ்ச்சியானவர்கள்.

பென்னூன்: இருந்தாலும் சுய அடையாளம் என்பது ஒரு மனிதனுக்குப் பிரியமானது அல்லவா? அவன் கடவுளுக்குள் ஆழ்ந்த பிறகு, எவ்வாறு தன் அடையாளத்தை உணர்ந்து கொள்ள முடியும்?

மிர்தாத்: கடலில் சங்கமித்துக் காணாமற் போய்விடுகிற நீரோடை, கடலேயாகித் தன்னைக் கடலாகவே அடையாளம் காண்பது போலத்தான் அது. கடவுளில் தன் அடையாளத்தை இழந்து விடுகிற மனிதன், தன் நிழலை இழந்துவிடுவான். பிறகு, நிழலில்லாத தன் வாழ்வின் சாரத்தை, அவன் கண்டு கொண்டு விடுவான்.

மிக்காஸ்டர்: காலத்தின் படைப்பான மனிதன், எவ்வாறு காலத்தின் பிடியிலிருந்து விடுபட முடியும்?

மிர்தாத்: மரணம், உங்களை மரணத்திலிருந்து விடுவிப்பது போல, வாழ்வு, உங்களை வாழ்விலிருந்து விடுவிப்பது போல, காலம், உங்களைக் காலத்தின் பிடியிலிருந்து விடுவித்துவிடும்.

மனிதனுக்குள் இருக்கிற அனைத்தும், கொஞ்சம் கூடக் குறையாமல் ஏங்கிக் கொண்டே இருப்பதால், மாறுதலில் மனிதன் களைத்துப் போய் விடுகிறான். அவனது ஏக்கம், மாற்றத்தைவிடப் பெரியது. அவன் அதற்குள் வீழ்ந்துவிடுகிறான்.

ஏக்கம் கொள்கிறவர்கள் மகிழ்ச்சி நிறைந்தவர்கள். அவர்கள் சுதந்தரத்தின் முற்றத்திற்கு வந்து சேர்ந்து விட்டதாக அர்த்தம். அப்படிப்பட்டவர்களையே நான் தேடுகிறேன். அப்படிப் பட்டவர்களுக்கே நான் உபதேசிக்கிறேன். உங்கள் ஏக்கங்களை எல்லாம் கேட்டதால்தானே, நான் உங்களைத் தேர்ந்தெடுத்தேன்?

காலத்தோடு சேர்ந்து சுற்றிக் கொண்டு, அதற்குள்ளேயே தமது சுதந்தரத்தையும், சமாதானத்தையும் தேடிக் கொண்டிருப்பவரைக் கண்டு நான் பரிதாபப்படுகிறேன்.

மரணத்திற்காக அழுவதைவிட, பிறப்பிற்காக விரைவில் அவர்களில் சிலர் சிரிப்பார்கள். காலியாவதற்காக அழுவதைவிட, நிரப்பப்படுவதற்காக அவர்கள் விரைவில் சிரிப்பார்கள். புறாவைப் போர்க் கழுகுகளின் கைகளில் ஒப்படைப்பதைவிட, அவர்கள் கூண்டில் அடைப்பார்கள். எந்த அளவுக்குத் தமக்கு எல்லாம் தெரியும் என்று நினைக்கிறார்களோ, அந்த அளவுக்கு அவர்களுக்கு உண்மை தெரியாது. முன்னேறுகிற அளவுக்குப் பின்வாங்கவும் செய்வார்கள். உயரும் அளவுக்கு, கீழே விழவும் செய்வார்கள்.

என் சொற்கள் அவர்களுக்கு, விளங்காதனவாகவும், எரிச்சலூட்டும் முணுமுணுப்பாகவும் இருக்கும். பைத்தியக்கார விடுதியில் பிரார்த்தனை செய்வது போலத்தான் அது. பார்வையற்றவர்களுக்கு முன்னால், விளக்கேற்றி வைப்பது போலத்தான் அது. அவர்கள் சுதந்தரத்திற்காக ஏக்கம் கொள்ளாதவரை, என் சொற்களுக்கு, அவர்களின் செவிகள் திறப்பதில்லை.

ஹிம்பல்: (அழுதபடி) குருவே, எமது செவிகளைத் திறந்தது மட்டுமல்ல, எமது இதயங்களையும் நீங்கள் திறந்துவிட்டீர்கள். நேற்றைய ஹிம்பல், குருடனாய்ச் செவிடனாய் இருந்ததற்காக என்னை மன்னியுங்கள்!

மிர்தாத்: ஹிம்பல், கண்ணீரை நிறுத்துங்கள்! காலவெளி கடந்து காணவல்ல, அதற்கு அப்பாலுள்ள அடி வானங்களைத் தேடவல்ல கண்ணாக, ஒரு கண்ணீர்த்துளி ஆகிவிடாது.

காலத்தின் விரல்கள் கிச்சுகிச்சு மூட்ட இப்போது சிரிப்பவர்கள், அதன் நகக்கீறலில் தோல் கிழிந்து நாளை அழப் போகிறார்கள்.

இளமையின் ஒளியில் இன்று ஆடிப் பாடுகிறவர்கள், நாளை, முதுமையில் தோல் சுருங்கி அழப்போகிறார்கள்.

காலத்தின் திருவிழாவில், வித்தை காட்டுகிறவர்கள், தமது கருமாதியின்போது, தலையில் சாம்பல் கொட்டிக் கொள்வார்கள்.

நீங்கள் எப்போதும் சாந்தமாக இருக்க வேண்டும். மாற்றத்தின் பல வண்ணக் கண்ணாடியில் மாற்றமில்லாததையே தேடுங்கள்.

காலத்தில், கண்ணீர் சிந்துவதற்கு எதுவுமே தகுதியில்லை. புன்னகை புரிவதற்கும் அதில் எதுவும் இல்லை. சிரிக்கும் முகமும், அழுகிற முகமும் பார்க்க முடியாத அளவுக்கு உருச்சிதைந்து, மாறியே அதில் தென்படும்.

உப்புக் கண்ணீரை உங்களால் தவிர்க்க முடியுமா? முடிந்தால், சிரிப்பின் சீர்கேட்டையும் தவிர்த்துவிடுங்கள்.

ஆவியாகிவிடும் கண்ணீர் சிரிப்பாக மாறும். இறுகிய சிரிப்பு கண்ணீராக மாறும்.

சிரிப்புக்காக ஆவியாகவும் வேண்டாம்; துயரத்திற்காக இறுகிவிடவும் வேண்டாம்.

இருநிலைகளிலும் அமைதியாக இருங்கள்!

20
அத்தியாயம்

இறந்த பிறகு எங்கே போவோம்?

மிக்காஸ்டர்: குருவே, நாம் இறந்த பிறகு எங்கே போவோம்?

மிர்தாத்: இப்போது நீங்கள் எங்கே இருக்கிறீர்கள், மிக்காஸ்டர்?

மிக்காஸ்டர்: குகை வீட்டில்.

மிர்தாத்: உங்களை உட்கொள்ளும் அளவுக்கு இந்தக் குகை பெரியதுதானா? உமது வீடு, இந்தப் பூமி மட்டும்தான் என்று நினைக்கிறீர்களா?

கால இடங்களால், உமது உடல்கள் வரையறைக்குட்பட்டிருந்தாலும், அவை காலத்திலும் வெளியிலுமுள்ள எல்லாப் பொருள்களாலும் ஈர்க்கப்படுகின்றன. உமது எத்தனையோ அம்சங்கள் கதிரவனிலிருந்து வருபவை; கதிரவனால் வாழ்பவை. அதே போலத்தான்; வானப் பெருவெளியின் உலகங்களும், தடமில்லாப் பாதைகளும்.

எல்லாப் பொருள்களும் மனிதனுடன் இணைக்கப்பட்டுள்ளன. அதேபோல், மனிதனும் அனைத்துடனும் இணைக்கப்பட்டிருக்கிறான். பிரபஞ்சம் முழுவதுமே ஒற்றை உடல்தான். ஒவ்வொரு துகளும் ஒன்றுடன் ஒன்று தொடர்பு கொண்டவை. அதனால், நீங்களும் எல்லாவற்றுடனும் தொடர்பு கொண்டவர்.

வாழும்போது, தொடர்ந்து செத்துக் கொண்டே இருக்கிறீர்கள்; அதேபோல், சாகும்போது தொடர்ந்து வாழ்ந்து கொண்டே இருக்கிறீர்கள். இந்த உடலில் அல்லாமற் போனாலும், வேறொரு உடல் வடிவில் இருந்து கொண்டே இருப்பீர்கள். அப்படி ஓர் உடல் கடவுளில் சங்கமமாகும் வரை வாழ்வு தொடரும். அதாவது, உமது மாற்றங்கள் எல்லாம் ஒரு முடிவுக்கு வரும் வரை.

மிக்காஸ்டர்: ஒரு மாற்றத்திலிருந்து இன்னொரு மாற்றத்திற் கான பயணத்தின்போது, நாம் இந்தப் பூமிக்குத் திரும்புவோமா?

மிர்தாத்: காலத்தின் சட்டம், 'திரும்பத்திரும்ப' என்பதுதான். ஒரு காலத்தில் நடந்தது, மற்ற காலங்களில் மீண்டும் மீண்டும் நிகழ்ந்தே தீரும். மனிதன் விஷயத்தில், இடைவெளிகள் கூடலாம், குறையலாம். அவனது திரும்பத்திரும்பத் திரும்ப வருதலுக்கான மன உறுதியும், ஆசையும் பொறுத்து, அதன் தீவிரத்தைப் பொறுத்து, அது அமையும்.

வாழ்வு என்று அறியப்படுவதன் வட்டச் சுழற்சியிலிருந்து, மரணம் என்று அறியப்படுவதான வட்டச் சுழற்சிக்குள் நீங்கள் பிரவேசிக்கும்போது, பூமியின் மீது வைத்திருக்கும் தீராத தாகத் தையும், தணியாத பசியையும் எடுத்துச் செல்கிறீர்கள்.

பூமியின் மேல் வைத்த ஆசைகள் காரணமாக, பூமி, மீண்டும் உம்மைத் தன் மார்பை நோக்கி இழுக்கிறது.

பூமி உமக்குப் பாலூட்டி வளர்க்கும் காலமே உங்களைப் பால் மறக்க விலக்கும். தொடரும் ஜனன மரணங்களில் இவையே தொடரும். ஒரு காலத்தில், உங்கள் சொந்த விருப்பப்படி, மன உறுதிப்படி, உங்களை நீங்களே மறந்துபோகும் வரை அது தொடரும்.

அபிமார்: குருவே, இந்தப் பூமிக்கு உங்கள் மீதும் ஆதிக்கம் இருக்கிறதா? நீங்கள் எங்களைப் போலத்தானே தோற்றமளிக் கிறீர்கள்!

மிர்தாத்: நான் விரும்பும் போது வருவேன்; விரும்பும் போது போய்விடுவேன். பூமியின் பந்தங்களிலிருந்து பூமிவாழ் மனிதரை விடுதலை செய்யவே நான் வருகிறேன்.

மிக்காயன்: என்றென்றைக்குமாக இந்தப் பூமியை விட்டொழிக்க விரும்புகிறேன். அதை நான் எப்படிச் செய்வது குருவே?

மிர்தாத்: பூமித் தாயையும், அவளது மக்களையும் நேசிப்பதன் மூலமாக. பூமியின் தொடர்பால் மிஞ்சி நிற்கும் எல்லாமும்,

அன்பாக மட்டுமே அமையும்போது, பூமி தன்னுடைய கடனிலிருந்து உங்களை விடுவித்துவிடும்.

மிக்காயன்: அன்பு ஒரு பற்று. பற்று ஒரு பந்தம்தானே?

மிர்தாத்: இல்லை. அன்புதான், பந்தங்களிலிருந்து விடுவிப்பது. நீங்கள் எல்லாவற்றையும் நேசிக்கும் போது, எந்தப் பற்றும் உங்களைப் பற்றாது.

சமோரா: காலச் சக்கரச் சுழற்சியை நிறுத்த, திரும்பத்திரும்ப வரும் எல்லையற்ற தொடர்ச்சியிலிருந்து, அன்பு நம்மைத் தப்புவித்து விடுமா?

மிர்தாத்: மன்னிப்புக் கேட்பதன் மூலம் அதை அடையலாம். உங்கள் நாவிலிருந்து தப்பிப்போகும் தீமை, இன்னொரு இடத்தைத் தேடிக் கொள்ளும். அது மீண்டும் திரும்பி வரும்போது, உமது நாக்கு, அன்பின் ஆசீர்வதிப்புகள் தடவியதாக இருக்கும். திரும்பத் திரும்ப வரும் பிறவியை அன்பு நிச்சயமாய்த் தடுத்துவிடும்.

காமப் பார்வை, இன்னொரு காமக் கண்ணையே தேடும். அது திரும்பி வரும்போது, தாயின் அன்பு பெருகும் பார்வைகளைக் கண்டு கொள்ளும். அதன் மூலம், காமப் பார்வைகள் திரும்பத் திரும்ப ஏற்படுவதை அது தடுத்துவிடும்.

இதயம் வெளிப்படுத்தும் வஞ்சக ஆசை, வேறு ஒரு இடத்தில் கூடு கட்டியிருக்கும். அது திரும்பி வரும்போது, தாயின் இதயம், அன்பால் பொங்கி வழிவதைக் காணும். வஞ்சக எண்ணத்தை அன்பு நசுக்கிவிடும்.

அதுதான் பாவமன்னிப்பு.

அன்பு மட்டுமே உமது மிச்சம் மீதி ஆகிவிடும்போது, அன்பு தவிர வேறெதுவும் திரும்பத் திரும்ப வராது. ஏதாவது ஒன்று மட்டுமே கால வெளியில் திரும்பத் திரும்ப வருமானால், அது, காலவெளிகளை இடைவிடாது நிரப்பிக் கொண்டே இருந்து, அவை இரண்டையும் அழித்துவிடும்.

ஹிம்பல்: என்றாலும், ஒன்று மட்டும் என் இதயத்தைத் தொல்லைப் படுத்துகிறது; புரிதலை மேகமூட்டத்தால் மறைக்கிறது. ஏன் என் தந்தை இவ்வளவு கொடூரமான முறையில் சாக வேண்டும்? வேறு விதமாக இருந்திருக்கக் கூடாதா?

21
அத்தியாயம்

வல்லமை படைத்த புனித விருப்பம்

மிர்தாத்: 'வெளி'யின் பட்டயத்தில் பொறிக்கப்பட்டுள்ள பிரபஞ்ச ஞாபகம்தான் காலம் என்பது, கால- வெளியின் குழந்தைகளாகிய உங்களுக்கு விளங்காமலிருப்பது எவ்வளவு வியப்பாக இருக்கிறது!

புலன் உணர்வுகளுக்குக் கட்டுப்பட்டவர்கள் நீங்கள். என்றாலும், பிறப்புக்கும் இறப்புக்கும் இடையில் உள்ள சிலவற்றை உங்களால் நினைவு கொள்ள முடிகிறது. ஆனால், பிறப்புக்கு முன்னாலும், இறப்புக்குப் பின்னாலும் உள்ள தெளிவற்ற காலத்தை உங்களால் எந்த அளவுக்கு நினைவு கொள்ள முடியும்?

காலம் எல்லாவற்றையும் நினைவில் வைத்திருக்கும் என்று நான் சொல்கிறேன். துல்லியமாக உங்கள் நினைவில் இருப்பதை மட்டுமல்ல, உங்கள் கவனத்தில் இல்லாததையும் அது நினைவில் வைத்திருக்கும்.

காலத்திடம் மறதி இல்லை. ஒரு சிறு அசைவு, ஒரு மூச்சு, ஒரு சிறு எண்ணத்தைக் கூட விட்டுவிடாமல் அது நினைவு வைத்திருக்கும்.

காலத்தில் உள்ள சகல நினைவுகளும், 'வெளி'யில் உள்ள பொருள்களின் சவக்குழிக்குள் ஆழமாகப் புதைக்கப்பட்டிருக்கும்.

மிகையில் நுமி

நீங்கள் மிதிக்கும் பூமி, உமது மூச்சுக் காற்று, உங்கள் வீடு, உமது வாழ்நாளின் பதிவுகளைத் துல்லியமாக வெளிப்படுத்தக் கூடும். உமது வாழ்நாளின் இறப்பு, நிகழ்வு, எதிர்காலங்களைப் பதிவு செய்து வைத்திருந்தாலும், அதைப் படிக்கும் ஆற்றலும், பொருளறியும் நுட்பமும் உங்களுக்கு இல்லை.

பிறப்பிலும் இறப்பிலும், பூமியின் மேலும் அதற்கு அப்பாலும், நீங்கள் எப்போதும் தனியாக இல்லை. உமது பிறப்பு இறப்புகளில் பங்குகொள்ளும் உயிர்கள், பொருள்களின் உறவு எப்போதும் இருந்து கொண்டேதான் இருக்கிறது, அவற்றின் பிறப்பு இறப்பிலும் உங்கள் உறவு நிலவுவது போலவே. அவற்றோடு நீங்கள் பங்கு கொள்வது போலவே, அவையும் உம்மோடு பங்குகொண்டுள்ளன. நீங்கள் அவற்றை நாடுவது போலவே, அவையும் உங்களை நாடுகின்றன.

மனிதனுக்கு எல்லாவற்றின் மேலும் விருப்பம் உண்டு. எல்லாமும் மனிதனை விரும்புகின்றன. அந்தப் பரிமாற்றம் தடை யில்லாமல் நடந்து கொண்டே இருக்கிறது. மனிதனின் மோசமான மறதிதான், கவலையின் கணக்கில் உள்ளது.

ஆனால், காலத்தின் ஞாபகசக்தி அப்படிப்பட்ட தன்று. மனிதன் தன் சக மனிதரோடு கொண்டுள்ள தொடர்பையும், பிரபஞ்சத்தின் மற்ற உயிர்களோடு கொண்டுள்ள தொடர்பையும், காலம் நினைவில் வைத்திருந்து, ஒவ்வொரு கண்ணிமைப் பொழுதிலும், கணக்கைத் தீர்த்துக் கொள்ள அவனை வற்புறுத்துகின்றது. ஒவ்வொரு வாழ்வின் தொடர்ச்சியிலும், மரணங்களின் தொடர்ச்சி யிலும் இது நிகழ்ந்து கொண்டே வருகிறது.

ஒரு வீடு, மின்னலைத் தன் பக்கம் ஈர்க்காமல், இடி அதன்மேல் விழுவதில்லை. இடி விழுவதற்கும், தனது அழிவிற்கும், அந்த வீடும் அதிகமான காரணமாகிவிடுகிறது.

ஒரு மாடு, குத்தப் படுகிறவன் அதைத் தன் பக்கம் குத்துவதற்கு ஈர்க்காதவரை, அது அவனைக் கொம்பால் குத்தாது. இரத்தம் சிந்தியதில், மாட்டைவிட மனிதனின் குற்றமே அதிகம்.

கொலையுண்டவன், கொலைகாரனின் கத்தியை இரத்தத்தால் நனைக்கிறான். மரணக் குத்துக்கு இருவருமே காரணமாவர்.

கொள்ளை கொடுத்தவன், கொள்ளையனின் செயலை வழி நடத்துகிறான், கொள்ளையில் இருவருக்குமே பங்குண்டு.

மனிதன் தனது குழப்பங்களைத் தானேதான் வரவழைத்துக் கொள்கிறான். அவற்றிற்கு அவன், எங்கே எப்போது அழைப்பு விடுத்தான் என்பது மறந்துபோய், அவற்றை எதிர்க்கிறான்.

ஆனால், காலம் மறப்பதில்லை. சரியான தருணத்தில் சரியான முகவரியில், அது அழைப்பை விநியோகிக்கவே செய்கிறது. அழைத்தவரை, காலம், விருந்தளிப்போர் வீட்டிற்கு வழிகாட்டவும் செய்கிறது.

அதனால், வருவதை எதிர்க்காதீர்கள். அது நீண்ட நாள் தங்கியதற்காக, அல்லது அது அடிக்கடி வருவதற்காக, அதைப் பழி வாங்கவும் வேண்டாம்.

எப்படிப் பட்டவராக இருந்தாலும், எல்லா விருந்தினரிடமும் அன்பாக நடந்து கொள்ளுங்கள். உண்மையில் அவர்கள் தெய்வங்கள்.

அவர்கள் பட்ட கடனுக்கு அதிகமாக நீங்கள் வெறுப்புக் காட்டினாலும், அவர்கள் மனம் நிறைந்து மகிழ்ச்சியுடன் செல்வார்கள்; மீண்டும் திரும்பி வருவார்கள். திரும்பி வரும்போது, தேவர்களாக அல்லாமல் நண்பர்களாக வருவார்கள்.

ஒவ்வொரு விருந்தாளியையும் மரியாதைக்குரியவராக நடத்துங்கள். அவருடைய நம்பிக்கையைப் பெற்று, அவரது வருகைக்கான காரணத்தைத் தெரிந்து கொள்ளுங்கள்.

துரதிர்ஷ்டத்தை நல் வாய்ப்பாக ஏற்றுக் கொள்ளுங்கள். துரதிர்ஷ்டம் புரிந்து கொள்ளப்பட்டால், அது நல்வாய்ப்பாக மாறிவிடும். ஒரு நல்வாய்ப்பை சரியாகக் கட்டமைக்கவில்லை யென்றால், அது உடனே தீய வாய்ப்பாக மாறிவிடும்.

உங்கள் பிறப்பையும், இறப்பையும், அதன் காலத்தையும், இடத்தையும், விதத்தையும் நீங்களே தீர்மானிக்கிறீர்கள். தமது விருப்பம் போல் அலையும் உமது நினைவுகள், துளைகளும், பிளவுகளும் கொண்டு குழப்பமாக இருப்பதற்கும் நீங்களே காரணம்.

புத்திசாலி என்று சொல்லிக் கொள்கிறவன், பிறப்பு இறப்பில் நம் பங்கு எதுவும் இல்லை என்று அறிவிக்கிறான். அந்தச் சோம்பேறி, தனது இடுங்கிய மாறுகண் கொண்டு, காலத்தைப் பார்க்கிறான். கால இடங்களில் நிகழ்வனவற்றை விபத்துகள் என்று தள்ளுபடி செய்துவிடுகிறான். அந்த ஆணவம் கொண்ட ஏமாற்றுக்காரர்களிடம் எச்சரிக்கையாக இருங்கள், என் தோழர்களே!

மிகைல் நயீம்

கால-வெளியில் விபத்துக்களே இல்லை. எல்லாம் சரியாகத் திட்டமிட்டபடி வல்லமை கொண்ட விருப்பத்தால் இயக்கப்படு கின்றன. அது தவறு செய்வதும் இல்லை; எதையும் புறக்கணிப்பதும் இல்லை.

நீரூற்று, மழைத்துளிகளைச் சேமிக்கின்றது. நீரூற்றுகள் ஓடைகளை நோக்கிப் பெருகுகின்றன. நீரோடைகள் சிற்றாறுகளை நோக்கி. சிற்றாறுகள் பேராறுகளை நோக்கி. கடைசியில் கடலில் சங்கமம். கடல்கள் மா கடல்களில். அதனால், எல்லா உயிர்களும், உயிரற்ற வையும், சிற்றாறுகள் போல், வல்லமை கொண்ட விருப்பத்தில் பாய்ந்து கலக்கிறன.

எல்லாப் பொருள்களுக்கும் விருப்பம் உண்டு என்று நான் உங்களுக்குச் சொல்கிறேன். உயிரற்றதாகவும், செவிடாகவும், ஊமையாகவும் தோன்றும் கல்லுக்கும் விருப்பம் உண்டு. இல்லை யென்றால் அது எதையும் பாதிக்காது. எதுவும் அதையும் பாதிக்காது. அதன் விருப்பத்தின் பிரக்ஞை, மனிதனுக்கு உள்ளதைப் போலன்றி அளவில் மாறுபட்டிருந்தாலும், சாராம்சத்தில் மாற்றமே இல்லை.

உமது வாழ்வின் ஏதாவது ஒரு நாளில், எந்த அளவு உள்ளுணர்வோடு இருக்கிறீர்கள் என்பதை உண்மையாகச் சொல்ல முடியுமா? மிகமிகச் சிறிய அளவில்தான் அது இருக்கும்.

உங்கள் புலனுணர்வுகளையும், எண்ணங்களையும் பதிவு செய்யும் மூளையை நீங்கள் பெற்றிருந்தாலும், ஒரு நாள் உணர்வை, உங்கள் உள்ளுணர்வு உணர்வதில்லை. அப்படியிருக்க, ஒரு கல் எவ்வாறு தனது வாழ்நாள் விருப்பத்தை உணர்ந்திருக்கும்?

வாழ்வதையும், இயங்குவதையும் உள்ளுணர்வின்றி நீங்கள் வாழும்போது, விருப்பம் பற்றிய உள்ளுணர்வும் உங்களுக்கு இல்லாமல் போய்விடுகிறது. ஆனால் உங்கள் உள்ளுணர்வற்ற தன்மையை, வல்லமை கொண்ட விருப்பம் உணர்ந்தே இருக்கிறது. பிரபஞ்சத்தின் எல்லாப் படைப்புகளின் உள்ளுணர்வற்ற தன்மையையும் அது உணர்ந்தே இருக்கிறது.

வல்லமை கொண்ட விருப்பம், தனது வழக்கப்படி, ஒவ்வொரு காலத்தின் நொடியிலும், வெளியின் புள்ளியிலும், தன்னை மறு விநியோகம் செய்து கொள்ளும். எல்லா மனிதருக்கும், அவர்கள் விரும்பியவற்றை யெல்லாம், அது திருப்பிக் கொடுக்கும். அவர்கள் உள்ளுணர்வின்றி விரும்பினாலும் சரி, உள்ளுணர்வுடன் விரும்பினாலும் சரி, அவற்றைக் கொஞ்சம் கூடக் குறையாமலும், அதிகரிக்காமலும் அது கொடுத்துவிடும்.

ஆனால், இதையறியாத மனிதர்கள், சர்வ வல்லமை படைத்த விருப்பத்தின் பையிலிருந்து கொட்டும் நலன்களைக் கண்டு அடிக்கடி திகிலடைந்து போய்விடுகிறார்கள்; சலிப்பால் அவற்றைத் தடுக்கிறார்கள்; தங்கள் அச்சத்திற்குக் காரணம், நிலையற்ற விதிதான் என்று குற்றம் சாட்டுகிறார்கள்.

துறவிகளே! காரணம் விதியன்று; நிலையில்லாமைதான். விதியின் வேறு பெயர்தான் வல்லமை கொண்ட விருப்பம். நிலையற்றதாய் இருப்பது மனிதனின் விருப்பமே. அதன்போக்கு மிக ஆவேசம் கொண்டதாகவும், உறுதியற்றதாகவும் இருக்கிறது. இன்று கிழக்கு நோக்கிப் பாயும், நாளை மேற்கு நோக்கிப் பாயும். அது, இதை நல்லதென்று இங்கே முத்திரை குத்தும், தீயதென்று அங்கே அலறும். இப்போது, ஒருவரை நண்பன் என்று ஒப்புக் கொள்ளும், அப்புறம் அவரைப் பகைவன் என்று மோதும்.

நீங்கள் ஊசலாடவே கூடாது, தோழர்களே!

பொருள்கள், மனிதருடனான உங்கள் உறவுகளை, அவற்றின் மீதான உங்கள் விருப்பங்களும், உங்கள் மீதான அவற்றின் விருப்பங் களுமே, தீர்மானிக்கின்றன. அவற்றிற்கு உங்கள்மீது தோன்றும் விருப்பத்தையும், அவற்றின் மீது நீங்கள் கொள்ளும் விருப்பமே தீர்மானிக்கிறது.

முன்பு நான் உங்களுக்குச் சொன்னதையே, இப்போதும் சொல்கிறேன். உங்கள் மூச்சு, பேச்சு, உங்கள் விருப்பம், எண்ணம், செயல், ஆகியவை பற்றிக் கவனத்தோடு இருங்கள். உங்கள் மூச்சிலும் பேச்சிலும், விருப்பத்திலும், எண்ணத்திலும், செயலிலும், உங்கள் விருப்பமே ஒளிந்திருக்கின்றது. உங்களுக்குள் மறைந்திருப் பது, வல்லமை கொண்ட விருப்பத்திற்கு வெளிப்பட்டுவிடுகிறது.

எந்த மனிதனின் விருப்பமும் அவனுக்கு மகிழ்ச்சி தருவதில்லை. மாறாக வேதனையே தருகிறது. வேதனையைக் காட்டிலும் அதிக வேதனை தருவது, மகிழ்ச்சியால் உண்டாகும் வேதனைதான்!

மனித விருப்பத்தின் எதுவும், நல்லதல்ல; தீயதே. அதனால், உங்களுக்குத் தீமை நேராதவாறு பார்த்துக் கொள்ளுங்கள்.

எல்லா மனிதரின், எல்லாப் பொருள்களின் விருப்பமும் அன்பு தான். அன்பின் மூலமாகவே உங்கள் திரைகள் விலகும்; புரிதல் உமது இதயத்தில் உதயமாகும். இவ்வாறு, உமது விருப்பம், சர்வ வல்லமை கொண்ட விருப்பத்தின் அற்புத இரகசியங்களின் ஞானத் தைப் பெறும்.

மிகையில் அருமி

எல்லாவற்றின் உள்ளுணர்வுடன் நீங்கள் வளரும்வரை, அவற்றின் விருப்பங்கள் உமக்குள் இருப்பதையும், உமது விருப்பங்கள் அவற்றில் இருப்பதையும் உங்களால் உணர்ந்து கொள்ள முடியாது.

எல்லாவற்றிலும் உமது விருப்பம் இருப்பதையும், அவற்றின் விருப்பங்கள் உமக்குள் இருப்பதையும், நீங்கள் உணர்ந்திருக்கும் வரை, வல்லமை கொண்ட விருப்பத்தின் இரகசியங்களை உங்களால் அறியமுடியாது.

சர்வவல்ல விருப்பத்தின் இரகசியங்களை நீங்கள் அறியும்வரை, அதற்கு எதிராக உமது விருப்பத்தைத் திருப்பவும் முடியாது. அப்படிச் செய்தால் இழப்பு உங்களுக்குத்தான். ஒவ்வொரு மோதலின் போதும், நீங்கள்தாம் காயம்பட்டுப் பித்தம் பிடித்து வெளியேற வேண்டிவரும். மீண்டும் வஞ்சம் தீர்க்க மோதினால், புதியகாயங்களே ஏற்படும்; நச்சுக்கோப்பை நிறைந்து வழியும்.

தோல்வி தவிர்த்து வெற்றி கொள்ள, சர்வவல்ல விருப்பத்தை ஒப்புக் கொள்ளும்படி நான் வேண்டுகிறேன். அதன் மர்மப் பையிலிருந்து எது விழுந்தாலும் அதை, முணுமுணுப்பின்றி ஏற்றுக் கொள்ளுங்கள்; நன்றியுடன் ஏற்றுக் கொள்ளுங்கள்; நம்பிக்கையுடன் ஏற்றுக் கொள்ளுங்கள்; உங்களுக்குச் சேர வேண்டிய நியாயமான பங்கு என்று ஏற்றுக் கொள்ளுங்கள்; அவற்றின் மதிப்பையும், அர்த்தத்தையும் புரிந்து கொள்ளும் விருப்பத்துடன் ஏற்றுக் கொள்ளுங்கள்.

உமது விருப்பத்தின் மறைந்திருக்கும் வழிகளை நீங்கள் புரிந்து கொள்ளும்போது, உங்களுக்கு சர்வ வல்லமை கொண்ட விருப்பம் எது என்பது புரிந்துவிடும்.

உங்களுக்கு எது தெரியாது என்பதை ஒப்புக் கொள்ளுங்கள். அது உங்களுக்கு, அறிதலுக்கு உதவி செய்யும். அதன்மீது சினம் கொண்டால், அது நீங்காப் புதிராக நிலைத்துவிடும்.

உமது விருப்பம், சர்வ வல்லமை கொண்ட விருப்பத்தின் தாதியாக இருக்கட்டும்; புரிதல், சர்வ வல்லமை கொண்ட விருப்பத்தை, உமது விருப்பத்தின் பணியாளாகச் செய்யும் வரை!

இப்படித்தான் நான் நோவாவுக்கு உபதேசித்தேன். அப்படியே உங்களுக்கும் உபதேசிக்கிறேன்.

22

அத்தியாயம்

ஆண், பெண், திருமணம், பிரம்மச்சரியம், இவற்றை வெல்பவர்

மிர்தாத்: நரோண்டா, என் நன்றியுள்ள ஞாபகமே! இந்த அல்லி மலர்கள் உம்மிடம் என்ன சொல்கின்றன?

நரோண்டா: என் காதில் எதுவும் விழவில்லை, குருவே,

மிர்தாத்: "நாங்கள் நரோண்டாவை நேசிக்கிறோம். எமது அன்பின் பரிசாக, எமது நறுமணங் கமழும் ஆத்மாக்களை மகிழ்ச்சியுடன் வழங்குகின்றோம்," என்று அவை சொல்வது என் காதில் விழுகிறது.

நரோண்டா, எனது நிலையான இதயமே! இந்தக் குளத்தின் நீர் என்ன சொல்கிறது உம்மிடம்?

நரோண்டா: என் காதில் எதுவும் விழவில்லை, குருவே.

மிர்தாத்: "நாங்கள் நரோண்டாவை நேசிக்கிறோம். அதனால், அவரது தாகத்தையும், அவரது நேசத்திற்குரிய அல்லிகளின் தாகத்தையும் தணிக்கிறோம்," என்று அவை சொல்வது என் காதில் விழுகிறது.

நாரோண்டா, என்றும் விழித்திருக்கும் என் கண்ணே! எல்லாவற்றையும், கதிரொளி சுடரும் தன் கரங்களில் ஏந்தித் தாலாட்டும் இந்தப் பகல், உம்மிடம் என்ன சொல்கிறது?

நரோண்டா: என் காதில் எதுவும் விழவில்லை, குருவே.

மிர்தாத்: "நான் நரோண்டாவை நேசிக்கிறேன். அதனால், அவரை என் அன்பான குடும்பத்தோடு சேர்த்து, என் கதிரொளிக் கரங்களில் தாலாட்டுவேன்," என்று அது சொல்வது என் காதில் விழுகிறது.

நேசிப்பதாலும், நேசிக்கப்படுவதாலும், சோம்பல் கனவுகளும் சிந்தனைகளும் கூடுகட்டிக் குஞ்சு பொரிக்காத அளவுக்கு நரோண்டாவின் வாழ்வு அன்பால் நிரம்பி இருக்கின்றதல்லவா?

மெய்யாகவே, மனிதன் பிரபஞ்சத்தின் குழந்தை. எல்லாப் பொருள்களும் அவன் மீது அதிக அன்புகாட்ட விரும்புகின்றன. ஆனால், அத்தகைய வரம்பு மீறிய அன்பினால் கெட்டுப்போகாதவர்கள் சிலரே. அன்பு காட்டும் கையைக் கடிக்காதவர்கள் மிகமிகச் சிலரே.

கெட்டுப் போகாதவர்களுக்கு, பாம்புக்கடியும் அன்பு முத்தமாகும். ஆனால், கெட்டுப்போனவர்களுக்கோ அன்பு முத்தமும் பாம்புக் கடியாகும். அப்படித்தானே சமோரா?

நரோண்டா: குரு இவ்வாறு பேசியபோது, சமோராவும் நானும், வெயில்காயும் பிற்பகல் வேளை, ஒன்றில், மடாலயத்தின் பூங்காவிற்கு நீர் பாய்ச்சிக் கொண்டிருந்தோம். எப்போதும் கவனக் குறைவாகவும், உற்சாகமில்லாமலும், தலை குனிந்தும் இருக்கிற சமோரா, குருவின் கேள்வியால் திடுக்கிட்டுத் திகைத்துப் போனார்.

சமோரா: குரு சொல்வது உண்மை. அது உண்மையாகத்தான் இருக்க முடியும்.

மிர்தாத்: உங்கள் விஷயத்தில் அது உண்மைதானே, சமோரா? நீங்கள், பல அன்பான முத்தங்களால் நஞ்சேற்றப்பட்டவர்தானே? நஞ்சூட்டப்பட்ட உமது அன்பை நினைத்து நீங்கள் இப்போது வேதனைப்படுகிறீர்கள் அல்லவா?

சமோரா: (கண்ணீர் பெருக்கியபடி குருவின் காலில் விழுந்து) ஆ! குருவே! இதயத்தின் அடியாழத்தில் எனது இரகசியத்தை, உங்கள் பார்வையிலிருந்து மறைத்து வைக்கும் சிறு பிள்ளைத் தனத்தையும், வீண் முயற்சியையும் என்ன சொல்ல!

மிர்தாத்: (சமோராவை மேலே எழுப்பி) அதை, இந்த அல்லி மலர்களிடமிருந்து மறைப்பது கூட எவ்வளவு சிறுபிள்ளைத் தனமான வீண் முயற்சி!

சமோரா: எனக்குத் தெரியும், என் இதயம் தூய்மையானது அன்று. காரணம், நேற்றிரவு நான் ஒரு மோசமான கனவு கண்டேன்.

இன்று என் இதயத்தைத் தூய்மைப் படுத்திக் கொள்வேன். என் குருவே, உங்கள் முன்னால், அதை நிர்வாண மாக்கி நிறுத்துவேன்; நரோண்டாவுக்கு முன்னாலும்தான்; இந்த அல்லி மலர்களுக்கு முன்னாலும், அதன் வேர்களில் நெளியும் புழுக்களுக்கு முன்னாலும்தான்.

என்னை நசுக்கிக் கொண்டிருக்கும் என் ஆத்மாவின் பாரத்தை நீக்குவேன். இந்தத் தளர்நடைத் தென்றல், உலகின் எல்லா உயிர்களையும் நோக்கி மெல்ல வீசட்டும்.

என் இளமைப் பருவத்தில் கன்னி ஒருத்தியைக் காதலித்தேன். விடிவெள்ளியைவிட அழகானவள் அவள். என் விழிகளுக்கு உறக்கம் எவ்வளவு இனியதோ, அதைவிட இனியது அவள் பெயர் என் நாவுக்கு. 'ஹோக்லா' என்பது அவள் பெயர்.

நீங்கள் பிரார்த்தனை பற்றியும், இரத்த ஓட்டம் பற்றியும் பேசியபோது, உமது சொற்களை நான் நல்ல மருந்தாய்க் குடித்தேன். இதுவரை 'ஹோக்லா' தான் என் இரத்தத்தைச் சூடேற்றி, அதிகாரம் செலுத்தி ஆட்டிப் படைத்தவள்.

அவளது காதல் அழிவற்றதாய்த் தோன்றியது. அவளது காதலை, நான் மோதிரமாக அணிந்து கொண்டேன். மரணம் எனக்கு அஞ்சல்காரனின் மேலங்கியாகத் தோன்றியது. எல்லா, நேற்றைய தினங்களை விடவும் நான் மூத்தவனாக உணர்ந்தேன்; வரப்போகும் எல்லா நாளைய தினங்களை விடவும் நான் இளையவனாக உணர்ந்தேன். என் கைகள் சுவர்க்கத்தையே தாங்கி நின்றன. என் கால்களே பூமியைச் சுழலவிட்டன. என் இதயத்தில் பலப்பல ஒளிரும் கதிரவன்கள்.

ஒரு நாள் 'ஹோக்லா' இறந்து போனாள். சமோரா எரியும் ஃபீனிக்ஸ் பறவையானான். மிஞ்சியது சாம்பல். சூடு குறைந்து போன அந்தச் சாம்பல் குவியலிலிருந்து, இப்போது ஒரு புதிய ஃபீனிக்ஸ் பறவை பிறந்திருக்கிறது.

அஞ்சா நெஞ்சச் சிங்கமான சமோரா, இப்போது ஒரு பயந்த முயலாகிவிட்டான். வானத்தைத் தாங்கி நின்ற தூணான சமோரா, தேங்கிய குட்டையில் வீழ்ந்து கிடக்கும் இடிபாடு ஆகிவிட்டான்.

நான் சமோராவை மீட்டுக் கொண்டு வந்திருக்கிறேன். இந்த மடாலயத்தின் மங்கிய நினைவுகளிலும், நிழல்களிலும் உயிரோடு என்னைப் புதைத்துவிடவே நான் இங்கு வந்து சேர்ந்தேன். ஒருவர் இந்த மடாலயத்தில் இறந்துவிட்ட நல்ல வேளையில் நான் இங்கு வந்து சேர்ந்தேன். அதனால், என்னை உள்ளே ஏற்றுக் கொண்டார்கள்.

பதினைந்து ஆண்டுக் காலமாக, மடாலயத் தோழர்கள் என்னைப் பார்த்தும், என்பேச்சைக் கேட்டும் வருகிறார்கள். ஆனால், இந்த சமோராவின் இரகசியங்களை அவர்கள் கேட்டதும் இல்லை, பார்த்ததும் இல்லை.

மடாலயத்தின் புராதனச் சுவர்களும், இருண்ட வழிகளும் கூட அதை அறியாதிருக்கலாம். ஆனால், இந்தத் தோட்டத்தின் மரங்களும், மலர்களும், பறவைகளும் கொஞ்சம் அறிந்திருக்கக்கூடும். ஆனால், எனது யாழின் நரம்புகள் நிச்சயமாக உங்களுக்கு அதிகம் சொல்லக்கூடும். குருவே, நான் சொல்வதைக் காட்டிலும் என்னவளைப் பற்றி இவை அதிகம் சொல்லக் கூடும்.

உமது சொற்கள், சமோராவின் சாம்பலைச் சூடாக்கி, புதிய சமோரா பிறக்க உறுதியளிக்கின்றன. அவள் என் கனவில் வந்து, என் குருதியைக் கொதிக்க வைக்கிறாள்; பருத்த செங்குத்துப் பாறைகள் மேல் என்னைத் தூக்கி எறிகிறாள்; இந்த நாளின் எதார்த்தப் பாறைகளின் மேலும். எதார்த்தமோ எரிந்தடங்கிய தீப்பந்தமாய் இருக்கிறது; பரவசப் பச்சைக் குழந்தையாய், உயிரற்ற சாம்பலாய் இருக்கிறது.

ஆ! ஹோாக்லா! ஹோாக்லா!

என்னை மன்னியுங்கள், குருவே! என் கண்ணீரைக் கட்டுப் படுத்த முடியவில்லை. சிறிதளவு சதை என்றாலும் அது சதைதானே? என் சதை மீது இரக்கம் காட்டுங்கள். இந்தச் சமோராவிடம் இரக்கம் காட்டுங்கள்.

மிர்தாத்: இரக்கத்திற்கே இரக்கம் தேவைப்படுகிறது! மிர்தாதிடம் அது இல்லை. ஆனால், அனைத்துப் பொருள்களின் மீதான அன்பு ஏராளமாய் இருக்கிறது. சதைக்கும் இவனிடம் அன்புண்டு. ஆத்மாவுக்கு அதிகமாகவே உண்டு. நிறைந்த சதை உருகி உருகி

உருவமற்றுப் போய்விடும். மிர்தாத், தன் அன்பால், சாம்பலிலிருந்து சமோராவை உயிர்ப்பிப்பான்; அவனை வெற்றியாளன் ஆக்குவான்.

வெற்றியாளனுக்கே நான் உபதேசிக்கிறேன்- ஒன்றுபட்டு ஒன்றிணைந்த மனிதன், தனக்கே எஜமானன்.

பெண்மீது கொண்ட காதலால், மனிதன் கைதியாகிறான். காதலால் ஆணை அடிமையாக்கிய அவளும், அவனும், சுதந்தரம் என்ற மணி மகுடத்திற்குத் தகுதியற்றவர்கள்.

ஆனால், காதலால், பிரிக்க முடியாதபடி, இருவராய் அடையாளம் காணமுடியாதபடி ஒன்றாகிவிட்டவர்கள், அந்தப் பரிசுக்குத் தகுதி பெற்றுவிடுகிறார்கள்.

காதலரை வெல்லும் காதல், காதலே அன்று. இரத்தமும் சதையும் சாப்பிட்டு வளரும் காதல், காதலே அன்று. ஆண் பெண் பிள்ளைகளைப் பெறவும், உடலின் பந்தத்தை உறுதிப்படுத்துவதற்காகவும், ஆண் பெண்ணிடையே ஏற்படும் ஈர்ப்பு காதலே அன்று.

வெற்றியாளனுக்கே நான் உபதேசிக்கிறேன்- அவன் ஃபீனிக்சாக இருப்பான். அவன் ஆணாக இருக்கப் பூரண சுதந்தரம் பெற்றிருப்பான். ஒரு பெண்ணாக இருக்கவும் பக்குவமாக இருப்பான்.

வாழ்க்கையின் இறுகிய பிரதேசங்களில் உள்ளது போல, ஆணும் பெண்ணும் ஒருவரே. வாழ்வின் அரிய பிரதேசங்களில் அவர்கள் ஒருவரே. இருவருக்கும் இடையிலுள்ள இடைவெளி, இருமை என்ற மாயையின் ஆதிக்கத்திற்கு உட்பட்ட நிரந்தரத்தின் ஒரு சிறு துணுக்கு மட்டுமே. முன்னால், பின்னால் என்ற அம்சங்களை அறியாதவர்களால் மட்டுமே, அந்தத் துணுக்கைக் காணமுடியும்; அது ஒரு துணுக்கன்று, அதுவே நிரந்தரம்தான் என்று.

இருமையே வாழ்வின் அடிப்படை என்று நம்பிக்கை கொண்டவர்கள், 'வாழ்வின் சட்டமே ஒருமைதான்' என்பதை உணர மாட்டார்கள்.

இருமை, காலத்தின், ஒரு காலகட்டம். அது ஒருமையிலிருந்தே புறப்பட்டு, ஒருமையை நோக்கியே செல்லும். எவ்வளவு விரைவாக நீங்கள் இந்தக் காலகட்டத்தில் குறுக்கீடு செய்கிறீர்களோ, அவ்வளவு விரைவில், உமது சுதந்தரத்தைத் தழுவிக் கொள்வீர்கள். ஆணும் பெண்ணும் ஒன்றுதான் அன்றி வேறென்ன? மனிதனுக்கு அந்த உள்ளுணர்வு இல்லை. இருவரும் ஒரே முறுக்கு நூலின், நூலிழைப்

பிரிகள். அவன் இருமை என்னும் நஞ்சைக் குடிக்காமலிருந்தால் மட்டுமே ஒருமைத் தேனைச் சுவைக்க முடியும். மிகுந்த ஆவல் கொண்டு மனவுறுதியுடன் அதைத் தேடுக! நாடுக! நாடிப்பெறுக! எல்லாவற்றினும் மேலோங்கிய சுதந்தரத்தை அந்த ஒருமையின் மூலம் பெறுக!

ஆண் குதிரை கனைத்துப் பெண் குதிரையை அழைக்கட்டும். பெண் மான் ஆண்மானை அழைக்கட்டும். இயற்கை தூண்டுகிறது; ஆசீர்வதிக்கிறது; அவற்றின் செயல்களைப் பாராட்டுகிறது. இனவிருத்தி என்ற ஓர் அம்சத்தைவிட மேலான உள்ளுணர்வு எதுவும் அவற்றிற்கு இல்லை.

ஆணும் பெண்ணும், ஆண் குதிரை பெண்குதிரை, ஆண்மான் பெண்மான்களை விட்டு, இன்னும் வெகுதூரத்தில் இல்லை என்பதால், சதையின் இருண்ட தனிமைக்குள் ஒருவரை யொருவர் நாடிக் கொள்ளட்டும். திருமணம் என்ற அங்கீகாரப் பிணைப்பின் மூலம், அங்கீகரிக்கப்பட்ட படுக்கை அறையில் அவர்கள் ஒன்றி ணைந்து கொள்ளட்டும். அவர்கள் தமது, கருத்தரிக்கும் ஆற்றலின் ஆதரவில், தமது கர்ப்பப் பைகளை வளமாக்கிக் கொண்டு மகிழட்டும்; உயிர்களைப் பெருக்கட்டும்.

இயற்கை அவர்களுடைய ஆதரவாளராகவும், தாதியாகவும் மகிழ்ச்சியுடன் இருக்கும். இயற்கை, முட்களை மறந்துவிடாமல், கொத்துக் கொத்தாய் ரோஜா மலர்களை வழங்கும்.

இத்தகைய வாய்ப்புப் பெற்ற ஆணும் பெண்ணும், தாம் ஒன்று கூடுவது, இன்னும் உடலளவில்தான் என்றாலும், அது சதைகளின் சேர்க்கை அல்ல என்பதையும், சதையிலிருந்து விடுபட்டுச் சுதந்தரம் பெறுகிற விருப்பத்தினால்தான் என்பதையும் அவர்கள் உணர்ந்தாக வேண்டும். அந்தப் பாதையில் ஏற்படுகிற தடைகள் எல்லாம், பரிபூரண ஒருமைக்கும், புனிதமான புரிதலுக்கும் ஏற்படுகிற இடையூறுகள் என்பதை அவர்கள் உணர வேண்டும்.

'இறுக்கமான, நன்கு அளக்கப்பட்ட, வரையறுக்கப் பட்ட, மிக விரிவாக ஆராய்ந்து காணப்பட்ட எல்லாப் பக்கங்களிலும் உறுதியாகக் கட்டமைக்கப்பட்ட ஒன்றுதான் உடலுறவு- அது இயற்கையானது என்று, மக்கள் அடிக்கடி பேசுவதைக் கேட்டிருப் பீர்கள்.

"உடலுறவு வேட்கையை நிறைவுபடுத்துவது மனித இயற்கை. அதற்குக் கடிவாளம் போட்டு மடைமாற்றம் செய்ய முயன்றால்

அது இயற்கைக்கு விரோதமாகும்" என்றும் அவர்கள் சொல் கிறார்கள். இந்தப் பச்சைக் குழந்தைத் தனமான பேச்சுக்குக் காது கொடுக்காதீர்கள்.

மனிதன் மிக விசாலமான அம்சம் கொண்டவன்; கணிக்கப்பட முடியாதவன். அவனது திறமைகள் பன்முகப் பட்டவை. அவனு டைய வலிமை தீர்ந்து போகாதது. இப்படிப் பட்டவனைச் சுற்றி மதில்கள் எழுப்புகிறவரிடம் எச்சரிக்கையாக இருங்கள்!

சதை, மிகப் பெரிய மரியாதையைத்தான், மனிதனுக்கு வரிவிதிப் பாகச் செய்கிறது. ஆனால், அவன், ஒருமுறைதான் வரி செலுத்து கிறான். நிரந்தரத்திற்கு அடிமையாக இருக்க உங்களில் யார் தயார்?

அரச வாழ்வின் நுகத்தடியையும், மரியாதைகளையும் தூக்கி எறிய, எந்த அடிமைத்தனம் தயாராக உள்ளது?

மனிதன் அடிமையாகப் பிறந்தவனல்லன். அவனது ஆண்மைக் கும் கூட அவன் அடிமையில்லை. எல்லாவித அடிமைத்தனங் களிலிருந்தும் விடுபட்டுச் சுதந்தரம் பெற அவன் என்றும் பாடுபட்டுக் கொண்டே இருக்கிறான். நிச்சயம் அவன் சுதந்தரம் பெற்றுவிடுவான்.

வெல்ல வல்லவனை இரத்த உறவு என்ன செய்துவிட முடியும்? தன் மன உறுதியால் அதைத் தகர்த்து விடலாம்.

வெற்றியாளன் எல்லாருடைய இரத்தமும் தனக்கு உறவு என்றே உணர்வான். அதனால், அவன், எந்தக் குறிப்பிட்ட ஒருவரோடும் உறவு கொண்டிருக்க மாட்டான்.

ஆவல் இல்லாதவர்கள் இனப்பெருக்கம் செய்யட்டும். ஆவல் கொண்டவர்கள் வேறு இனத்தைப் பெருக்குவார்கள்- வெற்றி யாளர்களைக் கூட உருவாக்கிவிடுவார்கள்.

வெற்றியாளர் கூட்டம் கருவறையிலிருந்து தோன்றமாட்டார்கள். அவர்கள் பிரம்மச்சாரிகளின் இதயங்களிலிருந்து தோன்றுவார்கள். வெற்றியாளன் ஆக வேண்டும் என்ற மன உறுதியால் அவர்களின் இரத்தம் கட்டளை பெற்று இயங்கும்.

நீங்களும், உங்களைப் போன்ற பலரும், இந்த உலகில் துறவு மேற்கொண்டு வருகிறீர்கள். ஆனால், நீங்கள் துறவறத்திற்கு வெகு தொலைவில் இருக்கிறீர்கள். சமோராவின் நேற்றைய கனவே அதற்கு சாட்சி.

மிகையில் நூறி

மடாலய அங்கியணிந்து, பெரிய இரும்பு வாசல்களுக்குள், கனமான சுவர்களுக்குள் தம்மை அடைத்துக் கொண்டவர்கள், பிரமச்சாரிகள் அல்லர். பல துறவிகளும், துறவினிகளும், ஒழுக்கங் கெட்டவர்களைவிட மோசமான ஒழுக்கங் கெட்டவர்கள். அவர்களின் உடல், வேறு உடல்களைத் தொட்டதில்லை என்று சத்தியம் செய்தாலும், உண்மை அதுதான்.

இதயமும், மனமும் கொள்வதே துறவு; அவர்கள் துறவிகளின் மடத்தில் இருந்தாலும் சரி, சந்தையில் இருந்தாலும் சரி.

என் தோழர்களே, பெண்ணை மகிமைப் படுத்துங்கள்! புனித மானவள் என்று போற்றுங்கள்! மனித குலத்தின் தாய் என்றோ மனைவி என்றோ காதலி என்றோ அல்ல. மனிதனின் இரட்டைப் பிறவி என்பதாலும், சம பங்கு கொண்டவள் என்பதாலும், நீண்ட கால உழைப்பாளி என்பதாலும், இருமை வாழ்வில் அல்லல் படுபவள் என்பதாலும் அவளைப் போற்றிப் புனிதப் படுத்துங்கள்.

காலப்போக்கில் இரட்டையர் இணைந்து ஒன்றாவர். வெற்றி யாளர் ஆணும் அல்லர்; பெண்ணும் அல்லர். அவர் பரிபூரண மனிதம்.

வெற்றியாளருக்கே நான் உபதேசிக்கிறேன். ஒன்று பட்ட மனிதன், தனக்கே எஜமானன். நீங்கள் எல்லாரும் வெற்றியாளர் ஆகும் போது, உங்கள் நடுவிலிருந்து மிர்தாத் தன்னை உயர்த்திக் கொள்வான்.

சமோரா: நீங்கள் எங்களை விட்டுப் பிரிவதைக் கேட்டு என் இதயம் துயரம் கொள்கிறது. உங்களைத் தேடியலைந்து, நீங்கள் அகப்படாமல் போகும் நாளில் நான் நிச்சயமாக என் மூச்சை விட்டு விடுவேன்.

மிர்தாத்: சமோரா, நீங்கள் பலவற்றை விரும்பலாம்- எல்லா வற்றையும் விரும்பலாம். ஆனால், ஒன்று மட்டும் உங்களால் முடியாது. உங்கள் விருப்பத்திற்கு முடிவு கட்டுவது மட்டும் உங்களால் முடியாது. ஏனென்றால், விருப்பமே வாழ்வு. அதுவே வல்லமை கொண்ட விருப்பம்.

உயிரோடு இருக்கும் வாழ்வு, தான் இல்லாமையை எப்போதும் விரும்பாது. இல்லாதிருக்கும் நிலைக்கும் விருப்பம் என்பது இருக் காது. கடவுளாலும் சமோராவை இல்லாதிருக்கச் செய்ய முடியாது.

நான் பிரியும் நாள் வந்தே தீரும். என் உடலைத் தேடுகிறவரை நான் அகப்படமாட்டேன். இந்தப் பூமியின் வேறு இடத்தில் எனக்கு வேலை இருக்கிறது. எந்த இடத்திலும் என் வேலையை முடிக்காமல் நான் போக மாட்டேன். அதனால், உற்சாகமாக இருங்கள். உங்களை வெல்ல வல்லவராக ஆக்காமல் மிர்தாத் உங்களை விட்டுப் போகமாட்டான்- ஒன்றிணைந்த மனிதராக, பரிபூரண சுய எஜமானராக உங்களை ஆக்கிவிட்டே செல்வேன்.

சுய ஆதிக்கமும், ஒருமைப்பாடும் நீங்கள் பெற்று விடும்போது, மிர்தாத் உமது இதயத்தில் நிரந்தரமாக வாழ்பவன் என்பதைக் கண்டு கொள்வீர்கள். இவனது பெயர் உமது நினைவிலிருந்து என்றும் மறையாது.

இப்படிதான் நான் நோவாவுக்கு உபதேசித்தேன்.

அப்படியே உங்களுக்கும் உபதேசிக்கிறேன்.

23

அத்தியாயம்

மீர்தாத் கிழட்டுப் பசுவைக் குணப்படுத்துகிறார் முதுமை பற்றிப் பேசுகிறார்

நரோண்டா: மடாலயத்தின் கிழட்டுப் பசு, 'சிம்-சிம்' ஐந்து நாள்களாக நீர் ஆகாரமின்றி நோய்வாய்ப் பட்டுக்கிடந்தது. சும்மா அப்படியே சாகவிட்டால் இழப்பு ஏற்படுமென்று, அதை வெட்டி, மாமிசத்தை விற்றுவிட, சமாதம் கசாப்புக்காரனுக்கு ஆள் அனுப்பியிருந்தார்.

தகவலறிந்த குரு உடனே, தொழுவத்திற்குப் புறப்பட்டார். நாங்கள் எழுவரும் அவரைப் பின் தொடர்ந்தோம்.

'சிம்-சிம்', தலையைத் தொங்கப் போட்டபடி, அசையாமல், சோகமாக நின்று கொண்டிருந்தது. கண்கள் அரைவாசி மூடி யிருந்தன. மேனி மயிர் ஒளியிழந்து சடைபிடித்தாற்போல் இருந்தது. பிடிவாதமாய் மொய்த்த ஈயை விரட்ட, எப்போதாவது காதை மெல்ல அசைத்தது. பின்னங்கால்களின் நடுவே, அதன்பால்மடி சூம்பிப் போய்த் தொங்கியது. வயது முதிர்ச்சியின் காரணமாக, சினையாகும் இனிய இதய வேதனையை அது இழந்துவிட்டிருந்தது. பின் தொடை எலும்புகள் சமாதிக் கற்கள் போல மேலே குத்திட்டு நின்றன. முது கெலும்பும், விலா எலும்புகளும், எண்ணிவிடக்கூடிய

அளவுக்கு மெலிந்திருந்தன. அதன் நீண்ட வால், விறைத்துப்போய், கொத்து மயிர் முனையுடன் நேராகத் தொங்கிக் கொண்டிருந்தது.

வேதனைப்படும் அதனருகில் சென்று, அதன் கொம்புகளுக் கிடையிலும், கண்களுக்கு இடையிலும் குரு தட்டிக் கொடுத்தார்; கன்னத்தைத் தடவினார்; அவ்வப்போது முதுகையும், வயிற்றையும் தடவிக் கொடுத்தார். இவற்றையெல்லலாம், அதனுடன், ஒரு மனிதருடன் பேசுவதுபோலப் பேசிக் கொண்டே செய்தார்.

மிர்தாத்: தாராள மனம் படைத்த எனது, சிம்-சிம்! உனது வாய்க்கவளம் எங்கே? நீ எவ்வளவு கொடுத்திருக்கிறாய்! அசைபோட உனக்கொரு வாய்க் கவளம் இல்லாமல் போயிற்றா? இன்னும் நீ எவ்வளவு கொடுக்க இருக்கிறாய்! இதுநாள் வரை, எமது நரம்புகளில் சிவப்பாக ஓடிக் கொண்டிருப்பது, உனது பனிவெள்ளைப் பால் அல்லவா? உனது கன்றுகள், எமது இறுகிய நிலங்களில் உழுது எத்தனை பசித்த வாய்களுக்கு உணவளித்தன! எமது மேய்ச்சல் பரப்பை யெல்லாம், உனது கன்றுகளல்லவா நிறைத்தன! எமது விளைநிலங்களும், காய், கனித் தோட்டங்களும் பழுத்து முதிர்ந்து குலுங்கி நிறைந்தது, அவற்றில் மேய நீ மறுத்து விட்டதால் அல்லவா!

உனது இனிய குரல் எமது பள்ளத்தாக்குகளில் எல்லாம் இன்னும் எதிரொலிக்கின்றது. எமது பளிங்கு நீரோடைகளில், இன்னும் உன் அழகிய முகமே தெரிகின்றது. எமது பூமி மண், இன்னும் உனது காலடிக் குளம்புகளின் பதிவுகளை, அழித்து விடாமல், பொறாமையுடன் பாதுகாத்து வருகின்றது.

சிம்-சிம், உனக்கு உணவாக நேர்ந்ததில் எமது புற்கள் எல்லாம் மகிழ்ச்சியடைந்தன. உன்னைத் தடவுவதில் கதிரவன் மகிழ்ச்சி யடைந்தான். உனது மெத்தென்ற மயிரடர்ந்த மேனியில் தவழ்ந்து செல்ல, தென்றல் ஆனந்தமடைந்தது. பாலைவனமாய் உள்ள இந்த முதுமையிலிருந்து, வேறு கதிரவன்கள் பிரகாசிக்கும், வேறு தென்றல்கள் தவழும், வேறு புதிய பிரதேசங்களுக்கு அழைத்துச் செல்லும் வாய்ப்புக் கிடைத்ததற்சாக இந்த மிர்தாத் நன்றி தெரிவித் துக் கொள்கிறான்.

நீ நிறையக் கொடுத்திருக்கிறாய். நிறைய எடுத்துக் கொள்ளவும் செய்தாய். நீ இன்னும், நிறையக் கொடுக்கவும், எடுக்கவும் செய்ய வேண்டியிருக்கிறது.

மிகையில் றுமி

மிக்காஸ்டர்: மனிதரிடம் பேசுவதுபோல் பேசுகிறீர்களே, உங்கள் பேச்சை சிம்-சிம் புரிந்து கொள்ளுமா?

மிர்தாத்: இனிய மிக்காஸ்டர், இங்கே சொற்கள் அல்ல முக்கியம். சொற்களால் என்ன அதிர்வு பிறக்கிறது என்பதே முக்கியம். விலங்கும் அதற்கு இடமளிக்கும். சிம்-சிம்மின் கண்கள் வழியாக ஒரு பெண்தான் என்னைப் பார்க்கிறாள்.

மிக்காஸ்டர்: உயிர்போகும் தறுவாயில் உள்ள சிம்-சிம் மிடம் பேசுவதால் என்ன பயன்? முதுமையைத் தடுத்து, இதன் வாழ்நாளை அதிகரித்துவிட முடியுமா?

மிர்தாத்: முதுமை, மனிதருக்கு மட்டுமல்லாமல், விலங்குகளுக் கும் கொடிய பாரம்தான். மனிதர், தமது இதயமற்ற கவனக் குறைவால் அதைத் தேடிக் கொள்கிறார்கள். பிறந்த குழந்தைமேல் மிகுந்த கவனம் செலுத்துகிறார்கள். ஆனால், வயது முதிர்ந்தவரிடம் பாராமுகமாகவும், வெறுப்பாகவும் நடந்து கொள்கிறார்கள். கருணை காட்டுவதில்லை.

பச்சைக் குழந்தை மனிதனாக வளர்வதைப் பொறுமையின்றிப் பார்த்திருப்பது போல, எப்போது சவக்குழி அவனை விழுங்கும் என்று, முதியவர் விஷயத்தில் பொறுமையின்றிக் காத்திருக் கிறார்கள்.

சின்னக் குழந்தைகளும், மிக முதியவரும் திக்கற்றவர்கள். சிறியவர்களின் ஆதரவற்ற தன்மை, திணிக்கப்படும் அன்பினாலும், தியாகத் தனமான பலரின் உதவியாலும் ஏற்படுவது.

முதுமையின் ஆதரவற்ற தன்மை, அதிகாரம் செலுத்த முடிந்தும் கூட, முணுமுணுத்தபடி கிடைக்கும் சிலரின் உதவியால், ஏற்படு கிறது. சிறியவர்களைவிட அதிகமான இரக்கத்திற்கு உரியவர்கள் முதியவர்கள்.

ஒரு காலத்தில், மெல்லிய கிசுகிசுப்பைக் கூடக் கேட்கும் ஆற்றல் பெற்றிருந்த நுட்பமான காதில் நுழைவதற்கு, இப்போது, வார்த்தை மிக உரக்கச் சத்தம்போட வேண்டியிருக்கிறது.

ஒரு காலத்தில், துல்லியமாகப் பார்க்க முடிந்த கண்கள், இப் போது, கரும்புள்ளிகளும், நிழல்களும் நடனமாடும் நாட்டியசாலை ஆகிவிட்டது.

ஒரு காலத்தில், திடமாய், அழுத்தமாய்ப் பதிந்த, சிறகு முளைத்த கால்களும், வாழ்வையே வடிவமைத்த கைகளும், இன்று பொம்மைக் கை கால்கள் ஆகிவிட்டன.

முழங்கால் பிசகிவிட்டது. தலை, பொம்மலாட்ட உருவத்தின் தலைபோல ஆகிவிட்டது.

ஒரு காலத்தில் அலுக்காமல் சுழன்ற ஆட்டுக்கல், இப்போது தேய்ந்து குழி விழுந்துவிட்டது.

எழும்போது வியர்க்கிறது, விழுந்து விடுவோமோ என்ற பயத்தில். அமர்ந்தால், மறுபடியும் எழுவோமா என்ற பயம் பற்றிக் கொள்கிறது.

ஒருமுறை சாப்பிட்ட பிறகு, மறுபடியும் எப்போது சாப்பிடுவது, பருகுவது என்பதே பிரச்சினை ஆகிவிடுகிறது. உண்ணாமல் பருகாமல் இருந்தாலோ மரணம் முளைவிட ஆரம்பித்துவிடுகிறது.

என் தோழர்களே, முதியவர்களைப் பாருங்கள். அவர் பேச்சுக்குச் செவி கொடுங்கள். கை கொடுத்து உதவுங்கள். அவர்களது பலவீனத்தை அன்பால் அகற்றுங்கள். அவர் இளமை, மாறாமல் இருப்பதாக உணரும்படி உதவுங்கள்.

எண்பது ஆண்டுகள் என்பது, காலப் பெருவெளியில், ஒரு கண் சிமிட்டும் நேரத்தைவிடக் குறைவே. ஆனால், எண்பதாண்டு மனித வாழ்வு என்பது கண் சிமிட்டும் நேரத்தைவிட அதிகம்தான். அவனது வாழ்வை அறுவடை செய்த அனைவருக்கும் அவனே உணவாகிறான். எல்லாராலும் அறுவடை செய்யப்படாத தனி மனித வாழ்வுதான் உண்டா?

இந்தப் பூமிமேல் இதுவரை வாழ்ந்த எல்லா ஆண் பெண்களின் வாழ்வையும், நீங்கள் இந்த வினாடியில் அறுவடை செய்து கொண்டிருக்கவில்லையா?

அவர்கள் பேச்சின் அறுவடை அல்லாமல் உங்கள் பேச்சு வேறு என்ன?

அவர்களின் சிந்தனைகள் அல்லாமல், உங்கள் சிந்தனைகள் வேறென்ன? உமது உடைகளும், உறைவிடங்களும், உணவும், உமது படைப்புகளும், விதிகளும், மரபுகளும், பழக்க வழக்கங்களும், அவர்கள் முன்பு வாழ்ந்து அனுபவித்து விட்டுப் போனவைதாமே?

ஒரு சமயத்தில் நீங்கள் ஒன்றை மட்டும் அறுவடை செய்யவில்லை. எல்லாச் சமயங்களிலும் எல்லாவற்றையும் நீங்கள் அறுவடை செய்கிறீர்கள்.

மிகைல் நயீம்

நீங்களே விதைப்பவர்கள், அறுவடையாளர்கள், வெட்டுபவர்கள். நீங்களே விளை நிலமும், அறுவடைக் களமும். அறுவடை குறைவாக இருந்தால், விதைத்த விதையைப் பாருங்கள். அதாவது, மற்றவர் விதைக்க நீங்கள் கொடுத்த வித்துக்களைப் பாருங்கள்! அறுவடை செய்கிறவரையும், அவரது அரிவாளையும், விளை நிலத்தையும், களத்து மேட்டையும் கவனியுங்கள்.

எந்த முதியவரை நீங்கள் அறுவடை செய்து பயனைக் களஞ்சியத்தில் சேர்த்தீர்களோ, அவர் உங்களது முக்கிய கவனத்திற்கு உள்ளாக வேண்டும்.

இன்னும் வளத்துடனும், அறுவடைகளுக்குத் தயாராகவும் இருக்கிற முதியவரை, அவரால் இதுவரை பயனடைந்த முதியவரை, வெறுப்பும் கசப்பும் கொண்டு நடத்தினால், இனிமேல் கிடைக்கப் போகும் அறுவடை உமது வாயில் கசக்கும்! வயதான விலங்குக்கும் இது பொருந்தும்!

பயிரால் பயன் பெற்றுவிட்டு, விதைத்தவரையும், நிலத்தையும் சபிப்பது நல்லதல்ல.

என் தோழர்களே, எல்லா இன, நாட்டு மக்களிடமும் அன்பாக இருங்கள்.

கடவுளை நோக்கிய உமது பயணத்திற்கு அவர்களே உணவு. முதியவர்களிடம் மட்டும் அதிக அன்பு காட்டுங்கள். இரக்கமற்று நடந்து கொண்டால், உமது உணவு ஊசிப்போகும். உமது பயணத்தின் முடிவிடத்தை நீங்கள் அடையவே மாட்டீர்கள்.

வயதான எல்லா விலங்குகளிடமும் கருணை காட்டுங்கள். மிகக் கடினமான உமது நெடிய பயண ஏற்படுகளுக்கு அவை கூடவரும்.

அவை நன்றியுள்ள ஊமை உதவியாளர்கள். குறிப்பாக வயதான விலங்குகளிடம் அதிக இரக்கம் காட்டுங்கள். உமது இதயம் கல்லாகிப் போனால், அவற்றின் நன்றி விசுவாசம், நன்றி கெட்ட தனமாக மாறிவிடும்; உங்களுக்கு இடையூறாகிவிடும்.

பால் வற்றியதால் சிம்-சிம்மின் கழுத்தில் கத்தி வைப்பது, மிகப்பெரிய நன்றி கெட்ட செயல்.

நரோண்டா: குரு, இவ்வாறு சொல்லி முடிக்கும் வேளையில், சமாதம் கசாப்புக்காரனுடன் வந்து சேர்ந்தார். கசாப்புக்காரன் பசுவை நெருங்கினான். அதைப் பார்த்தவுடனே, திடீரென்று

கூச்சலிட்டான். அவன் குரலில் மகிழ்ச்சியும் கேலியும் இருந்தது. "இந்தப் பசு சாகும் தறுவாயில் இருப்பதாக எப்படிச் சொன்னீர்கள்? என்னைவிட இது ஆரோக்கியமாக அல்லவா இருக்கிறது? இந்தப் பசு பசியால்தான் வாடிக் கொண்டிருக்கிறது. பரிதாபம்! ஏதாவது தீவனம் போடுங்கள்!" என்றான் அவன்!

நாங்கள் திகைத்துப் போய், சிம்-சிம்மைப் பார்த்தோம். அது அமைதியாக அசைபோட்டுக் கொண்டிருந்து! சமாதத்தின் மனம் கூட இரங்கிவிட்டது. சிம்-சிம்முக்கு நல்ல சுவையான தீனி வழங்கும் படி அவர் ஆணையிட்டார். சிம்-சிம் மகிழ்ச்சியுடன் சாப்பிட்டது.

24
அத்தியாயம்

உணவுக்காகக் கொல்லலாமா?

சமாதமும், கசாப்புக்காரனும் சென்ற பின்னர், மிக்காயன் குருவிடம் கீழ் வருமாறு கேட்டார்:

மிக்காயன்: *உணவுக்காக உயிர்க்கொலை புரிதல் அநீதியல்லவா, குருவே?*

மிர்தாத்: செத்ததைச் சாப்பிடுகிறவன், சாவுக்கு இரையாவான். மற்றவரின் வேதனை கொண்டு வாழ்பவன், வேதனைக்கு இரையாவான். வல்லமை படைத்த விருப்பம், அப்படித்தான் வரையறுத்துள்ளது. மிக்காயன், அதை அறிந்து, சரியான வழியைத் தேர்ந்தெடுத்துக் கொள்ளுங்கள்.

மிக்காயன்: எனக்கு வாய்ப்புக் கிடைத்தால், சதையால் அன்றி, அனைத்தின் நறுமணம் கொண்டும் வாழ நான் முடிவெடுப்பேன்.

மிர்தாத்: அற்புதமான தேர்வு! மிக்காயன், மனிதர்கள் நறுமணம் கொண்டு வாழும் காலம், வரப்போகிறது. அது, அவர்களுடைய இரத்தத்திலும், சதையிலும் இல்லை; ஆத்மாவில் இருக்கிறது. ஆவல் கொண்டவர்கள் அதை அடையும் நாள் அதிக தூரத்தில் இல்லை.

ஆவல் கொண்டவர்கள், சதையற்ற வாழ்வுக்கு, சதைதான் பாலம் என்பதை அறிவார்கள்.

அவர்களின் வழிகளும், தரம் குறைந்த புலன் உணர்வுகளும், எல்லையற்றதும், சிறந்ததும், தரமான உணர்வுகள் கொண்டதுமான உலகை, எட்டிப் பார்க்கும் துளைகள் என்பதை அறிவார்கள்.

கிழிக்கப்பட்ட சதை, விரைவில் தானே இணைந்து கொள்ளும் என்பதை அவர்கள் அறிவார்கள். உடைந்த எலும்பு தானே ஒட்டிக் கொள்ளும் என்பதை அவர்கள் அறிவார்கள். சிந்தப்பட்ட ஒவ்வொரு இரத்தத் துளியும், உடலின் இரத்தத்தால் பெருக்கப்படும் என்பதை அவர்கள் அறிவார்கள். சதையின் விதியே அதுதான்.

அவர்கள், விதிகளின் சங்கிலிகளிலிருந்து விடுபட்டவர்கள். அதனால் அவர்கள், தம் உடலின் தேவையை மிகக் குறைந்த அளவுக்குக் குறைத்துக் கொண்டுவிடுவார்கள். உடல் சதைக்குக் குறைவாக வழங்குவதால், வேதனையும், மரணமும்கூட உண்மையில் குறைந்து போகும். ஆவல் கொண்டவர்களை, அவர்களின் விருப்பமே தடுத்து நிறுத்திவிடும். ஆவலற்றவர்கள், மற்றவர்கள் தம்மைப் புறக்கணிக்கும்வரை காத்திருப்பார்கள். எல்லாப் பொருள்களும் ஆவலற்றவர்களுக்குச் சட்டபூர்வமானவை. ஆவல் கொண்டவன் தனக்கே சட்டத்திற்குப் புறம்பானவற்றைச் செய்து கொள்வான்.

ஆவலற்றவர்கள் வயிற்றையும், சட்டைப் பைகளையும் நிரப்பிக் கொள்ளும்போது, ஆவலுள்ளவர்கள், அந்தப் பாரங்களின்றி, எந்த விலங்கின் இரத்தக் கறையுமின்றி, அவற்றின் வேதனைகளும் இன்றி, நடப்பார்கள்.

ஆவலற்றவர்கள் கொழுத்த இலாபம் பெற்றதாக நினைத்து மகிழும்போது, ஆவலாளர்கள், கனமற்ற ஆத்மாவையும், புரிதலின் இனிமையையும் பெற்றிருப்பார்கள்.

விளைந்த வயலைப் பார்க்கும் இருவரில் ஒருவர், தானிய மூட்டைகளாலும், தங்கம் வெள்ளியாலும் கணக்கிடுகிறார். மற்றவர், வயலின் பசுமையைக் கண்களால் குடிக்கிறார்; ஒவ்வொரு இலையையும் தன் எண்ணத்தால் முத்தமிடுகிறார்; ஒவ்வொரு மண்கட்டி, கூழாங்கல், வேர்கள் மீதும் தமது ஆத்ம நேசத்தைப் பொழிகிறார்.

இரண்டாவது மனிதர்தாம், அந்த வயலுக்குச் சொந்தமாகும் தகுதி பெற்றவர், மற்றவரே அதன் உரிமையாளராக இருந்தாலும் கூட!

ஒரு வீட்டில் இரண்டுபேர் அமர்ந்திருக்கிறார்கள். ஒருவர் வீட்டுக்காரர். மற்றவர் விருந்தாளி. வீட்டுக்காரர், தமது வீட்டின் விலை மதிப்பையும், பராமரிப்புச் செலவையும், மூடு திரைகளின் மதிப்பையும், அலங்காரத் திரைகளின் விலைகளையும், மற்ற ஆடம்பரப் பொருள்களின் மதிப்பையும் பற்றி விரிவாகக் கூறுகிறார்.

அந்தச் சமயத்தில், விருந்தாளி, அந்த வீடுகட்டப் பயன்பட்ட கல்குவாரி உழைப்பாளர் கரங்களையும், கட்டடத் தொழிலாளர் களையும், திரைகளை உருவாக்கிய நெசவாளர்களையும், மரங்கள் வெட்டிக் கதவு, சாளரங்கள் மேசை, நாற்காலிகள் செய்த தச்சர் களையும் உழைப்பாளரையும் மனதில் நினைத்துப் போற்றுகிறார். புகழுக்குரிய படைக்கும் கரங்களை அவர் ஆத்மார்த்தமாக மனதில் போற்றுகிறார்.

நான் சொல்வது இதுதான்: அந்த விருந்தாளியே அந்த வீட்டில் நிரந்தரமாக வாழத் தகுந்தவர். ஆனால், அந்த வீட்டின் சொந்தக்காரன், அந்த வீட்டையே முதுகில் சுமந்து கொண்டிருக்கும் பாரம் ஏற்றிய விலங்கு.

கன்றுக்குரிய பசுவின் பாலை, இருவர் பகிர்ந்து குடிக்கிறார்கள். ஒருவர் கன்றையே பார்க்கிறார். மென்மையான அதன் உடலை வெட்டி, வரப்போகும் பிறந்தநாள் விழாவில், நண்பர்களுக்கு விருந்து வைக்கலாம் என்று நினைக்கிறார்.

இன்னொருவர் அந்தக் கன்றைத் தமது உடன் பிறப்பாக நினைக்கிறார். பசுவையும், கன்றையும் பாசத்தோடு நேசிக்கிறார்.

இதில், நான் சொல்வது என்னவென்றால், பின்னவரே கன்றின் மாமிசத்தால் ஊட்டம் பெற்றவர். முன்னவர் அதனால் நஞ்சூட்டப் பட்டவரே ஆவார்.

ஆ! இதயத்தில் போட வேண்டிய பலவற்றை வயிற்றில் கொட்டிக் கொள்கிறார்கள். கண், மூக்கிலும் அடைக்க வேண்டிய வற்றை, சட்டைப் பையிலும், சமையலறையிலும் போட்டு நிறைத்து விடுகிறார்கள்.

மனம் கொண்டு தகர்க்க வேண்டியவற்றைப் பற்களால் கடித்து நொறுக்குகிறார்கள்.

உடல் தாக்குப் பிடிக்கக் கொஞ்சமே போதும். குறைவாக நீங்கள் கொடுத்தால், அது நிறையத் திருப்பித் தருகிறது. நிறையக் கொடுத்தால், அது குறைவாகவே திருப்பிக் கொடுக்கும்.

இயல்பாகவே, உன் வயிற்றுக்கும், சமையலறைக்கும் வெளியே உள்ளவற்றால்தான் உன் உடல் வளர்கிறது.

பொருள்களின் நறுமணம் கொண்டு உன்னால் வாழ முடிய வில்லை யென்றால், விசால இதயம் கொண்டு பூமி வழங்குவதைத் தேவைக்கு ஏற்ற அளவு ஏற்றுக் கொள்.

பூமி, மிகவும் உபசரிப்பும் நேசமும் கொண்டது. தன் இதயத்தைத் தன் பிள்ளைகள் முன் திறந்து வைப்பது பூமி.

பூமித்தாய் வேறு எப்படி இருக்க முடியும்? தனக்கான உணவுக் காக அவள் தனக்கு வெளியே போவாளா என்ன? பூமி, பூமி யைத்தான் உண்கிறது. பூமி, விருந்தளிப்பதில் கஞ்சத்தனம் காட்டுவதில்லை. எல்லாருக்குமான உணவு அவளது மேசை நிறைய உண்டு.

அது உன்னைத் தன் உணவு மேசைக்கு அழைக்கிறது. உன் கைக் கெட்டாதது அங்கு எதுவுமே இல்லை.

அதேபோல, நீ, பூமியை விருந்துண்ண அழைக்க வேண்டும். அவளிடம் அன்பு பொங்க, ஈடுபாடு குறையாமல் நீ இப்படிச் சொல்ல வேண்டும்:

"விவரிப்புக்கு அடங்காத என் தாயே! எனது தேவைக்கேற்ப எடுத்துக் கொள்ளும்படி இதயம் திறந்து வைத்தவளே, நானும் என் இதயத்தை உன் முன் திறந்து வைக்கிறேன். தேவைக்கேற்ப நீ எடுத்துக்கொள்!"

பூமியின் இதயத்தை உண்பதில், உனது ஆன்மத்துடிப்பு இத்தகை யதாக இருக்க வேண்டும். நீ என்ன உண்கிறாய் என்பது இங்கே முக்கியமில்லை.

வழிகாட்டும் உனது ஆன்மா அப்படி அமைந்து விட்டால், நீ ஞானமும், அன்பும் பெறுவாய். பூமியின் மக்களுக்கு எந்தத் தீங்கும் செய்யமாட்டாய்; குறிப்பாக, வாழ்வின் இன்பத்தையும், மரணத்தின் வேதனையையும் அனுபவிக்க இங்கே பிறந்தவர்களுக்கு; இருமையின் பகுதிகளாக இங்கே வந்து சேர்ந்தவர்களுக்கு.

அவர்கள், ஒருமைப்பாட்டை நோக்கிச் செல்லும் தமது பாதை யைக் கடுமையாக, நிதானமாக உழைத்துச் செப்பனிடுவார்கள்.

உனது பாதையைக் காட்டிலும் அவர்கள் பாதை நீண்டது. அவர்களது அணிவகுப்பைத் தாமதம் செய்தால், அவர்கள் உனது அணிவகுப்பைத் தாமதப்படுத்தி விடுவார்கள்.

அபிமார்: ஏதேனும் ஒரு காரணத்தால், எல்லா உயிர்களும் சாகப் போகின்றவையே. ஒரு மிருகத்தின் சாவுக்காக நான் ஏன் மன உளைச்சல் பட வேண்டும்?

மிர்தாத்: எல்லா உயிர்களும் மரணமடைய விதிக்கப்பட்டவை என்றாலும், எந்த உயிரின் மரணத்திற்கும் நீ கவலைப் படத்தான் வேண்டும்.

என் இதயத்தில் இரத்த தாகம் இல்லை என்பதும், நான் நரோண்டாவை நேசிக்கிறேன் என்பதும் அறிந்து, நரோண்டாவைக் கொல்ல என்னை நீ தூண்டாததைப் போல, சர்வ வல்லமை படைத்தவன், சக மனிதனைக் கொல்ல யாரையும் நியமிக்கவில்லை, ஒரு விலங்குகளைக்கூட; தேவையிருந்தாலொழிய.

திருட்டும், கொள்ளையும் நிலவும் வரை, பொய்யும், போரும், கொலைகளும், பாவச் செயல்களும் உள்ளவரை, மனிதன், இப்போதுள்ள நிலையில்தான் இருப்பான்.

திருடனுக்கும், கொள்ளைக்காரனுக்கும்தான் வேதனை. பொய்ய னுக்கும், போர் வெறியனுக்குமே வேதனை. கொலைகாரனுக்கும், இருண்ட பாவச் செயல் செய்பவனுக்கும் வேதனை. இந்த இருண்டமனப் பாவிகளையே சர்வவல்லமை படைத்த சக்தி, பாவத்தின் தூதர்களாக அனுப்பும்.

ஆனால், எனது தோழர்களே, இதயத்தின் இருளைக் கழுவுங்கள். பாவ உணர்வுகளைத் துடைத்தெறியுங்கள். அப்போதுதான், சர்வவல்லவன், உம்மை மகிழ்ச்சியின் தூதர்களாகத் துயர்போக்க அனுப்புவான். எதிர்காலத்தின் தூதர்களாகவும்; அன்பு, புரிதல் மூலம் சுதந்தரத்தின் செய்தியாகவும் உம்மை அனுப்புவான்.

இப்படித்தான் நான் நோவாவுக்கு உபதேசித்தேன்.

அப்படியே உமக்கும் உபதேசிக்கிறேன்.

25
அத்தியாயம்

மீர்தாத் காணாமல் போய்விடுகிறார்

நரோண்டா: திராட்சைமதுத் திருவிழாவிற்கான நாள் நெருங்கி வந்து கொண்டிருந்தது. குருவும், நாங்களும், தொண்டர் குழுவும், வெளி உதவியாளர்களும் சேர்ந்து, விழா, விருந்துகளுக்கான ஏற்பாடுகளை இரவு பகலாகச் செய்தோம்.

குரு, மிகுந்த ஆர்வத்துடன் கடுமையாக உழைத்தார். சமாதம் கூட அவரைப் பாராட்டினார்.

மடாலயத்தின் அறைகள் எல்லாம் வெள்ளையடிக்கப்பட்டன. மதுச்சாடிகளும், பீப்பாய்களும் கழுவித் தூய்மைப் படுத்தப்பட்டன. சென்ற ஆண்டின் மது, விற்பனைக்குத் தயார்ப்படுத்தப்பட்டது, சுவை பார்த்து வாங்குகிற வகையில். சென்ற ஆண்டின் மதுவை விற்பது திருவிழா சமயத்தில் வழக்கமாக நடப்பது.

மடாலயத்தின் விசாலமான முற்றம், நூற்றுக் கணக்கான கூடாரங்கள் அமைப்பதற்காக, சமன்படுத்தப்பட்டு, பெருக்கித் தூய்மைப் படுத்தப்பட்டது.

தீர்த்த யாத்திரை வரும் பயணிகள் அவற்றில் தங்கித் தமது பொருள்களை விற்பனைக்கு வைப்பார்கள். கழுதை, கோவேறு கழுதை, ஒட்டகங்கள் மீது கொண்டு வரப்படும் திராட்சைக் குலைகளைப் பிழிவதற்கான சாறு பிழியும் இயந்திரங்கள் பழுது

பார்த்து வைக்கப்பட்டன. திராட்சைக் கனிகளைக் குத்தகைதாரரும், மடாலயப் புரவலரும் கொண்டு வந்து கொடுப்பது வழக்கம்.

உணவு கொண்டு வராமல் வருபவர்களுக்காக ஏராளமான ரொட்டிகளைத் தயாரிக்க ஏற்பாடுகள் செய்யப்பட்டன.

அது, உண்மையில், திராட்சை மதுவுக்கு நன்றி கூறும் நாள். அந்த நாளை, சமாதம் தம் புத்தி கூர்மையால், ஒருவார காலம் நீட்டித்து, வணிகம் பெருக்கி வளம் பெருக்குமாறு ஏற்பாடு செய்து வந்தார்.

ஆணும், பெண்ணுமாக எல்லா வகையினரும் அங்கே திரள்வது வழக்கம். ஆண்டுக்கு ஆண்டு, கூட்டம் பெருகிக் கொண்டே போயிற்று. அரசர் முதல் ஆண்டிகள் வரை, உழவர் முதல் தொழில் நுட்பக் கலைஞர்கள் வரை, இலாபம் பார்ப்போரும் கண்டு மகிழ்வோரும், குடிகாரர்களும், தீயவர்களும், பக்தர்களும், நாடோடி களும், கோயில் பூசாரிகளும், மதுச்சாலைக்காரர்களும், ஏராளமான வளர்ப்புப் பிராணிகளுடன் வந்து கூடுவார்கள். சிறுசிறு நாடோடிக் கூட்டங்கள் வந்து மடாலயத்தின் அமைதியைக் குலைப்பார்கள். இலையுதிர் காலத்தில் திராட்சை மதுத் திருநாளும், இளவேனிற் பருவத்தில் மடாலயத் திருநாளும் என, ஆண்டிற்கு இரண்டு முறை இங்கே கொண்டாட்டங்கள் நடந்து வருகின்றன.

இந்த இரு திருவிழாக்களின் போது, வெறுங்கையுடன் யாரும் வரமாட்டார்கள். ஏராளமான பரிசுப் பொருள்கள் கொண்டு வருவதே வழக்கம். திராட்சைக் கனிக் கூடைகள், முத்துச் சரமோ, வைர அட்டிகையோ கட்டப்பட்ட ஊசியிலைக் கொம்புகள் எனப் பல வகைப் பட்டவையாக இருக்கும் அப்பரிசுகள்.

அங்கே, கூடாரங்களில் தங்கி, வியாபாரம் செய்வோர், தமது வருவாயில் பத்து சதவிகிதத் தொகையை வரியாக மடாலயத்திற்கு அளிப்பது வழக்கம்.

விழாவின் முதல் நாள் அன்று, பெரியவருக்கு மரியாதை செய்யப்படும். திராட்சைக் குலைகள் தொங்கும் ஓர் அலங்கார வளைவின் அடியில், உயரமான மேடைமீது மடாலயத்தின் மூத்தவர் அமர்ந்து, விழாவுக்கு வந்திருப்பவர்களை ஆசீர்வதிப்பார். அவர்களும் அவருக்குப் பரிசுகள் வழங்குவார்கள்.

அவர்கள் கொண்டு வந்த புது திராட்சை மதுவைப் பருகி ஆசீர்வதிப்பார். கழுத்து நீண்ட சுரைக்குடுக்கையிலிருந்து மதுவை முதல் கோப்பையில் ஊற்றிக் குடித்த பின், மற்ற மடாலயத்

தோழர்களுக்கு வழங்கப்படும். பிறகு மக்கள் அனைவர்க்கும் வழங்கப்படும். எல்லாரும் குடித்தபின், புனித மதுவைப் புகழ்ந்து பாடுமாறு அவர் கேட்டுக் கொள்ள, அனைவரும் பாடுவார்கள்.

முதன்முதலாக அறுவடை செய்து தயாரிக்கப்பட்ட மதுவைப் போற்றி, நோவாவும், அவர் குடும்பத்தினரும் பாடிய பாடல் அது. பாடி முடித்ததும் கூட்டத்தினர் மகிழ்ச்சி ஆரவாரம் செய்வார்கள். அதன் பிறகுதான் வணிகம் ஆரம்பமாகும்.

அந்தப் பாடல்:

புனித திராட்சை மதுவே வாழ்க!

திராட்சைச் சாறு தளும்பத் தளும்ப
தங்கக் கனிகள் பழுத்துத் தொங்க
கொடிகள் வளமாய் வளரச் செய்யும்
அற்புத வேர்கள் வாழ்க, வாழ்கவே!

வெள்ளப் பெருக்கின் அனாதை மக்களே
சேற்றின் நடுவில் சிக்கிய மக்களே
அன்பான கொடியின் குருதியைச் சுவைப்பீர்!
புனித திராட்சை மதுவே வாழ்க!

களிமண் சேற்றின் கைதிகள் நீங்கள்,
வழிகள் தவறிய யாத்ரீகர் நீங்கள்.
மீட்புத் தொகையும் வழியும் இந்தப்
புனித திராட்சைக் கொடியில் உள்ளன.

மதுவே, மதுவே, மதுவே வாழ்க!

விழாத் துவங்கும் நாளுக்கு முந்தைய நாள் காலையில் குரு சட்டெனக் காணாமல் போய் விட்டார்! மடாலய எழுவரும் சொல்லுக் கடங்காக் கலவரம் அடைந்தனர். தேடிப் பார்க்க நாலா திசையிலும் ஆட்களை அனுப்பினார்கள்.

மடாலயத்தின் சுற்றுப் புறங்களில் எல்லாம் இரவு பகலாய், விளக்கும், தீவட்டிகளும் ஏந்தித் தேடிக் கொண்டிருந்தார்கள். அவர் போன சுவடே தெரியவில்லை!

அவர் காணாமற் போனதில், யாருக்குமே தொடர்பில்லை என்று சமாதம் சமாதானம் சொல்லிக் கொண்டிருந்தார். ஆனால், ஏதோ ஒரு சதித்திட்டத்திற்கு குரு இரையாகிவிட்டார் என்றே அனைவரும் நினைத்தார்கள்.

மிகையில் நயீம்

எழுவரும் வாய்மூடி, சோகமாய், நிழல்கள் போல நடமாடிக் கொண்டிருந்தார்கள்.

கூட்டத்தினர் வாழ்த்துப் பாடினார்கள். மது அருந்தினார்கள். மூத்தவர் மேடையைவிட்டு இறங்கினார். அப்போது, அந்த ஆரவார அமளி நடுவே ஒரு பெருங்குரல் எழுந்தது:

'எங்களுக்கு மிர்தாத் வேண்டும்! மிர்தாத் எங்களிடம் பேச வேண்டும்!'

அந்தக் குரல் ரஸ்டிடியனுடையது. குருவின் கருத்துக்களை வெகுதூரம் பரப்பியவன் அவன்தான். அவனது குரலைத் தொடர்ந்து, கூட்டத்தினர், குருவைக் கேட்டு ஆரவாரம் செய்ய ஆரம்பித்துவிட்டார்கள். கூக்குரல் காது செவிடு படும்படியாக எழுந்தது. எங்கள் கண்களில் கண்ணீர் பெருகியது. எம்தொண்டை அடைத்துக் கொண்டது.

சட்டென அந்த அமளி அடங்கியது; மௌனம் படிந்தது!

எமது கண்களையே நம்ப முடியவில்லை!

உயர்ந்த மேடைமேல் அவர் நின்று கொண்டிருந்தார்! அமைதி யாக இருக்கும்படிக் கூட்டத்தினரை நோக்கி அவர் கை அமர்த்திக் கொண்டிருந்தார்!

26

அத்தியாயம்

மிர்தாத் தமது பேச்சால் கூட்டத்தினரை அமைதிப்படுத்துகிறார்

மிர்தாத்: கேளுங்கள், மிர்தாத் சொல்வதை! எனது திராட்சைத் தோட்டம் அறுவடை செய்யப்படாதது; இதன் குருதி இன்னும் யாராலும் பருகப் படவில்லை.

விளைவால் கனத்து நிற்கிறேன் நான். ஆனால், இந்தப் பரிதாபத் திற்குரிய அறுவடையாளர்கள், தங்கள் திராட்சை அறுவடையி லேயே மும்முரமாக இருக்கிறார்கள்.

குருதிச் சாறு நிறைந்து இவனுக்கு மூச்சு முட்டுகிறது. ஆனால், கோப்பைகள் ஏந்தியவரும், குடிகாரர்களும் வேறு மதுவைக் குடித்துக் கொண்டிருக்கிறார்கள்.

உழுது பயிரிடுகிற மக்களே, நான் உங்கள் கலப்பைகளையும், செதுக்குச் சிறுகத்திகளையும், களைக் கொட்டுகளையும் வாழ்த்து கிறேன்.

இதுவரை, நீங்கள் எதை உழுது, எதைப் பயிரிட்டுக் களை பறித்தீர்கள்?

உங்கள் இதயப் பாழ் நிலத்தை உழுதீர்களா?

மிகையில் நுமி

கொடிய விலங்குகளும், நச்சுப் பாம்புகளும் நிறைந்து காடாய் மண்டிக் கிடக்கும் இதயத்தை உழுது பயிரிட்டீர்களா?

உமது பயிரின் வேர்களைச் சுற்றிப் பிணைந்து இறுக்கும் நச்சுக் கொடிகள், மொட்டு மலர்ந்து கனிகள் தோன்றா வண்ணம் நாசம் செய்கின்றன. அவற்றை வெட்டி எறிந்தீர்களா?

உமது திராட்சைக் கொடிகளில் முளைத்த தேவையற்ற கிளைகளையும், துளையிடும் புழுக்களையும், கொடியைத் தின்னும் ஒட்டுண்ணிகளையும் ஒழித்துக் கட்டினீர்களா?

உமது பூமியை உழுது பயிரிட நன்றாகக் கற்றுக் கொண்டீர்களா? இந்தப் பூமியுடன் தொடர்பற்ற உமது இதய பூமி, ஆதரவற்று, வீணாய்க் கவலையுடன் கிடக்கிறது.

உமது உழைப்பு எவ்வளவு வீணாய்ப் போகிறது! உமது திராட்சைத் தோட்டத்தைக் கவனிக்குமுன் இதைக் கவனியுங்கள்.

மரத்துப் போன கைகளைக் கொண்டவர்களே, உமது மரத்த கைகளை நான் ஆசீர்வதிக்கிறேன்.

ரசமட்டம், அளவுகோல்களின் நண்பர்களே; சுத்தியல், பட்டறை களின் தோழர்களே. இரம்பமும், அரமும் ஏந்திய வழித்துணைவர் களே, உமது தொழிலில் எவ்வளவு திறமைசாலிகள் நீங்கள்!

உமக்குப் பொருள்களின் ஆழ அகலங்கள் தெரியும். ஆனால், உமது சொந்த ஆழ அகலங்கள் தெரியவில்லையே!

பட்டறையில் ஓர் இரும்புத் துண்டைக் காய்ச்சி அடித்துச் சரியாக வடிவமைக்கிறீர்கள். ஆனால், வடிவமைக்கப்படாத ஆதார நிலையில் உள்ள நீங்கள், மனவுறுதி என்ற சம்மட்டியால், புரிதல் என்ற பட்டறையில் உங்களை நீங்கள் சரியாக வடிவமைத்துக் கொள்ளவில்லையே!

எதிர் விளைவு ஏற்படா வண்ணம் எப்படிச் சம்மட்டியால் அடிப்பது என்பதை நீங்கள் கற்றுக் கொள்ளவில்லையே!

உளியும், ரம்பமும் கொண்டு, கல்லிலும் மரத்திலும் பணி புரிய வல்லவர்கள் நீங்கள்.

தாராள மனமுடைய தாயான பூமியின் பொருள்களுக்காகவும், சக மனிதர் உருவாக்கும் பொருள்களுக்காகவும், தேவை கருதிப் பயணம் போகிறவர்கள் நீங்கள்.

உங்கள் தேவைகளையும், பொருள்களையும் நான் வாழ்த்து கிறேன். உங்கள் பயணங்களையும் வாழ்த்துகிறேன். ஆனால்,

உமது இலாபங்கள் எல்லாம் உண்மையில் நட்டங்களே. நீங்கள் அதிக விலையே கொடுத்து வருகிறீர்கள். நீங்கள் எவ்வளவு சம்பாதித்தாலும் அது பயனற்றதே. வாழ்வின் ஒத்திசைவு, சமாதானம், ஒளி- ஆகிய செல்வங்களை நீங்கள் இழக்கவே செய்கிறீர்கள். சுதந்தரத்தின் இடைவிடாத அழைப்பையும் இழந்துவிடுகிறீர்கள். தம் கரத்தில் பரிசுகள் ஏந்தி நிற்கும் மானிட இதயங்களையும் இழந்துவிடுவீர்கள்.

மனிதரின் சிறு புத்தகங்களில் நீங்கள் கவனம் செலுத்தி வந்தால், அவர்களின் இதயத்திற்குச் செல்லும் வழியை எவ்வாறு அறிவீர்கள்? மனிதரின் இதயத்திற்குள் செல்லாமல், இறைவனின் இதயத்திற்குள் எவ்வாறு செல்வீர்கள்? என்ன வாழ்க்கை உமது வாழ்க்கை?

உமது இலாபமெல்லாம் நட்டமானால், உமது நட்டம் எவ்வளவு பெரிது! உமது இலாபம், அன்பும், புரிதலாகுமே அல்லாமல் வேறு என்ன? எல்லாம் வீண்.

செங்கோல் ஏந்தி, மணிமுடி தரித்த மக்களே! உமது கரத்தின் செங்கோல் ஒரு பாம்பு. சட்டெனக் கொத்தும் பாம்பு. அதற்குக் குணப்படுத்தும் மருந்தே இல்லை! கையில், குணமாக்கும் அன்பு இல்லயென்றால் என்ன பயன்? அன்பு மட்டுமே ஒளிச் செங்கோல்! அதுதான் இருளையும், அழிவையும் போக்கும்.

உமது கரங்களைச் சோதித்துப் பாருங்கள்! அதிகாரத்தின் சின்னமாக, பல்வகை வைர மணிகள் பதிக்கப் பெற்ற மணிமுடி, மனிதர் தலையில், இடையூறாகவும், உறுத்தலாகவும், வீண் புகழாக வும், அதிகாரப் பேராசையாகவும் சோகத்துடன் அமர்ந்துள்ளது. அடடா, அப்படிப்பட்ட மணிமுடி, அது அமரும் இடத்திற்கே அவமானம்.

இதே வைர மணிமுடி, புரிதலும், வெற்றியுமான ஒளிவட்டம் திகழும் தலைமீது, கூச்சத்துடன் அமர்ந்திருக்கும்; அதன் மதிப்பும் அங்கே இழந்து நிற்கும்.

உமது தலைகளை நன்றாகச் சோதித்துப் பாருங்கள்!

நீங்கள் மக்களை ஆள்பவர்களா? முதலில் உம்மை ஆளக் கற்றுக் கொள்ளுங்கள்.

உங்களது சுய ஆளுமை நிறைவு பெறாமல், எவ்வாறு மற்றவரை ஆள முடியும்? காற்றில் அலைப்புண்டு நுரைகக்கும் அலை, கடலுக்கு அமைதி கொடுக்குமா? அழும் இதயத்தைப் பார்த்துக் கண்ணீர் விடும் கண், பரவசப் புன்முறுவல் செய்யுமா? அச்சத்தால் நடுங்கும் கை கப்பலை ஒழுங்காகச் செலுத்துமா?

மிகையில் நறுமி

மக்களை ஆள்வோர், மக்களால் ஆளப்படுகின்றனர். மக்கள் எல்லாம் சந்தடி சச்சரவிலும், அராஜகத்திலும், குழப்பத்திலும் மூழ்கிக் கிடக்கின்றனர். கடலைப் போல் திறந்து கிடக்கின்றனர். வானத்தின் ஒவ்வொரு காற்றும் அவர்களை அலைக்கழிக்கிறது, கரைமோதிக் குமுறும் ஏற்றவற்ற அலைகள் போல. ஆனால், அவர்களின் அடியாழம் எவற்றாலும் பாதிக்கப்படாமல் அமைதியாக இருக்கின்றது. மேல் மட்டத்தில்தான் அலையடிப்பும், ஆரவாரமும்.

மனிதரை ஆளவேண்டுமெனில், அவர்களில் இதய ஆழங்களுக் குள் எட்டிக் குதிக்க வேண்டும். மனிதர் நுரை கக்கும் வெறும் அலைகள் அல்லர். மனிதரின் ஆழங்களுக்குள் பாய்வது என்பது, உமது ஆழங்களுக்குள் பாய்வதே ஆகும். அவ்வாறு சாதிக்க வேண்டுமெனில், உமது செங்கோலையும், மணிமுடியையும் கீழே வைத்துவிட வேண்டும். அப்போதுதான் உமது கை, கனமற்றுச் சுதந்தரமாக இருக்கும்; அப்போதுதான் உமது தலை தொல்லை யின்றிச் சிந்தித்து மதிப்பீடு செய்யும்.

வசப்படுத்த முடியாத மனிதரின் பொழுது போக்கு, செங்கோல் களையும், மணி முடிகளையும் வைத்து விளையாடுவதுதான். அப்படிப்பட்டவரை ஆளக் கற்றுக் கொள்ளாதவரை, உமது ஆட்சி வீண்; உமது சட்டங்களும் நீதியற்றவையே; உமது ஆட்சியில் குழப்பமே நிலவும்.

சாம்பிராணி பற்ற வைத்து, வேத பாராயணம் செய்யும் மனிதரே! நறுமணப் பாத்திரத்தில் எரிவது எது? வேத புத்தகத்தில் எதைப் படிக்கிறீர்கள்?

சில தாவரங்களின் இதயத்திலிருந்து பீரிட்டு எழும் கெட்டியான இரத்தம் எரியும் புகையா அது? அது கடையில் காசுக்குக் கிடைக்கும். அது கடவுளைக் காட்டாது.

வெறுப்பு, பொறாமை, பேராசை என்னும் நாற்றங்களை விரட்டும் நறுமணப் புகை பற்றிச் சிந்தியுங்கள். வஞ்சகப் பார்வை, புரளிபேசும் நாக்கு, காமக் கரங்கள் பற்றிச் சிந்திக்க மாட்டீர்களா? நம்பிக்கை யின் பெயரால் உலவும் அவநம்பிக்கை, படுமோசமான உலகப் பற்று பரவசமான சுவர்க்கம் பற்றிச் சங்கநாதம் செய்தல்- ஆகியவை பற்றி சிந்திக்க மாட்டீர்களா?

இவற்றையெல்லாம் கொன்றொழித்து, ஒவ்வொன்றாக இதயத் தில் தகனம் செய்து, இவற்றின் சாம்பலை எல்லாம், வானத்தில் நான்கு காற்றிலும் பரப்பிவிடுவது மட்டுமே, இறைவனுக்கு இனிய நறுமணமாகும்.

உமது நறுமணப் பாத்திரத்தில் எரிவது எது? தயையா? புகழா? தாழ்மையா?

சினம் கொண்ட கடவுள், தமது சினத்துடனே எரிந்து போவது நல்லது. புகழாசை கொண்ட கடவுள் புகழ்ப்பசி கொண்டு அலையட்டும்! வெறுப்புக் கொண்ட கடவுள், தம் இறுகிய இதயத்தால் சாகட்டும்!

புகழாசையோ, வெறுப்போ, இறுகிய இதயமோ கடவுள் ஆகாது. நீங்கள்தாம், புகழாசையும், வெறுப்பும், இறுகிக் கனத்த இதயமும் கொண்டு அலைகிறீர்கள்.

உமது புகழாசை, வெறுப்பு, இறுகிய இதயங்களை எரிப்பதன்றி, வேறு நறுமணப் புகை இறைவனுக்கு ஏற்றதல்ல. அவ்வாறு எரித்தால், நீங்களும் அவனைப் போலவே, எல்லாம் வல்லவர் ஆவீர்! அப்போது, உமது இதயமே, இறைவனின் நறுமணப் புகைப் பாத்திரம்!

வேதநூலில் என்ன படிக்கிறீர்கள்?

ஆலயச் சுவர்களில் பொன்னெழுத்துக்களால் பொறித்து வைக்கப்பட்டுள்ள கட்டளைகளையா? அல்லது, இதயங்களின்மேல் பொறிக்கப்படவேண்டிய வாழும் உண்மைகளையா?

பேச்சு மேடையில் நின்று கொண்டு உங்கள் உபதேசங்களைச் செய்கிறீர்கள். அவற்றிற்குச் சப்பைக்கட்டுகட்ட தர்க்கத்தைப் பயன்படுத்துகிறீர்கள். சொற்சாதுரியத்தைப் பயன்படுத்துகிறீர்கள். தேவைப்பட்டால் பணத்தையும், வாளையும் படுத்துவீர்கள்!

உமது வாழ்வு ஓர் உபதேசமன்று. அது சுதந்தரத்தை நோக்கிய பயணம். மன உறுதியுடன் செல்லும் பயணம். கோயிலுக்கு உள்ளேயும் கோயிலுக்கு வெளியேயும், இரவும் பகலும், மேலான இடங்களிலும், தாழ்வான இடங்களிலும் செல்லும் பயணம்.

நோக்கத்தில் உறுதி கொண்டு, அந்த வழியில் நீங்கள் நடந்தால் அல்லாமல், மற்றவர்களைத் துணிச்சலுடன், உங்களுடன் சேர்ந்து நடக்க எவ்வாறு அழைக்க முடியும்?

அல்லது- நிலப்படங்களையும், வரை படங்களையும், வேதநூலில் காணப்படும் விலைப்பட்டியலையும் பார்த்து, எவ்வளவு பூமியைக் கொடுத்து எவ்வளவு சுவர்க்கத்தை வாங்கலாம் என்று கணக்குப் போடுகிறீர்களா?

பாவ நகரமான சோதோமின் தந்திரக்காரர்களே, இடைத்தரகர்களே! நீங்கள் சுவர்க்கத்தை விற்று, அதற்கு ஈடாகப் பூமியை

வாங்கிக் கொள்வீர்கள். பூமியை முள்ளடர்ந்த காடாக்கி, மனிதரை அதிலிருந்து விரட்டி, நீங்கள் அதை ஆக்கிரமித்துக் கொண்டு அதை அனுபவிப்பீர்கள். தமது சுவர்க்கத்தின் பங்கைவிற்று, அதற்கு ஈடான பூமியை வாங்கும்படி ஏன் மக்களுக்குச் சொல்லக் கூடாது?

வேத நூலை நன்றாகப் படித்தால், பூமியை எவ்வாறு சுவர்க்க மாக்கலாம் என்பது தெரிந்துவிடும். சுவர்க்க மனம் படைத்தவர்க்கு பூமியும் சுவர்க்கம். பூமி மனம் படைத்தவர்க்கு சுவர்க்கமும் பூமி யாய்விடும்.

சக மனிதர்களுக்கு இடையிலான எல்லாத் தடைகளையும் அகற்றிவிட்டால், மனிதர் மனங்களில் சுவர்க்கத்தை மலரச் செய்துவிடலாம்; மனிதர்க்கும் விலங்குகளுக்கும் இடையிலான தடைகளையும், மனிதனுக்கும் இறைவனுக்கும் இடையிலுள்ள தடைகளையும்தான். அதற்காக, நீங்கள் சுவர்க்க மனம் படைத்தவர் ஆக வேண்டும்.

விலைக்கு வாங்கவோ, வாடகைக்கு விடவோ, சுவர்க்கம் ஒரு பூந்தோட்டம் அன்று. பூமியிலும் சரி, எல்லையற்ற பிரபஞ்சத்திலும் சரி, அது அடையவேண்டிய ஒரு வகை மனநிலை; ஒருவகை இருப்பு. ஏன் கொக்குப் போல் கழுத்தை நீட்டி, மேலே பார்க்கிறீர்கள்?

நறுமணப் புகை கொளுத்தி, வந்தனை வழிபாடுகள் செய்து, தப்பித்துக் கொள்ள வேண்டிய உலைக்களம் அன்று நரகம். அளக்கலாகா ஆகாயப் பெருவெளியிலும் சரி, பூமியிலும் சரி, அது ஒரு மனநிலை.

இதயத்தையே விரட்டாமல், இதயத்தின் எண்ணெயில் எரியும் நெருப்பை எவ்வாறு விரட்டுவீர்கள்?

தனது நிழலால் பிடியுண்டு கிடக்கும் வரை, சுவர்க்கத்தைத் தேடுவதோ, நரகத்திற்குத் தப்ப முயல்வதோ வீண் முயற்சி.

நம் இருமை நிலையில் இயல்பாக அமைந்துள்ளவையே சுவர்க்கமும், நரகமும்.

மனிதன், ஒரு மனமும், ஓர் இதயமும், ஒருடலும் பெறாதவரை, நிழலற்றுப்போய் ஒரே மனவுறுதி பெறாதவரை, அவன், ஒரு கால் சுவர்க்கத்திலும், ஒரு கால் நரகத்திலும் வைத்திருப்பவன் ஆவான். அதுதான் அவனது நரகம்!

ஒளியின் சிறகுகளும், ஈயத்தின் கால்களும் பெற்றிருப்பது நரகத்தைவிடப் படுமோசம். நம்பிக்கையால் உற்சாகம் பெற்று,

கவலையால் இழுப்புண்டு தவிப்பதும், அச்சமற்ற நம்பிக்கை வெளிப்படுவதும், அச்சம் தரும் சந்தேகத் திரை மூடப்பட்டுக் கிடப்பதுமான இருநிலை ஊசலாட்டமும் மகா நரகமே.

மற்றவர்களுக்கு எல்லாம் நரகமாய் இருப்பது யாருக்கும் சுவர்க்கமாய் விடாது. மற்றவர்களுக்குச் சுவர்க்கமாக இருப்பது, யாருக்குமே நரகமாய்விடாது.

ஒருவனின் நரகம் மற்றவனுக்குச் சுவர்க்கமாகவும், ஒருவனின் சுவர்க்கம் மற்றவனுக்கு நரகமாகவும் அமையுமானால், அவை முரண்பட்டவை அல்லாமல் போய் விடும். இரண்டிலிருந்தும் விடுதலை பெறச் செல்லும் புனிதப் பயணமே மேலானது; மெய்யானது.

புனித மதுவின் தீர்த்தாடகரே!

நல்லவர்க்கு விற்பதற்காக இந்த மிர்தாதிடம் எந்தச் சுவர்க்கமும் இல்லை; தீயவர்களைப் பயமுறுத்த, சோளக் கொல்லைப் பொம்மையாய் நரகமும் என்னிடம் இல்லை.

உமது நற்பண்புகள் தமது சொந்தச் சுவர்க்கத்தை உருவாக்கிக் கொள்ளும். அவை ஒருநாள் மலர்ந்து, மறுநாள் உதிர்ந்துவிடும்.

உமது தீமையே ஒரு சோளக் கொல்லைப் பொம்மை ஆகவில்லை யென்றால், அத்தீமை ஒரு நாள் உறங்கியிருந்து மறு பருவத்தில் பூத்துக் குலுங்க ஆரம்பித்துவிடும்.

என்னிடம், உங்களுக்குத் தர, சுவர்க்கமோ, நரகமோ இல்லை. ஆனால், உம்மை நரக நெருப்பிலிருந்து வெளியேற்றவும், சுவர்க்க போகத்திலிருந்து தப்பவும் தேவைப்படும் புனித புரிதல் உண்டு. இந்தப் பரிசை நீங்கள் கரங்களால் பெற முடியாது; இதயத்தால் மட்டுமே பெற முடியும்.

அதற்கு ஏதுவாக, வழிதவறிய ஆசைகளைத் தடங்கலின்றி இதயத்தில் ஏற்று, பாதுகாத்து, அவற்றைப் புரிந்து கொள்ள முயல வேண்டும்.

நீங்கள் பூமிக்கு அன்னியர் அல்லர்; பூமியும் உமது சிற்றன்னை அல்லள். அவளது இதயமே உமது இதயம். அவளது முதுகெலும்பே உமது முதுகெலும்பு. அவளது உறுதியான, நிலையான முதுகில் உங்களைச் சுமக்க அவள் மகிழ்ச்சியே அடைகிறாள்.

அவ்வாறிருக்க, உமது சிறிய, மெலிந்த, நெஞ்சுக் குழிவிழுந்த, முனகும் முதுகின்மேல், அவளைச் சுமக்க ஏன் படாதபாடுபடு கிறீர்கள்? ஏன் மூச்சுத் திணறி அவலப்படுகிறீர்கள்?

பூமியின் மடியில் தேனும் பாலும் ஓடுகிறது. ஏன் பேராசை கொண்டு தேவைக்கு அதிகமாக எடுத்துக் கொள்கிறீர்கள்?

புனிதமும் சாந்தமும் தவழ்வது பூமியின் முகம். அதை ஏன், அச்சத்தாலும், பூசல்களாலும் காயப்படுத்துகிறீர்கள்?

பரிபூரணமான ஒருமை கொண்டது பூமி. வாள்களாலும், வேலிகளாலும் ஏன் அதைப் பிரித்துப் பிளவு படுத்துகிறீர்கள்?

அடக்கமும், கவலையில்லாமையும் கொண்டது பூமி. நீங்கள் ஏன் அடங்காமை கொண்டு, கவலைகளால் அதை நிறைக்கிறீர்கள்?

நீங்கள், எல்லா உலகங்களைக் காட்டிலும், கதிரவனைக் காட்டி லும், பூமியைக் காட்டிலும் பொறுமை கொண்டவர்கள். இங்கே எல்லாமே வந்துபோகும். ஆனால், நீங்கள் அப்படிப்பட்டவர்கள் அல்லர். அவ்வாறிருக்க, நீங்கள் ஏன் காற்றில் சிக்கிய இலைகள் போல் நடுங்குகிறீர்கள்?

பிரபஞ்சத்தோடு நீங்கள் ஒன்றிணைந்து ஒன்றாக இருக்கிறீர்கள் என்பதை எதுவும் உணர்த்தாது; பூமி மட்டுமே அதை உணர்த்தும். இருந்தாலும், உமது நிழலைக் காட்டும் கண்ணாடிதான் இந்தப் பூமி. வெளிப்படும் நிழலைவிட மேலானதா கண்ணாடி? அதில் விழும் நிழலுருவம், மனிதனைவிடச் சிறந்ததா என்ன?

கண்களைத் துடைத்துக் கொண்டு விழித்துக் கொள்ளுங்கள்!

நீங்கள் பூமியைவிட மேலானவர். உமது விதி, மரணத்தின் பசித்த வாய்க்கு உணவளிக்கவும், வாழ்ந்திருக்கவும் அல்ல. அதற்கும் மேலானது. பிறப்பு இறப்புகளிலிருந்து விடுதலை பெறுவதே உமக்கு விதிக்கப்பட்ட விதி. சுவர்க்க நரகங்களிலிருந்தும் இருமையின் ஊசலாட்டத்திலிருந்தும் விடுபடுவதே உமது விதி. இறைவனின் அழியாத திராட்சைத் தோட்டத்தில், நல்ல கனிகளாய் ஆவதே உமது விதி.

உயிரோடுள்ள திராட்சைக் கொடியின் கிளை ஒன்றை, பூமி யில் புதைத்தால், அந்தக் கிளையும் பூமியில் வேர் விட்டு, வளர்ந்து, தாய்க் கொடி போலவே தனிக் கொடியாய்க் கனிகள் தரும், தாய்க் கொடிவிட்டுத் துண்டாடப் படாமலேயே. அதுபோலவே, தெய்விகக் கொடியின் கிளைக் கொடியாகிய மனிதன், தனது புனித பூமியில் புதைந்து, கடவுளாகிப் பரம்பொருளுடன் என்றும் ஒன்றியிருப்பான்.

உயிர் பெறுவதற்காக, மனிதன், உயிரோடு புதையலாமா?

ஆமாம்; ஆமாம்! வாழ்வு, சாவு என்னும் இருமைக்குள் நீங்கள் புதையுண்டு போகாதவரை, தெய்விக இருப்பின் ஒருமையிலிருந்து நீங்கள் மேலெழ முடியாது.

அன்பென்னும் திராட்சைக் கனிகளை உண்ணாமல், நீங்கள், புரிதலென்னும் மதுவால் நிரப்பப்பட மாட்டீர்கள்.

புரிதலென்னும் மதுவைப் பருகாதவரை, நீங்கள், சுதந்தரத்தின் முத்தங்களால் அமைதி பெற முடியாது.

இந்தப் பூமிக்கனிகளை உண்ணுவதால், நீங்கள் உண்பது அன்பாகி விடாது. குறைந்த பசியைத் தணிப்பதற்காக, அதிகப் பசியை நீங்கள் உண்கிறீர்கள்.

திராட்சைக் கொடியின் இரத்தத்தைப் பருகுவது, புரிதலைப் பருகுவது ஆகிவிடாது. வேதனைகளை மறக்கக் கொஞ்சமாய்ப் பருகுகிறீர்கள். போதை இறங்கியதும் வேதனைகள் இருமடங்காகி விடுகின்றன. தொல்லையான சுயத்திலிருந்து தப்பி யோடுகிறீர்கள். அடுத்த திருப்பத்தில் அதே சுயம் எதிரே வருகிறது!

மிர்தாத் வழங்கும் திராட்சைகள், உங்களை உருவாக்கி, பிறகு அழுகிவிடச் செய்யாதவை. ஒருமுறை இவற்றால் உங்களை நிறைத் தால், பிறகு என்றென்றும் அவை குறையாமல் நிறைந்தே இருக்கும்.

இந்த மதுச்சாறு, உமது உதடுகளை எரித்து விடுமாதலால், வடிகட்டப்பட்டுள்ளது. ஆனால், உடனடியாக இதயத்தைப் பாதித்து, சுயத்தை மறக்கடிக்கும்; சாஸ்வதத்தில் கொண்டு சேர்க்கும்.

இந்தக் கனிகள் வேண்டுமென்ற பசி, யாருக்கெல்லாம் உண்டோ, அவர்களெல்லாம் தமது கூடைகளை ஏந்தி வாருங்கள்!

எனது இரத்தத்தின் மீது தாகம் கொண்டவர்கள் எவராவது உண்டெனில், அவர்கள் தமது கோப்பைகளை ஏந்தி வாருங்கள்!

விளைவால் கனத்து, இரத்தம் பொங்கி வழிய நிற்கிறான் இந்த மிர்தாத்.

சுயத்தை மறக்கும் நாளே, புனித திராட்சை மதுவின் திருநாள். அதுவே, அன்பின் போதையில் மயங்கும் நாள். அதுவே, புரிதலின் ஒளியில் மூழ்கும் நாள். அதுவே, சுதந்தரத்தின் சீரான சிறகடிப்பில் பரவசம் அடையும் நாள். வேலிகளைத் தகர்த்துத் தரை மட்டம் ஆக்கும் நாளும், ஒன்றில் எல்லாமும், எல்லாவற்றில் ஒன்றும், ஒன்றாகக் கலந்து ஒன்றும் நாளும், அதுவே.

அடடா, பரிதாபம்! அதற்கு இன்று என்னதான் நேர்ந்து விட்டது?

மிகையில் ரூமி

நோய் கொண்ட, பலவீனமான, சுய வெளிப்பாடாகவும், படுமோசமான பேராசையுடன் செய்யும் வியாபாரமாகவும், அடிமைத்தனம் அடிமைத்தனத்துடன் ஆடும் உல்லாச விளையாட்டாகவும், அறியாமை, அறியாமையை ஒழுக்கங்கெட வைப்பதாகவும், ஆகிவிட்டது இந்த நாள்.

வடிகட்டிய பக்தியாகவும், அன்பாகவும், சுதந்தரமாகவும் ஒரு காலத்தில் இருந்த இந்த மடாலயம், இன்று மாபெரும் மதுத் தொழிற்சாலையாகவும், வணிகக் கேந்திரமாகவும் ஆகிவிட்டது; உமது திராட்சைத் தோட்டத்தின் விளைவுகளை வாங்கிக் கொண்டு, மதிமயக்கும் மதுவை உங்களுக்கு வழங்குகிறது; உங்கள் உழைப்பைக் கொண்டே, உங்கள் கைகளுக்கு விலங்குகள் தயாரிக்கின்றது; உமது நெற்றி வியர்வை கொண்டே நறுமணப் புகைக்கான பொருளைத் தயாரிக்கிறது.

தனது வகுக்கப்பட்ட நெறியிலிருந்து வெகுதூரம் விலகிப் போய் விட்டது இந்த மடாலயம். ஆனால், இதன் சுக்கான் இன்று சரியாகப் பொருத்தப் பட்டுவிட்டது. தனது பாரங்களை எல்லாம் வீசிவிட்டு, இனி இது பாரமின்றி, எளிதாகப் பாதுகாப்புடன் பயணம் போகப் போகிறது.

அதனால், எல்லாப் பரிசுகளும், கொடுத்தவர்களுக்கே திருப்பி வழங்கப்படும்! கடன்காரர்களின் கடன்களெல்லாம் ரத்து செய்யப்படும்!

இனி இந்த மடாலயத்திற்குக் கொடுப்பவன் இறைவன் மட்டுமே. கடவுள் யாரையும் கடனாளி ஆக்கமாட்டான்; தன்னைக்கூட.

இப்படித்தான் நான் நோவாவுக்கு உபதேசித்தேன்.

அப்படியே உங்களுக்கும் உபதேசிக்கிறேன்.

27

அத்தியாயம்

உண்மையை அனைவர்க்கும் உபதேசிப்பதா? அல்லது சிறந்த சிலருக்கு மட்டுமா?

நரோண்டா: அந்தத் திருவிழா ஒரு மங்கிய நினைவாகப் போய்விட்ட ஒரு பின்னாளில், குகையில் ஏழு பேரும் குருவைச் சுற்றி அமர்ந்திருந்தார்கள். குரு மௌனமாக இருந்தார். அந்தத் திருவிழா நாளின் மறக்க முடியாத நிகழ்ச்சிகளை, தோழர்கள் விமர்சனம் செய்ய ஆரம்பித்தார்கள்.

குருவின் பேச்சை எவ்வளவு உற்சாகத்தோடு கூட்டத்தினர் கேட்டார்கள் என்பதை ஒருவர் விவரித்தார். மடாலயத்திலிருந்து கடன் பத்திரங்களை வெளியில் எடுத்து வந்து, கடன்பட்டவர் களுக்கு வினியோகிக்கப்பட்டதாலும், நூற்றுக் கணக்கான மதுச் சாடிகளைக் கிடங்கிலிருந்து எடுத்து வந்து, மக்களுக்கு வினியோகிக் கப்பட்டதாலும், சமாதம், விளங்காத மன நிலையில் உறைந்து போய் நின்றதையும், மடாலயக் கருவூலத்தில் நிறைந்து கிடந்த பரிசுப் பொருள்களை எடுத்து வந்து, மக்களுக்கு வழங்கப்பட்ட போது, சமாதம் பேச்சற்று, அசையாமல் கண்ணீர் விட்டு நின்றதை யும் சிலர் குறிப்பிட்டார்கள். சமாதம் அவற்றையெல்லாம்

எதிர்ப்பார் என்று எதிர்பார்த்த போது, ஏன் அவர் எதிர்ப்புக் காட்டவில்லை என்று சிலர் வியந்தார்கள்.

பென்னூன் சொன்னது வேறாக இருந்தது. அன்று மக்கள் உற்சாக ஆரவாரம் செய்தது, குருவின் பேச்சைக் கேட்டதால் அல்லவென்றும், அவர்களின் கடன்கள் ரத்து செய்யப்பட்டதாலும், ஏராளமான பரிசுகள் பெற்றதாலும்தான் என்று பென்னூன் குறிப்பிட்டார். உண்டு, குடித்து மகிழும் அந்த சாதாரணக் கூட்டத்திற்காக, குரு அவ்வளவு சிரமப்பட்டுத் தம் மூச்சுக் காற்றை விரயம் செய்திருக்க வேண்டியதில்லை என்றும், அவர் மென்மையாகக் குறிப்பிட்டார். உண்மையை எல்லாருக்கும் போதிப்பதில் எந்தப் பயனும் இல்லை, தகுதி படைத்த சிலர்க்கே உபதேசிப்பது நல்லதென்றும் அவர் குறிப்பிட்டார்.

இவற்றையெல்லாம் கேட்ட பிறகு குரு பேசத் தொடங்கினார்.

மிர்தாத்: காற்றில் பாயும் உமது மூச்சு, நிச்சயமாய் யாராவது ஒருவர் நெஞ்சுக்குள் சென்று நிலைபெறும். யாருடைய நெஞ்சில் என்று கேட்காதீர்கள். அந்த மூச்சு தூயதாக இருக்கிறதா என்று மட்டும் பாருங்கள்.

உமது சொல், ஏதாவது ஒரு காதைக் கண்டுபிடித்துக் கொள்ளும். யாருடைய காதை என்று கேட்காதீர்கள். அந்தச் சொல், சுதந்தரத்தின் உண்மையான தூதுவனாக இருக்கிறதா என்று மட்டும் பாருங்கள்.

உமது மௌனச் சிந்தனை, நிச்சயமாக எவருடைய நாவையும் சென்றடையும், பேசுவதற்காக. எவருடைய நாவை என்று கேட்காதீர்கள். அன்பான புரிதலால் அது ஒளியேற்றப்பட்டு இருக்கிறதா என்று மட்டும் பாருங்கள்.

எந்த முயற்சியும் வீணாகிவிடும் என்று நினைக்காதீர்கள். சில விதைகள் பூமிக்குள் பல்லாண்டு புதைந்து கிடக்கும். அடுத்து வரும் சாதகமான பருவத்தில், சட்டென முளைவிடும்.

எல்லா மனிதருக்குள்ளும், எல்லாப் பொருள்களுக்குள்ளும் உண்மையின் வித்து இருக்கிறது. உமது வேலை, விதைப்பதன்று. சரியான பருவத்தில் அது முளைவிடப் பக்குவம் செய்ய வேண்டுவதே உமது பணி.

நிரந்தரத்தில் எல்லாமே சாத்தியம். எந்த மனிதனின் சுதந்தரத்தின் மீதும் அவநம்பிக்கை கொள்ளாதீர்கள். அதனால், ஆர்வம் கொண்ட

வர்க்கும் ஆர்வம் அற்றவர்க்கும் சரிசமமாக, அனைவர்க்கும் விடுதலை கிடைக்கும் என்ற செய்தியை உபதேசிப்பீராக.

ஆர்வமற்றவர்கள் நிச்சயம் ஆர்வம் கொள்வார்கள். அவர்கள் தமது அழகிய சிறகு விரித்துக் கதிரவனுக்கு எதிரே பறந்து, அளக்கலாகா வான் வெளியில், எல்லையற்ற தொலைவை அடைவார்கள்.

மிக்காஸ்டர்: திருநாளுக்கு முன்பு நீங்கள் காணாமற் போனதன் மர்மம் பற்றிப் பலமுறை விசாரித்தும், நீங்கள் பதில் சொல்லாமற் போனது, இன்றுவரை எமக்குக் கவலை அளித்துக் கொண்டுதான் இருக்கிறது. உங்கள் நம்பிக்கைக்கு நாங்கள் பாத்திரமானவர்கள் அல்லவா?

மிர்தாத்: எனது அன்பிற்குப் பாத்திரமானவர் எவரோ, அவரெல்லாம் என் நம்பிக்கைக்கு உரியவரே. நம்பிக்கை அன்பைவிட மேலானதா மிக்காஸ்டர்? இதயத்தைக் கொடுப்பதில் நான் வரைமுறையில்லாதவன்தானே?

நான் சில விரும்பத்தகாத விஷயங்களைச் சொன்னேன் என்றால், அது, சமாதம் தமது தவறுக்கு வருந்துவதற்கான கால அவகாசம் கொடுப்பதற்காகத்தான். திருவிழாவுக்கு முன்தினம், சமாதம்தான், இரு அன்னியர்களைக் கொண்டு, என்னை இந்தக் குகையிலிருந்து பிடித்துச் சென்று, இருட் குழியில் தள்ளச் செய்தார்! பரிதாபத்திற்குரிய சமாதம்! அந்த இருட் குழி, தனது பட்டுக் கரங்களால் தாங்கி எடுத்து, எனக்கு மந்திர ஏணியும் வைத்துக் கொடுக்கும் என்பது, பாவம், அவருக்குத் தெரியாது.

நரோண்டா: அதைக் கேட்டு நாங்கள் திகைப்பால் வாயடைத்துப் போனோம். அந்த நரகப் படுகுழியிலிருந்து அவர் எவ்வாறு வெளியேறினார் என்று, நாங்கள் யாரும் கேட்கத் துணியவில்லை. சற்று நேரம் யாரும் பேசவில்லை.

ஹிம்பல்: நீங்கள் சமாதத்தை நேசிக்கிறபோது, அவர் ஏன் உங்களுக்குத் தீங்கு செய்ய வேண்டும்?

மிர்தாத்: என்னை அவர் தண்டிக்கவில்லை. சமாதம் சமாதத்தையே தண்டித்துக் கொண்டார்.

கண்பார்வை அற்றவர்க்கு மேலான அதிகாரம் கொடுத்தால், அவர்கள் பார்வையுள்ள அனைவர் கண்களையும் பிடுங்கிவிடு

வார்கள். அவர்களுக்குப் பார்வை வரவேண்டும் என்று பாடுபடு பவர் கண்களைக்கூடப் பிடுங்கிவிடுவார்கள்!

அடிமைக்கு ஒருநாள் அதிகாரம் கொடுத்துப் பாருங்கள். அவன் உலகத்தையே அடிமையாக்கிவிடுவான். அவனது கை, கால் விலங் குகள் தகர்த்து, அவனுக்கு விடுதலை அளித்தவனுக்குத்தான் முதலில் கை விலங்கு, கால் விலங்கு பூட்டுவான்!

எந்த வகையில் வந்ததாக இருந்தாலும் உலகின் அதிகாரம் என்பது, போலிதான். அது, கச்சை வாரை இறுக்கிக் கட்டி, உடைவாளை உயரத் தூக்கி, ஆரவாரமாக ஊர்வலம் போகும். தனது பொய்யான இதயத்தை யாரும் பார்த்துவிடக் கூடாது என்பதற்காக!

அதனுடைய ஆடும் அரியணை, துப்பாக்கிகள், வேல்கள் மீது நிறுவப்பட்டது. அதன் இதயம் நிறையத் தற்பெருமை. அது, தாயத்து களாலும், மாந்திரீகச் சின்னங்களாலும் அலங்கரிக்கப்பட்டுள்ளது. வியப்புடன் பார்ப்பவர் முன், அதன் கேடுகெட்ட வறுமையை மறைப்பதற்காகவே அந்த அலங்காரங்கள்.

அநியாய அதிகாரம் செலுத்துகிறவன் அப்படித்தான் அந்தக னாகவும், சபிக்கப்பட்டவனாகவும் இருப்பான். அவன், தன் அதிகாரத்தை ஆதரிப்பவரையும், எதிர்ப்பவரையும் அழித்து, கடைசியில் தன்னையே அழித்துக் கொள்வான்.

அவனுடைய அதிகார மோகம், நிரந்தரமாக அவனுக்குள் கொந்தளித்துக் கொண்டிருப்பதுதான் அதற்குக் காரணம். அதிகாரம் கொண்டவர்கள், அதைத் தக்க வைத்துக் கொள்வதற்காக எப்போதும் போராடிக் கொண்டே இருப்பார்கள். மற்றவர்களோ, அதிகாரத்தை எப்படிப் பறிப்பது என்று போராடிக் கொண்டிருப்பார்கள். கடவுள், ஒரு கட்டாகக் கட்டி வைக்கப்பட்டு விடுவதால், மனிதன் போர்க்களத்தில் நிர்க்கதியாய், அன்பற்று விடப்பட்டு, நசுங்கிச் சாவான்.

போரின் முகமூடியைக் கழற்றி, அதன் அருவருப்பான பேய் முகத்தை வெளிப்படுத்த எந்த வீரனாலும் முடியாது. போர், அந்த அளவுக்கு இரத்த தாகவெறி கொண்டது.

துறவிகளே, நான் சொல்வதை நம்புங்கள். அதற்கு எதிராகக் கண் சிமிட்டக்கூட எந்த அதிகாரத்தாலும் முடியாது, புனித புரிதல் என்னும் விலைமதிப்பற்ற ஓர் அதிகாரம் தவிர. எந்தத் தியாகமும் புரிதலுக்குப் பெரிதன்று. ஒரு முறை அதை அடைந்து

விட்டால், காலமுள்ளவரை அதை இறுகப் பற்றி இருக்கலாம். உலகத்தின் படைகள் எல்லாம் அடிபணியத் தக்க, அதிகாரச் சொற்களை அது உனக்கு வழங்கும். உலகம் நினைத்துக் கூடப் பார்க்க முடியாததும், அனைத்துலக அதிகாரங்களைவிட அதிகம் ஆசீர்வதிக்கப்பட்டதுமான ஓர் அம்சம் அது. உமது செயல்கள் அனைத்தையும் ஆசீர்வதிக்கும் அது.

புரிதலே இதன் கேடயம். அன்பே இதன் வலிய கரம். இது தண்டிப்பதும் இல்லை; பயமுறுத்துவதும் இல்லை. வரண்ட இதயங்களின் மேல் குளிர்ந்த பனித்துளிபோல் விழுவது இது. இதை அருந்தியவர்களை மட்டுமல்லாமல், அருந்தாதவர்களையும் ஆசீர்வதிக்கும் இந்தப் புனிதமான புரிதல். காரணம், இதன் உள்ளாற்றல் சர்வ நிச்சயமானது. எந்த வெளியாற்றலாலும் இதைத் திசை மாற்றிவிட முடியாது. காரணம், இது அச்சமற்றது. ஒரு மனிதன்மேல் ஓர் ஆயுதமாய்த் திணிக்கப்படும் அச்சத்தை, இது அடித்துத் தடுத்துத் திகைக்க வைத்து விடுகிறது.

இந்த உலகம், புரிந்து கொள்ளுதலில் மிகமிகப் பின் தங்கியுள்ளது. அதனால், உலகம் தனது வறுமை, போலி அதிகாரத்தின் பின்னால் மறைத்துவிடுகிறது.

போலி வேட அதிகாரமோ, தற்காப்பும், மோதலுமாகப் போரிடு கிறது; மற்ற போலி அதிகாரத்தோடு உறவு வைத்துக் கொள்கிறது. இவை இரண்டும் சேர்ந்து, அச்சத்தை அதிகாரத்தோடு அனுப்பி வைக்கின்றன. ஆனால், அந்த அச்சமே அவை இரண்டையும் நாசம் செய்துவிடும்!

பலவீனர்கள், தமது பலவீனத்தைப் பாதுகாக்க, மற்ற பலவீனர் களோடு சேர்ந்து கொள்கிறார்கள் அல்லவா? அப்படித்தான், உலக அதிகாரமும், காட்டுமிராண்டித்தனமும் கைகோத்து, அச்சத்தின் கீழ் அணிவகுத்து நிற்கின்றன. அறியாமைக்கு இவை வரி செலுத்துகின்றன. அந்த வரிகளே, போர்களும், இரத்தமும், கண்ணீரும்! அப்போது அறியாமை அன்பாகப் புன்னகைத்து, 'நல்ல காரியம் செய்தீர்கள்!' என்று பாராட்டுகின்றது!

"நல்ல காரியம் செய்தாய்," என்று சமாதம் தமக்குத்தாமே சொல்லிக் கொண்டார், மிர்தாதை இருட்குழியில் தள்ளியபோது! அவர் தம்மைத் தாமே அதில் தள்ளிக் கொண்டுவிட்டதை அவர் கொஞ்சமும் உணரவில்லை. மிர்தாதைத் தாங்கிக் கொள்ளக் கூடியதன்று அந்தக் குழி. அதன் வழுக்கும் சுவர்களையும்,

மிகையில் நூமி

அடியாழத்தையும் அளந்து பார்க்க சமாதம் அதற்குள் இறங்கிப் படாதபாடு பட்டிருக்கிறார்.

ஒரு பகட்டுச் சிற்றணி, உலக அதிகாரம் படைத்தது. புரிதல் பெறாதவர்கள், அந்த அணியையே அணிந்துகொள்வர். ஆனால், நீங்கள் எவர் மீதும் உங்களைத் திணிக்க முடியாது. அவ்வாறு அதிகாரத்தால் திணிக்கப்பட்டால், அதே அதிகாரம் விரைவில், உங்களை வெளியே தள்ளிவிடும்.

மனிதர் மீது அதிகாரத்தைத் திணிக்காதீர்கள். எல்லாம் அறிந்த சக்தியே எஜமானன். மனிதர்கள் எல்லாம் தமது வாழ்வுடனும், பொருள்களுடனும் சங்கிலிகளால் பிணைப்புண்டு கிடக்கிறார்கள். அவர்களின் பொருள்கள் மீது அதிகாரம் செலுத்தாதீர்கள். அவ்வாறு செய்தால், அவர்கள் தமது விலங்கொடிக்க வந்தவர் மீது அவநம்பிக்கையும், வெறுப்பும் கொள்வார்கள்.

அதனால், அன்பும் புரிதலும் கொண்டு, மனித இதயங்களை அணுகுங்கள். அணுகி உள்ளே நிலைகொண்ட பின், அவர்களுடைய விலங்குகளைக் கழற்றுதல் உமக்கு எளிதாகும்.

அதை நிறைவேற்ற, அன்பு உமது கரங்களுக்கு வழிகாட்டும்; புரிதல் விளக்கேந்தி நிற்கும்.

28

அத்தியாயம்

பெத்தாரின் அரசர், சமாதத்துடன் குகைக்கு வருகிறார்

நரோண்டா: குரு தம் பேச்சை முடித்த வேளையில், நாங்கள் அவரது கருத்துக்களின் சிந்தனையில் ஆழ்ந்திருந்தபோது, கனத்த காலடியோசைகளும், தெளிவற்ற பேச்சும் எம் காதுகளில் விழுந்தன.

அடுத்து, இரண்டு பெரிய படைவீரர்கள் அங்கே பிரவேசித்தனர். அவர்கள், தலைமுதல் கால்வரை படைக்கான உடை அணிந் திருந்தனர். பட்டாக் கத்திகள் வெயிலில் மின்னின. அவர்களைத் தொடர்ந்து அரச உடையில் ஒருவர் வந்தார். அவருக்குப் பின்னால், சமாதம், மேலும் இரண்டு படைவீரர்கள் துணைக்கு வர, பயத்துடன் அங்கே வந்தார்.

அந்தப் பால்மலைப் பகுதி ஆட்சியாளர்களிலேயே, புகழ்பெற்ற அந்த அரசர், குகை வாயிலில் ஒரு கணம் நின்றார்; எங்கள் எல்லாரையும் கவனமாகக் கூர்ந்து பார்த்தார். பிறகு, தமது பெரிய விழிகளால் குருவைப் பார்த்துவிட்டு, மிக அதிகமாகக் குனிந்து வணக்கம் செலுத்தினார். பிறகு பேச ஆரம்பித்தார்.

அரசர்: வாழ்க, புனிதரே! நமது தலைநகரை எட்டு முன்பே உமது புகழ், இந்த மலைப் பகுதி முழுவதும் நன்றாகப் பரவி

யிருக்கின்றது. அதனால், உமக்கு மரியாதை செய்யவே நான் வந்திருக்கிறேன்.

மிர்தாத்: மிக விரைந்து பாயும் தேர்போலப் புகழ் பரவும், வெளிநாட்டில். உள் நாட்டிலோ நொண்டி நொண்டி நடக்கும், கோல் ஊன்றி. அதோ, அந்த மூத்தவர் இதை அறிவார். அதனால், அரசே, புகழின் போக்குகளை நம்பிவிடாதீர்கள்.

அரசர்: இருந்தாலும், புகழ் இனிக்கவே செய்கிறது. ஒருவர் பெயரை, மற்ற மனிதரின் உதடுகள் மீது முத்திரை பதிப்பது இனிதாகவே இருக்கிறது.

மிர்தாத்: மனிதரின் உதடுகள் மீது பதியும் பெயர், கடற்கரை மணல் மீது பதிக்கப்படுவது போலத்தான். காற்றும், அலையும் பாய்ந்து அதை அழித்துவிடக் கூடும்; ஒரு தும்மல் பாய்ந்து வந்து உதடுகள் மீதுள்ள பெயரை அழித்துவிடக் கூடும். ஒரு தும்மலால் அழிந்து போகின்ற பெயரை, உதடுகள் மீது பதிக்காதீர்கள். அதற்குப் பதிலாக, அவர்களுடைய இதயங்களில் வைத்து எரித்து விடுங்கள்.

அரசர்: ஆனால், மனிதர் இதயங்கள், பல பூட்டுகளால் பூட்டப்பட்டிருக்கின்றனவே.

மிர்தாத்: பூட்டுகள் பலவாக இருக்கலாம். ஆனால், சாவி ஒன்றே ஒன்றுதான்.

அரசர்: உங்களிடம் இருக்கிறதா அந்தச் சாவி? அது எனக்கு வேண்டும் என்று தவிக்கிறேன்.

மிர்தாத்: உங்களிடமும் அது இருக்கவே செய்கிறது.

அரசர்: அடடா! என்னைத் தகுதிக்கு மீறிப் புகழ்கிறீர்கள். என் அண்டை நாட்டரசனிடம் நீண்ட காலம் அதைத் தேடினேன். அது அகப்படவே இல்லை. அவன் வலிமை மிக்கவன். என் மீது அவன் போர் தொடுத்தான். நான் சமாதானத்தை விரும்புகிறவனாக இருந்தும், அவனை எதிர்க்க நேர்ந்தது. எனது மணிமுடியையும், ஆடை ஆபரணங்களையும் பார்த்து ஏமாந்துவிட வேண்டாம், குருவே. நான் தேடும் சாவி, இவற்றிலும் இல்லை.

மிர்தாத்: அதை மறைத்து வைத்துள்ளன இவை; ஆனால், அதைப் பிடித்து வைக்க இவற்றால் முடியாது. இவை, உம்மைக் காவிடற வைக்கும்; உமது கையைத் தடுக்கும்; பார்வையை விலக்கும்; உமது தேடலைப் பயனற்றதாகும்.

அரசர்: என்ன சொல்கிறீர்கள் நீங்கள்? இந்த மணிமுடியையும், அரச உடைகளையும் தூக்கி எறிந்து விடவா? அவ்வாறு செய்தால், என் அண்டை நாட்டரசனின் இதயத்தில் அது கிடைத்து விடுமா?

மிர்தாத்: இவை உள்ளவரை, உமது அண்டை நாட்டரசனை நீங்கள் இழந்துவிட நேரும். அவனை அணைத்துக் கொள்ள வேண்டுமானால், இவற்றை இழந்தேயாக வேண்டும். அண்டை யிலிருப்பவரை இழப்பது, உங்களையே நீங்கள் இழந்துவிடுவதுதான்.

அரசர்: இவ்வளவு அதிக விலை கொடுத்தா அவனது நட்பை நான் பெறவேண்டும்?

மிர்தாத்: உங்களை நீங்கள் வாங்கிக் கொள்ள வேண்டும் என்றால், அது மலிவான விலைதானே?

அரசன்: என்ன! என்னையே நான் விலைக்கு வாங்குவதா? பிணைத் தொகை கொடுத்து வாங்க நான் என்ன சிறைக் கைதியா? என்னிடம் செல்வம் நிறைய இருக்கிறது; ஆயுதங்கள் தாங்கிய பெரும்படை இருக்கிறது, என்னைப் பாதுகாக்க. இதைவிட அதிகம் உள்ளதாக என் அண்டை நாட்டான் பெருமை அடித்துக் கொள்ள முடியாது.

மிர்தாத்: ஒருவனுக்கோ, அல்லது ஏதாவதொரு பொருளுக்கோ கைதியாக இருப்பவன் சிறைப்பட்டவனே. அவன் தாக்குப் பிடிப்பது கடினம். ஒரு படைக்கும், பல பொருள்களுக்கும் அடிமையானவன், நிவாரணமற்று நாடு கடத்தப்பட்டவனே. ஒன்றுக்கு அடிமையா னவன் அதனால் சிறை வைக்கப்பட்டவனே ஆகிறான். கடவுளை மட்டுமே சார்ந்திருக்க வேண்டும். கடவுளின் கைதியே சுதந்தர மானவன்.

அரசன்: எனது குடிமக்கள் பாதுகாப்பின்றித் தவிக்க, நான் என் அரியணையைத் துறந்து விடவா?

மிர்தாத்: நீங்கள் பாதுகாப்பின்றி இருக்கக் கூடாது.

அரசன்: அதனால், என் படைகளை வைத்துக் கொள்ளலாம் தானே!

மிர்தாத்: அதனால், உமது படைகளைக் கலைத்து விட வேண்டும்!

அரசன்: அண்டை நாட்டான், எனது அரசைப் பறித்துக் கொள்வானே!

மிகைல் நயீம்

மிர்தாத்: உமது அரசு பறிபோகலாம். ஆனால், உங்களை எவராலும் விழுங்கிவிட முடியாது? இரண்டு சிறைகள் ஒன்றாக இணைந்து விடுவதால், விடுதலைக்கான ஒரு சிறு உலைக்களத்தைக் கூட அதனால் உருவாக்கிவிட முடியாது. உங்களை எவராவது சிறையிலிருந்து வெளியேற்றினால் அதற்காக மகிழத்தானே வேண்டும்! அதே சமயம், உம்மோடு சேர்ந்து சிறையில் அடைபட எவராவது வந்தால், அவனுக்காகப் பொறாமை கொள்ள வேண்டாம்.

அரசன்: வீரத்திற்குப் பேர்போன மரபில் உதித்த இளையவன் நான். நாங்கள் என்றும் பிறரைப் போருக்குத் தூண்டுவதில்லை. ஆனால் எம் மீது போர் திணிக்கப்படும்போது நாங்கள் பின்வாங்க மாட்டோம். போர்க்களத்தில் குவிந்து கிடக்கும் பகைவரின் பிணக் குவியல் நடுவே, எமது வெற்றிப் பதாகையை உயரப் பறக்கவிடாமல், களம் விட்டு அகலமாட்டோம். நீங்கள் எனக்குத் தவறான ஆலோசனை கூறுகிறீர்கள். எனது அண்டை நாட்டான் எனது நாட்டிற்குள் பிரவேசிக்கவே நீங்கள் வழிகாட்டுகிறீர்கள் ஐயா.

மிர்தாத்: சமாதானம் வேண்டும் என்று நீங்கள் சொன்னீர்கள் அல்லவா?

அரசன்: ஆமாம். எனக்கு வேண்டியது சமாதானம்தான்.

மிர்தாத்: அவ்வாறெனில், நீங்கள் போர் செய்யக் கூடாது.

அரசன்: ஆனால், பக்கத்து நாட்டான் படையெடுத்துவரத் துடிக்கிறானே! அவனுடன் போரிட்டுத்தானே சமாதானத்தை நிறுத்த முடியும்?

மிர்தாத்: அவனுடன் சமாதானமாக இருக்க அவனைக் கொல்ல வேண்டுமா? என்ன வினோதமான காட்சி! செத்தவரோடு சமாதானமாக வாழ்வதில் எந்தப் பெருமையும் இல்லை. உயிரோடு உள்ளவரோடு சமாதானமாக இருப்பதே மிகவும் மரியாதைக்குரியது.

மற்றவனது அல்லது மற்ற பொருளினது விருப்பமோ, சுவையோ உம்மோடு முரண்படும் போது, போர் தொடுக்கிறீர்கள். அவ்வாறு வேறு வேறு விருப்பமும் சுவையும் கொண்டு உலகைப் படைத்த கடவுளோடு மோதுவதுதானே!

உமது மன அமைதி குலைக்கவும், உமது இதயத்தைத் தொல்லைப் படுத்தவும், இவ்வுலகில் எண்ணற்ற பொருள்கள் இருக்கவே

செய்கின்றன. நீங்கள் விரும்பினாலும் விரும்பாவிட்டாலும் அவை உங்கள் வாழ்வின் மீது பாய்ந்து அலைக்கழிக்கின்றன.

அரசன்: அண்டை நாட்டானோடு சமாதானமாகப் போக நான் என்னதான் செய்ய வேண்டும்? அவன் போருக்கு வருவானே!

மீர்தாத்: போரிடுங்கள்!

அரசன்: இப்போது சரியாகச் சொன்னீர்கள்!

மீர்தாத்: ஆமாம் போரிடுங்கள்! ஆனால், அண்டை நாட்டானுடன் அன்று! உமக்கிடையில் எவையெல்லாம் போரைத் தூண்டும் அம்சங்களாக உள்ளனவோ, அவற்றோடு போர் செய்யுங்கள்!

உமது பக்கத்து நாட்டரசன் ஏன் உம்மோடு போர் தொடுக்கிறான்? உமது கண்கள் நீலமாகவும், அவனது கண்கள் பழுப்பாகவும் இருப்பதாலா? நீங்கள் தேவர்களைக் கனவு காண்பதாலும், அவன் சாத்தான்களைக் கனவு காண்பதாலுமா? நீங்கள் அவனைப் போல் நேசிப்பதாலும், உமது சொத்து எல்லாவற்றை அவனது சொத்தாக நினைப்பதாலுமா?

அவன் உம் மீது போரிட விரும்புவதற்குக் காரணம், உமது அரச உடைகளும், உமது செல்வமும், உமது அரியணையும், உமது புகழும்தான். இவற்றின் கைதி நீங்கள்.

ஒரு வேல் கம்பைக்கூட உயர்த்தாமல் அவனை வெல்ல முடியுமா? முடியும். நீங்கள் படையெடுக்க வேண்டியது உங்களைச் சிறை வைத்திருக்கும் பொருள்களுக்கு எதிராகப் போரிட்டு அவற்றின் பிடியிலிருந்து, உமது ஆத்மாவை வென்றெடுத்தால், அவற்றைக் குப்பை மேட்டின் மீது வீசி எறிந்தால், உமது பகைவன் தன் படையை நிறுத்தி, 'குப்பையில் வீசி எறிந்தானே அவன், இந்த அற்பப் பொருள்களுக்காகவா நாம் படை கொண்டு சென்றோம்,' என்று தனக்குத்தானே சொல்லிக் கொள்வான்!

அந்தக் குப்பைக் கூளங்களைச் சுமந்து, தொடர்ந்து பைத்தியம் மாறாமல், அவன் இருந்துவிட்டால், அந்த நாற்றம் பிடித்தவைகளை வீசி எறிந்ததற்காகவும், நீங்கள் அவற்றிலிருந்து விடுதலை அடைந்ததற்காகவும் மகிழ்ச்சி அடைவதோடு, உமது பகைவனுக்காகப் பரிதாபமும் கொள்ளுங்கள்!

அரசன்: எனது உடைமைகளுக்கெல்லாம் மேலான எனது பெருமை என்ன ஆவது?

மிர்தாத்: மனிதனாக இருப்பதே மனிதனுக்குப் பெருமை. கடவுளின் உயிருள்ள வடிவம் மனிதன். மற்ற மரியாதைகள் எல்லாம் அவமரியாதைகளே!

மனிதரால் வழங்கப்பட்ட மரியாதைகள் மனிதராலேயே எளிதில் எடுத்துக் கொள்ளப்பட்டுவிடும். வாள் முனையால் எழுதப்பட்ட புகழ், வாள் முனையாலே அழிக்கப்பட்டு விடும். அரசரே! எந்தப் பெருமையும், துருப்பிடித்த ஓர் அம்புக்குக்கூடச் சமமன்று. எரியும் கண்ணீரை விடவும் அது தாழ்ந்தது. ஒரு சொட்டு இரத்தத்தை விடவும் அது குறைவானது.

அரசன்: சுதந்தரம்? எனது சுதந்தரமும் எனது மக்களின் சுதந்தரமும் அவ்வளவு அற்பமா? அதற்கான மாபெரும் தியாகமும் வீணா?

மிர்தாத்: சுய தியாகத்தால் வரும் சுதந்தரம் மதிப்பு மிக்கதுதான். அந்தத் தியாகத்தால் வரும் சுதந்தரத்தை, அண்டை நாட்டரசனால் அபகரிக்க முடியாது. உமது படையாலும் அதை வெல்ல முடியாது; தடுக்க முடியாது. போர்க்களம் அதற்கொரு சுடுகாடு போலத்தான்.

உண்மையான சுதந்தரம் இதயத்தில் தங்கி நின்று வெல்லும்; அந்த இதயத்திலேயே அது கரைந்து காணாமல் போகும்.

போர் செய்யவா போகிறீர்கள்? அப்படியானால் உமது இதயம் கொண்டு, உமது இதயத்துடன் போரிடுங்கள். உமது இதயத்தின் ஆயுதங்களான நம்பிக்கை, அச்சம், வீணாசை ஆகியவற்றைப் பறித்து வீசுங்கள். இந்த உலகை இறுகிய எழுதுகோலாக மாற்றுபவை இவை. இந்த ஆயுதங்கள் பறிக்கப்பட்டபின், பிரபஞ்சத்தைவிட விசாலமானதாக இருக்கும் அந்தச் சுதந்தரம். அந்தச் சுதந்தரத்தில், நீங்கள் விருப்பம்போல உலாவரலாம். எதனாலும் உங்களைத் தடுக்க முடியாது.

இது மட்டுமே தகுதி படைத்த போர். இந்த இதயப் போரில் ஈடுபட்டால், வேறு போர்களுக்கு நேரமே இருக்காது. எந்த வகை மிருகத்தனமான உணர்வுகளும், மோசடித் தந்திரங்களும் உமது மனதைத் தடம் மாறச் செய்யாது, உமது வலிமையும் வற்றிப் போகாது. உங்களையே நீங்கள் அந்தப் போரில் இழந்துவிடப் போவதால், அதுவொரு புனிதப் போர். இதில் வெல்வதென்பது என்றும் அழியாப் புகழ்பெறுவதுதான். மற்ற, உலகப் போரில் பெறும் வெற்றி, படுதோல்வியே ஆகும். மனிதருடைய போர்களின்

பயங்கரம் அதுதான். அதில் வென்றவரும், தோற்றவரும், தோல்வியே பெறுகிறார்கள்.

உமக்குச் சமாதானம் வேண்டுமா? எழுதப்பட்ட பத்திரங்களில் அதைத் தேடாதீர்கள். செதுக்கப்பட்ட கல் வெட்டுகளிலும் தேடாதீர்கள்.

'சமாதானம்' என்று எளிதாக எழுதுகிற எழுது கோல், 'போர்' என்பதை இன்னும் எளிதாக எழுதிவிடும். 'நாம் சமாதானமாக வாழ்வோம்' என்று செதுக்கும் சிற்றுளி, 'நாம் போரிடுவோம்' என்றும் எளிதாகச் செதுக்கிவிடும்.

இவற்றை எழுதும் எழுதுகோலும், தாளும், சிற்றுளியும், பாறையும் எளிதில் துருப்பிடிக்கும்; சிதையும்; அழியும். புனிதமான புரிதலால் முற்றுகை இடப்படும் இதயம் அப்படிப்பட்டதன்று.

ஒருமுறை, புரிதல், திரைநீக்கப் பெற்றுவிட்டால், அப்புறம் வெற்றிதான்; சமாதானம்தான் என்றென்றும். புரிதல் கொண்ட இதயம் என்றென்றும் சாந்தியுடன் இருக்கும், போர்வெறி கொண்ட உலகின் நடுவிலும்கூட.

அறியாமை கொண்ட இதயம் பிளவுபட்டிருக்கும். இந்த இருமை இதயமே உலகைப் பிளவுபடச் செய்கிறது. போரையும் பூசலையும் வளர்ப்பதும் இவ்வகை இதயமே.

புரிந்து கொண்ட இதயம், ஒற்றை இதயம். ஒற்றை இதயம் ஓருலகை உருவாக்குகிறது. ஒன்றுபட்ட உலகில் சமாதானம் நிலவும். போர் மூள, இதயம் பிளவுபட்டிருக்க வேண்டும்.

அதனால்தான், ஓரிதயம் பெற, உமது இதயத்தின் மீது போர் தொடுக்க ஆலோசனை கூறுகிறேன். இதனால் பெறும் வெற்றி, என்றும் அழியாத சமாதானமே.

அரசே! ஒவ்வொரு பாறையையும் உமது அரியணையாகவும், ஒவ்வொரு குகையையும் உமது கோட்டையாகவும் உங்களால் கருத முடியுமானால், கதிரவனே உமது அரியணையாகிவிடும்; விண்மீன் தொகுப்பெல்லாம் உமது கோட்டைகள் ஆகிவிடும்.

ஒரு வெண் சாமந்திப் பூ, உமது மார்பில் தொங்கும் பதக்கமாகு மானால், ஒரு புழு, உமக்கு ஆசிரியன் ஆகிவிடுமானால், வானத்து நட்சத்திரங்கள் மகிழ்ச்சியோடு வந்து பதக்கங்களாய் உமது மார்பில் பதியும்! இந்த உலகமே உமது பேச்சுமேடை ஆகிவிடும்.

அப்போது நீங்கள் உமது இதயத்தை ஆள்வீர்கள். அப்புறம் உமது உடலை யார் ஆண்டால் என்ன? பிரபஞ்சம் எல்லாம் உமதாகிவிடுகிறபோது, இந்தப் பூமியின் எந்தப் பகுதியை யார் ஆண்டால் என்ன?

அரசன்: உமது சொற்கள் வசீகரமானவை. என்றாலும், போர் என்பது இயற்கையின் விதி என்றே எனக்குப் படுகிறது. கடல் மீன்கள் கூட ஓயாமல் போராடிக் கொண்டிருக்கின்றன. சிறிய மீனைப் பெரிய மீன் சாப்பிட்டுக் கொண்டிருக்க வில்லையா? அதனால், நான் யாருக்கும் இரையாகிவிட விரும்பவில்லை.

மிர்தாத்: உமக்குப் போர் போலத் தோன்றுவது, இயற்கை, தன்னை வளர்த்துக் கொள்ளச் செய்துள்ள வழிமுறை. சின்னது பெரியதற்கு இரையாவது போலவே, பெரியதும் சிறியதற்கு இரையாகும். இயற்கையில் வலியவர் யார்? எளியவர் யார்?

இயற்கையே வலியது. மற்ற எல்லாம் இயற்கையின் விதிக்கு அடிபடிணியும் எளியவை. அவை, மௌனமாக, மரண நீரோட்டத் தில் மிதந்து செல்கின்றவை.

மரணமற்றது எதுவோ அதுவே வலியது. அரசரே, மனிதனே மரணமற்றவன். இயற்கையைவிட வலிமை மிக்கவன் மனிதன்.

மனிதன், இயற்கையின் சதைப் பற்றுள்ள இதயத்தையே தின்கிறான். அவ்வாறு தின்பது, சதையே இல்லாத தன் இதயத்தைச் சென்றடைவதற்காகவே. அவன் தன்னை விளம்பரப்படுத்திக் கொள்வதே, சுய விளம்பரத்திற்கு அப்பால் தன்னை உயர்த்திக் கொள்ளவே.

தூய, சொந்த உணர்வுள்ளவற்றை, கொடிய காட்டுப் பன்றிகள் என்றும் ஓநாய்கள் என்றும், கழுதைப் புலிகள் என்றும் அவன் சொல்வது, தனது அழுக்குப் பிடித்த செயல்களை நியாயப்படுத்திக் கொள்ளவே. அந்த உணர்வுகள், மனிதனின் பெருமையைச் சிதைக் காமல் இருக்கட்டும்.

மிர்தாதை நம்புங்கள் அரசே, அமைதியாக இருங்கள்.

அரசன்: சூனியக் கலையில் மிர்தாத் வல்லவரென்று மூத்தவர் என்னிடம் சொன்னார். நீங்கள் ஏதாவது செய்து காட்டுங்கள். அப்போதுதான் உம்மை என்னால் நம்ப முடியும்.

மிர்தாத்: மனிதனுக்குள் இருக்கிற இறைவனை வெளிப் படுத்துவதே சூனியக் கலை என்றால், மிர்தாத் ஒரு சித்து

விளையாட்டுக்காரன்தான். என் வெளிப்பாட்டிற்கு ஆதாரம் காட்டவா சித்து விளையாடல் செய்ய வேண்டுகிறீர்கள்?

என் வெளிப்பாட்டிற்கு நானே நிரூபணம். சரி.

நீங்கள் எதற்காக வந்தீர்களோ அதைச் செய்துவிடுங்கள்.

அரசன்: உமது பைத்தியக்காரத்தனத்தைக் கேட்டுக் கொண்டிருக்க எனக்கு நேரமில்லை. எனக்கு வேறு வேலைகள் இருக்கின்றன. இந்தப் பெத்தார் அரசன் வேறு வகையான சித்தன். இவனது சித்து விளையாட்டைப் பார்!

(தனது காவலரைப் பார்த்து) கை விலங்கு, கால் விலங்கு போட்டுக் கட்டுங்கள், இந்த கடவுள்- மனிதனை, அல்லது மனிதக் கடவுளை! இவர் நமது சித்து விளையாட்டைக் காணட்டும்.

நரோண்டா: இரை மீது பாயும் கொடிய விலங்குகள் போல, நான்கு காவலர்கள் குருவின் மீது பாய்ந்து, கை கால்களை விலங்கிட்டுக் கட்டிவிட்டார்கள். அங்கே நடப்பது உண்மையா, அல்லது விளையாட்டா என்பதை அறிய முடியாமல் நாங்கள் எழுவரும் திகைத்துப் போய்த் தரையில் அமர்ந்துவிட்டோம்.

மிக்காயனும், சமோராவும், சினம் கொண்ட சிங்கங்கள் போல, சட்டெனப் பாய்ந்து எழுந்தார்கள். ஆனால் குரு, அவர்களை அடக்கிவிட்டார்.

மிர்தாத்: அவசரப்படாதீர் மிக்காயன், சமோரா! அவர்கள் தமது ஆட்டத்தை நடத்தட்டும். இருட் குழியைவிட இந்த விலங்குகள் பயங்கரமானவை அல்ல. பெத்தார் மன்னரின் அதிகாரத்தால் சமாதம் மகிழட்டும். அவர்களின் ஒட்டுதல் கிழிந்துபோகும்!

மிக்காயன்: எமது குரு, ஒரு குற்றவாளிபோல விலங்கிடப் படுவது கண்டு, எப்படிச் சகித்துக் கொள்வது?

மிர்தாத்: எனக்காகச் சற்றும் கவலைப்பட வேண்டாம். அமைதியாக இருங்கள். உங்களையும் ஒரு நாள் அவர்கள் இப்படிச் செய்யலாம். ஆனால், அவர்கள் செய்யும் தீங்கு, உங்களுக்கல்ல, அவர்களுக்கேதான்.

அரசன்: உரிமையும், அதிகாரமும் நிலைநாட்ட முற்படும் ஒவ்வொரு போக்கிரியும், புத்திசாலிபோல நடிப்பவனும் இப்படித்தான் நடத்தப்படுவான்.

இந்த மகான் (சமாதத்தைச் சுட்டிக் காட்டி) தமது சமுதாயத்தின் சரியான தலைவர். இவரது மொழியே சட்டம்; அனைவருக்கும். புனித மடாலயத்தின் சொத்துக்கள் அனைத்தும், இனி என் பாதுகாப்புக்குள் வந்துவிட்டது. இனி அதன் தலைவிதியை நானே நிர்ணயிப்பேன். எனது ஆற்றல்மிக்க கரங்கள், அதன் கூரை மீதும், சொத்துக்கள் மீதும் கவியும். அதைத் தொடுவோர் கைகளை என் வாள் வெட்டித் தள்ளும். இதை அனைவரும் அறிந்து கொள்ளுங்கள்! எச்சரிக்கை!

(மீண்டும் தன் காவலரிடம்) இழுத்துப் போங்கள், இந்தக் கயவனை! இவனது கொள்கை கோட்பாடுகள் மடாலயத்தை நாசம் செய்துவிட்டன. இனி, அவை, நமது அரசையும் அழித்து விடும். இப்படியே விட்டால் உலகையே அழித்துவிடும். இனி இவன், நமது பெத்தாரின் இருண்ட சிறையில் உபதேசிக்கட்டும்.

நரோண்டா: காவலர், குருவை இழுத்துப் போனார்கள். அரசனும், சமாதமும் மகிழ்ச்சி பொங்கப் பின்தொடர்ந்தார்கள். அவர்களுக்குப் பின்னால், நாங்கள் எழுவரும் கவலையுடன் சென்றோம். எமது கண்கள் குருவைவிட்டு விலகவில்லை. கவலை யால் எம் உதடுகள் ஒட்டிக் கொண்டன. இதயம் வெடித்துக் கண்ணீர் பெருக்கிற்று.

ஆனால், குரு, அழுத்தமாய்க் கால் பதித்து, நிதானமாக நடந்தார். தலை நிமிர்ந்து நடந்தார். சற்று தூரம் சென்றதும், அவர் எங்களைத் திரும்பிப் பார்த்துப் பேசினார்.

மிர்தாத்: மிர்தாதை உறுதியாக நம்புங்கள். மடாலயத்தைச் சரிப்படுத்தாத வரை, அதை உங்கள் ஆளுகைக்கு உட்படுத்தாதவரை, நான் உங்களை விட்டுப் போகமாட்டேன்.

நரோண்டா: இந்தச் சொற்கள் நீண்ட நாள்கள் எம் செவிகளில் ஒலித்துக் கொண்டே இருந்தன, விலங்குகளின் கனத்த கலகலப்பு ஓசையுடன் சேர்ந்து.

29

அத்தியாயம்

மிர்தாத் தப்பி வருகிறார்

நரோண்டா: கடிக்கும் வெண்பனிக் காலம், ஏராளமாய் எம் மீது கவிந்தது.

வெண்பனி போர்த்த மலைகள் பேச்சு மூச்சற்று நின்று கொண் டிருந்தன. கீழே, பள்ளத்தாக்குகளில் மட்டும், அங்கும் இங்குமாகச் சில வெளிறிய பச்சை வயல்களின் திட்டுகள் தென்பட்டன. வெள்ளி அருவிகள் பல, வீழ்ந்து, கடல் நோக்கி நகர்ந்து கொண் டிருந்தன.

நம்பிக்கையும், சந்தேகமுமான அலையடிப்பில் எழுவரும் நெருக்கமாக வாழ்ந்து வந்தோம். மிக்காயன், மிக்காஸ்டர், சமோரா ஆகியோர் நம்பிக்கை கொண்டிருந்தார்கள். தாம் வாக்களித்தபடி குரு தப்பி வருவார் என்ற நம்பிக்கை அவர்களுக்கு இருந்தது.

இதற்கு மாறாக, பென்னூன், ஹிம்பல், அபிமார் ஆகியோர்க்கு அதில் சந்தேகம்தான். ஆனால், எங்கள் எல்லாருக்குமே வெறுமை யும், மனக்கசப்பும்தான்.

மடாலயம், இருண்டுபோய், குளிர் நடுக்க, ஆதரவு தராததாய் இருந்தது. எங்களைச் சரிக்கட்ட சமாதம் எவ்வளவோ முயற்சிகள் செய்தும், எம்மீது அன்பு காட்ட முயன்றும், எமது வாழ்க்கை சௌகரியமாய் இருக்க உதவியும்கூட மடாலயத்திற்குள், உறைந்து போன அமைதியே குடிகொண்டிருந்தது. மிர்தாத் இழுத்துச்

மிகையில் நூமி

செல்லப்பட்டது முதல், சமாதம் எங்களிடம் மிக அன்பாகவே நடந்து கொண்டு வந்தார். நல்ல உணவும், மதுவும் எமக்களித்தார். ஆனால் அந்த உணவு எமக்குச் செரிக்கவில்லை! அந்த மது எமக்குப் போதை தரவில்லை. எவ்வளவோ விறகுக் கட்டைகளைப் போட்டுக் கணப்புகள் எரிய விட்டாலும் எமக்கு அவை கதகதப்பாக இல்லை. அவர் மிக மரியாதையாகவும், பாசத்துடனும் நடந்து கொள்வதுபோல் தோன்றியது. ஆனால், அந்த மரியாதையும், பாசமும் எங்களை அவரிடமிருந்து விலகி விலகிப் போகவே செய்தன.

நீண்ட நாள்கள் அவர் மிர்தாத் பற்றி எதுவுமே பேசவில்லை. கடைசியில் ஒருநாள், அவர் மனம் திறந்து பேச ஆரம்பித்தார்.

சமாதம்: நான் மிர்தாதை வெறுப்பதாக நினைத்து நீங்கள் எனக்குத் தீங்கு செய்கிறீர்கள் தோழர்களே. ஆனால், அதற்கு மாறாக, நான் மனமார அவருக்காக வருத்தமே படுகிறேன்.

மிர்தாத் தீயவராக இல்லாமலிருக்கலாம். ஆனால், அவரது தரிசனங்கள் ஆபத்தானவை. அவரது கோட்பாடுகள் நடைமுறைச் சாத்தியமற்றவை; கடைப்பிடிக்கக் கடினமானவை. கடுமையான எதார்த்த நிலைகளின் முன்னால், அவரும், அவரது சீடர்களும் பரிதாபகரமான முடிவையே அடைவார்கள். அது மட்டும் சர்வ நிச்சயம். அந்த மாபெரும் நாசத்திலிருந்து என் தோழர்களை நான் காப்பாற்றுவேன்.

இளமையின் வேகத்தினால் மிர்தாதுக்கு புத்திசாலித்தனமான நாக்கு இருக்கலாம். ஆனால், அவர் இதயம் குருடு; முரட்டுப் பிடிவாதம் கொண்டது; கடவுள் விரோதமானது. எனது இதயத்தில் உண்மையான கடவுள் பயம் இருப்பதால், நீண்ட அனுபவம் இருப்பதால், எனது முடிவெடுக்கும் திறன் கனமானது; உறுதி யானது.

இந்த மடாலயத்தின் உயர்வுக்கு என்னைவிடப் பாடுபட்டவர் யார்? நான் உங்களின் சகோதரனாகவும், தந்தையாகவும் எவ்வளவு காலம் உங்களுடன் வாழ்ந்திருந்தேன்! அப்போது நமது மனங்களில் அமைதி நிறைந்திருக்கவில்லையா? நமது கரங்களில் செல்வம் நிறைந்திருக்கவில்லையா? இவ்வளவு காலம் நாம் கட்டிக் காத்து வந்ததை ஏன் ஓர் அன்னியன் வந்து அழிக்க வேண்டும்? இறை வனே நமது நம்பிக்கையாக இருக்கும்போது, அவநம்பிக்கை நம்மி டையே ஏன் விதைக்க வேண்டும். சமாதானமே நமது அரசராக இருக்கும்போது, நம்மிடையே பூசலை ஏன் புகுத்த வேண்டும்?

என் தோழர்களே, அது பைத்தியக்காரத்தனம். மரத்தில் பத்துப் பறவைகள் இருக்கின்றன என்பதற்காகக் கையிலுள்ள பறவையை விட்டுவிடுவது போன்ற பைத்தியக்காரத்தனம் அது.

உலகின் சகல சந்தடி சச்சரவு குழப்பங்களிலிருந்தும் உங்களைக் காத்து, சகல வசதிகளும் தந்துதவி, கடவுளருகில் இருக்கச் செய்து, உமக்குப் புகலிடம் தந்து வந்த நெடுங்காலப் பாதுகாப்பை உதறித் தள்ளிவிட்டு வரச் சொல்கிறாரே மிர்தாத்! இவற்றிற்கெல்லாம் மாற்றாக, அவர் உங்களுக்கு எதைக் கொடுக்க வாக்குறுதியளித்தார்? இதய வலியும், ஏமாற்றமும், வறுமையும், எல்லையற்ற சண்டை சச்சரவுகளையும்தானே அவர் கொடுக்க முன் வந்தார்?

வானத்தின் வெறுமையில் அவர் கோட்டை கட்ட விரும்புகிறார். அது ஒரு பைத்தியக்காரக் கனவு - அதீத குழந்தைக் கற்பனை-நிறைவேறாத இனிமை. அவர், தாய்க் கப்பலை உருவாக்கிய நோவாவைவிடப் பெரிய அறிவாளியா? அவரது கூச்சலை நம்பும் உங்களை நினைத்தால் எனக்கு மிகவும் வேதனையாக இருக்கிறது.

மிர்தாதுக்கு எதிராக, எனது நண்பரான பெத்தார் அரசரைச் செயல்பட வைத்தது, இந்த மடாலயத்திற்கும், இதன் புனித மரபிற்கும் எதிரானதாக இருக்கலாம். ஆனால், உங்கள் நலமே என் இதயத்தில் எப்போதும். என் செயல்களை இதுவே நியாயப்படுத்தும். காலம் கடந்து போய்விடுமுன், இந்த மடாலயத்தையும், உங்களையும், நான் காப்பாற்ற விரும்புகிறேன். கடவுள் என்னுடன் இருக்கிறார். உங்களை நான் காப்பாற்றிவிட்டேன்.

நமது பாவப்பட்ட கண்களுக்கெதிரே, இந்த மடாலயம் அழிவதிலிருந்து காப்பாற்றிய கடவுளுக்கு நன்றி சொல்லுங்கள். என்னோடு சேர்ந்து மகிழுங்கள். அவ்வாறு அழிவு நேர்வதை என்னால் தாங்கிக் கொள்ள முடியாது.

இறை பணிக்காகவும், நோவாவுக்காகவும், இந்த மடாலயத்திற்காகவும், நான் என்னை அர்ப்பணித்துவிட்டேன்; என் தோழர்களே, உமக்குப் பணிவிடை செய்யவும்தான். எனது மகிழ்ச்சி உங்கள் மகிழ்ச்சியில் நிறைவடைய, முற்காலத்தைப் போல மகிழ்ச்சியடையுங்கள்.

நரோண்டா: பிறகு, சமாதம் ஒரு குழந்தைபோல அழத் தொடங்கினார்! அவரது தனிமையின் தவிப்பில் அவரது கண்ணீர் பரிதாபமாக இருந்தது. எங்கள் யாருடைய இதயத்திலும், கண்களிலும், அவரது கண்ணீர் ஆதரவைப் பெறவில்லை.

மிகைல் றூமி

ஒருநாள், காலைநேரம். பனிக்காலத்தின் கொடிய முற்றுகை யிலிருந்து விடுபட்ட மலைகளின் மேல் கதிரொளி பாய்ந்தது. சமோரா, தமது யாழை எடுத்து மீட்டிப் பாடத் தொடங்கினார்.

சமோரா:

பனி கடித்த எனது யாழின்
உதடுகள் மீது, அதன் பாடல்
உறைந்து போயிற்றே!

எனது யாழின்
பனி சூழ்ந்த இதயத்தின் கனவை,
பனி மூடிவிட்டதே!

எனது யாழே!
உனது பாடல் உருகி வழியும்
உனது மூச்சு எங்கே போயிற்று?

எனது யாழின் கனவை
மீட்டுக் கொண்டுவரும் கை
எங்கே இருக்கின்றது?

—பெத்தாரின் பாதாளச் சிறையில்.

பிச்சைக்காரக் காற்றே!
போ! பெத்தாரின் சிறைக்குள் சென்று
கலகலக்கும் விலங்குகளிடமிருந்து
ஒரு பாடலைப் பிச்சை வாங்கி வா!

இரகசியக் கதிரொளியே!
பெத்தாரின் சிறைக்குள் இருக்கும்
விலங்குகளிடமிருந்து
ஒரு கனவைத் திருடிக் கொண்டு வா!

எனது பருந்தின் சிறகுகள்
வான் எல்லைவரை விரிந்துள்ளன.
அதனடியில் நானே அரசன்.
என்றாலும் இப்போது நான்
கைவிடப்பட்ட அனாதையானேன்.
எனது வானத்தை, இப்போது
ஓர் ஆந்தையே ஆட்சி செய்கின்றது.

எனது பருந்து, தொலைவில்,
மிக உயரத்தில் உள்ள

கூடு நோக்கிப் பறக்கிறது
அது பெத்தாரின் பாதாளச் சிறையில்தான் இருக்கின்றது.

நரோண்டா: ஒரு கண்ணீர்த் துளி, சமோராவின் கண்ணி லிருந்து உதிர்ந்து. அவர் கைகள் செயலற்று மடிமேல் வீழ்ந்தன; தலை யாழின்மீது தாழ்ந்து படிந்தது. அவரது கண்ணீர், எமது துயரத்தைத் திறக்கச் செய்து, விழி மதகைத் திறந்துவிட்டது.

மிக்காயன் சட்டென எழுந்து நின்று, "எனக்கு மூச்சு முட்டுகிறது!" என்று உரக்கக் கூவிவிட்டு, ஓடிப்போய்க் கதவைத் திறந்தார்.

நானும், சமோராவும், மிக்காஸ்டரும், வெளி முற்றத்திற்கு ஓடினோம். நாங்கள் வெளியில் சென்று விடாதபடி, வெளிமதில் வாயில் பூட்டப்பட்டிருந்தது. மிக்காயன் அதன் தாழை உடைத்துத் திறந்தார்; கூண்டிலிருந்து தப்பிய புலி போல் வெளியே பாய்ந்தார். நாங்கள் அவரைப் பின் தொடர்ந்து வெளியேறினோம்.

கதிரவன் கதகதப்பாக ஒளிவீசிக்கொண்டிருந்தது. அதன் கதிர்கள், பனிபடர்ந்த மலைச் சிகரங்களின் மீது பட்டு எதிரொளித்துக் கண்களைக் கூசச் செய்தன.

மரங்களற்ற பனிச் சிகரங்கள் கண்களுக்கு எட்டிய தூரம் வரை புலப்பட்டன; ஒளிமயமாய் அற்புதக் காட்சி தந்தன. காதுகள் சிரமப்படும்படியான, பரிபூரண அமைதி அங்கே நிலவியது. எமது காலடியில் நொறுங்கிய பனியின் ஓசை மட்டுமே கேட்டது. காற்று, மிகக் குளிர்ச்சியாக இருந்தாலும், நுரையீரலில் புகுந்து, சிரமமில்லாமல் மலையேற எமக்கு உந்து சக்தியளித்தது.

மிக்காயனின் மனோபாவம்கூட மாறிவிட்டது. 'மூச்சுவிட முடியும் என்பது எவ்வளவு நன்றாக இருக்கிறது. ஆ! வெறும் மூச்சுவிடுவதும்கூட!' என்றார் அவர். நாங்கள் மூச்சுவிடுதலின் ஆனந்தத்தை, அப்போதுதான் முதன் முதலாக உணர்ந்ததுபோல் தோன்றியது. மூச்சின் அர்த்தத்தை நாங்கள் அப்போது உணர்ந் தோம்!

நாங்கள் சற்றுதூரம் நடந்தோம். தூரத்தில், ஒரு மேட்டின்மேல் கரும்புள்ளி அசைவது மிக்காஸ்டருக்குத் தெரிந்தது. அது தனியே உலவும் ஓநாயாக இருக்குமோ என்று சிலர் நினைத்தார்கள். காற்றால் பனி கழுவப்பட்ட பாறையாக இருக்குமோ என்றும் நினைத்தோம்.

ஆனால், அது எங்களை நோக்கி நகர்வது போல் தோன்றியது. நாங்களும் அதை நோக்கி நடப்பதென்று முடிவு செய்தோம்.

மிகையீஸ் றூமி

அது அருகில் வர வர, அது ஒரு மனித உருவம் என்பது புலப்பட்டது. சட்டென மிக்காயன், முன்னே பாய்ந்து சென்று, 'அது அவர்தான்! அது அவர்தான்!' என்று கூக்குரலிட்டார்!

அது அவரேதான். அழகிய கம்பீரமான நடை. பிரபுவைப்போல் நிமிர்ந்த தலை. மென்மையான இதயம் கொண்ட இளம் காற்று அவரது ஆடைகளைக் கலைத்து விளையாடியது; அவரது தோளில் புரளும் கறுத்துச் சுருண்ட கூந்தலைக் கோதிவிட்டது. அவரது மாநிறமான முகத்தின் மேல், கதிரொளி மெல்லப் படிந்து ஒளியேற்றியது. அவரது கனவு தேங்கிய கருவிழிகள், முன்பைப் போல மின்னின. வெல்லும் அன்பையும், உறுதியான அமைதியையும், அவரது விழிகள் அலையலையாய் அனுப்பிக் கொண்டிருந்தன. இறுகிய பனிப்பாளங்களின் அருகில் பாதையில் பூத்திருந்த வெள்ளை ரோஜா ஒளி மலர்களை, மரக்கட்டைச் செருப்பணிந்திருந்த அவரது பாதங்கள் முத்தமிட்டன.

அவரை முதலில் நெருங்கியது மிக்காயன்தான். மிக்காயன் அவரது காலடியில் வீழ்ந்து புலம்பினார்; சிரித்தார்; சித்தம் கலங்கியவராய் ஏதேதோ முணுத்தார், 'இப்போது நான் எனது ஆத்மாவை எனக்குள் திரும்பப் பெற்றுக் கொண்டேன்' என்று சொல்லி அழுதார், பரவசத்தில்.

மற்றவரும் அவ்வாறே காலடி வீழ்ந்து வணங்க, அவர் எம்மை, ஒவ்வொருவராய் மேலெழச் செய்து, எல்லையற்ற மென்மையுடன் தழுவிக் கொண்டார். அவர் சொன்னார்:

மிர்தாத்: நம்பிக்கையின் முத்தத்தைப் பெற்றுக் கொள்ளுங்கள். இனி நீங்கள் நம்பிக்கையில் உறங்கி நம்பிக்கையில் விழித்துக் கொள்வீர்கள். சந்தேகம் இனி உங்கள் தலையணையில் கூடு கட்டாது; தயக்கத்தால் உமது நடையைத் தடுமாறச் செய்யாது.

நரோண்டா: மடாலயத்தில் நான்கு பேர் தங்கிவிட்டனர். குருவை மடாலய வாசலில் பார்த்த அவர்கள் அவர் பேயோ என்று அஞ்சி நடுங்கினர். ஆனால், அவர், அவர்களின் பெயர்களை ஒவ்வொன்றாகச் சொல்லி அழைக்க, அவரது குரல் கேட்டு, அவர்கள், குருவின் காலடியில் வீழ்ந்து வணங்கினர்.

சமாதம் மட்டும் தமது இருக்கைவிட்டு அசையாமல் அமர்ந்திருந்தார். முன்பு எம் நால்வரிடமும் சொன்னதையே, அவர்களிடமும் குரு சொன்னார்.

சமாதத்தின் பார்வையில் வெறுமை. அவரது உடல், தலை முதல் கால்வரை நடுங்கியது. உதடுகள் நெளிந்தன. இடுப்புக் கச்சையைப் பிடித்தபடி அவரது கைகள் தடுமாறின.

சட்டென அவர் தம் இருக்கை விட்டெழுந்து, தரையில் மண்டி யிட்டு ஊர்ந்தபடி, குரு நிற்கும் இடம் நோக்கி நகர்ந்தார்! அடுத்து, குருவின் காலடிகளைப் பற்றியபடி, முகம் கோணிப்போக, முகத்தைத் தரையில் பதித்து, 'நானும் நம்புகிறேன்' என்றார்!

குரு அவரைப் பிடித்து மேலெழச் செய்தார். ஆனால், முத்தமி டவில்லை. பிறகு பேசினார்:

மிர்தாத்: சமாதத்தின் வலிமை வாய்ந்த உடல் நடுங்கியதும், அவரது நாக்கு, 'நானும் நம்புகிறேன்' என்று உச்சரித்ததும் பயத்தினால்தான்.

சமாதம் நடுநடுங்கிப் பணிந்தது, இருட் குழியிலிருந்தும், பெத் தாரின் பாதாளச் சிறையிலிருந்தும் தப்பி வந்ததற்குக் காரணமான சூனிய வித்தையினால்தான். பழி வாங்கப்பட்டு விடுவோமோ என்ற பயம் இவருக்கு. இவர் மனம் அமைதி பெறுவதாக! உண்மை யான நம்பிக்கையை நோக்கி இவரது இதயம் திரும்பட்டும்!

அச்சத்தின் அலையடிப்பால் தோன்றும் நம்பிக்கை, அச்சத்தின் நுரை. அது அச்சத்துடனே எழுந்து அச்சத்துடனேயே அடங்கிவிடும். மெய்யான நம்பிக்கை மலர், அன்புச் செடியில் தவிர வேறெதிலும் பூக்காது. அதன் கனியே புரிதல். உமக்குக் கடவுளின் பால் அச்சம் தோன்றினால், கடவுளை நீங்கள் நம்பவில்லை என்றே பொருள்.

சமாதம்: (விழிகள் தரையையே பார்த்திருக்க, சற்றே பின்வாங்கி நின்று...) தனது சொந்த வீட்டிலேயே இந்தச் சமாதம், கேடுகெட்ட வனாகவும், ஒதுக்கி வைக்கப்பட்டவனாகவும் ஆகிப்போனான். உமக்கு, ஒரே ஒரு நாள் பணிவிடை செய்யும் வேலைக்காரனாக இருக்கவாவது அனுமதியும். உமக்கு மாமிசமும், குளிர் போக்க உடையும் கொண்டு வருகிறேன். நீங்கள் குளிரால் வாடிப் பசித்திருக்கிறீர்கள்.

மிர்தாத்: எந்தச் சமையலறையும் அறியாத இறைச்சியும், எந்தக் கம்பளியாலும் தீ நாக்கினாலும் தர முடியாத கதகதப்பும் என்னிடம் உள்ளன. எனது இறைச்சியையும், வெப்பத்தையும் நீங்கள் பெற்றுவிட்டால், உமது உணவும், வெப்பமும் முக்கியத்துவம் இழந்துவிடும்.

கடலும் கூட, வசீகரமான சிகரங்களில் படுத்து மகிழ ஆசைப் படுகிறது. அது, இடத்தை மட்டும்தான் தேடுகிறது.

இளவேனிற் பருவம் வரும். உறைநிலை உறக்கத்திலுள்ள பாம்பு போலச் சுருள் அவிழ்ந்த கடல், தற்காலிகமாக அடைமானம் வைத்திருந்த தன் சுதந்தரத்தை மீண்டும் பெறும். மீண்டும் அது

கரைகள் தோறும், தேடித்தேடி அலையும். பிறகு அது காற்றில் ஏறி நிற்கும்; வானில் அலையும்; தான் விரும்பும் இடங்களில் எல்லாம் மழை பொழியும்.

ஆனால், சமாதம்! உங்கள் வாழ்வு, நீங்காத பனிக்காலம் ஆகிப்போயிற்று; கலையாத உறைநிலை உறக்கம் ஆகிவிட்டது. இளவேனிற் பருவம் வருவதற்கான சகுனமே உங்களைப் போன்ற வர்களுக்கு ஏற்படுவதில்லை. கேளுங்கள்! இந்த மிர்தாதே உங்களுக் கான நற்சகுனம். வாழ்வின் சகுனமே இந்த மிர்தாத். இது சாவுக் கான சாவு மணி அன்று. இன்னும் எத்தனைக் காலம் நீங்கள் உறைநிலை உறக்கத்தில் கிடக்கப்போகிறீர்கள்?

நம்புங்கள், சமாதம். மனிதரின் வாழ்வும் சாவும், உறைநிலை உறக்கமே. நான் மனிதரது உறக்கம் கலைக்க வந்தவன்; அழியாத வாழ்வுச் சுதந்தரத்திற்குள் பிரவேசிக்க, நீங்கள் வீழ்ந்து கிடக்கும் குகைகளிலிருந்தும், வளைகளிலிருந்தும் வெளியேற அழைக்க வந்தவன். எனக்காக வேண்டாம், உங்கள் நலத்திற்காக என்னை நம்புங்கள்.

நரோண்டா: சமாதம் அசையவில்லை; வாய் திறக்கவும் இல்லை. பெத்தாரின் பாதாளச் சிறையிலிருந்து குரு எவ்வாறு தப்பிவந்தார் என்பதைக் கேட்கச் சொல்லி, பென்னூன் என் காதோடு சொன்னார். ஆனால் அதைக் கேட்க என் நா எழவில்லை. என்றாலும், அதை எப்படியோ குரு அறிந்து கொண்டுவிட்டார்.

மிர்தாத்: பெத்தார் நகரின் பாதாளச் சிறை ஒரு சிறையே அன்று. அது கோயிலாக மாறிவிட்டது. பெத்தாரின் அரசர், அரசராக இருக்கவில்லை. அவர், உங்களைப் போலவே ஒரு புனித யாத்திரிகராக இன்று மாறிப் போனார்!

பென்னூன்! ஓர் இருண்ட பாதாளச் சிறையும் ஒளிவீசும் கலங்கரை விளக்கமாக மாறிவிட முடியும். கொடிய அரசனும், சத்திய மணிமுடி முன்னால், தனது மணிமுடியை எடுத்து வைத்து விடவும் முடியும். கலகலத்து உறுமும் சங்கிலிகளும், தெய்விக இசையைப் பொழியக் கூடும். புனிதமான புரிதலுக்கு எதுவுமே அற்புதமில்லை. அதுவே ஓர் அற்புதம்.

நரோண்டா: பெத்தாரின் அரசன் பதவி துறந்தது பற்றி அவர் குறிப்பிட்ட செய்தி, இடி மின்னலாய் சமாதத்தின் மீது விழுந்தது. நாங்கள் திகைப்படையும் படியாக, திடீரென அவருக்கு வலிப்பு நோய் ஏற்பட்டது. அவரது உயிரே போய்விடுமோ என்று நாங்கள் அஞ்சினோம். சற்று நேரத்தில் வலிப்பு மெல்ல அடங்கியது. அவர் மயக்கமானார். வெகுபாடுபட்டு நாங்கள் அவருக்கு உணர்வு வரச் செய்தோம்.

30

அத்தியாயம்

மிக்காயன் கண்ட கனவை வெளிப்படுத்துகிறார் குரு

நரோண்டா: குரு, பெத்தாரிலிருந்து திரும்பி வருவதற்கு முன்பும் பின்பும், மிக்காயன் மனதிற்குள் ஏதோ தொல்லைப் பட்டுக் கொண்டிருப்பதாகத் தோன்றியது. அவர், மற்றவர்களிலிருந்து விலகியே தனித்திருந்தார்; குறைவாகவே சாப்பிட்டார்; குறை வாகவே உண்டார். தம் அறையை விட்டு அரிதாகவே அவர் வெளியில் சென்றார். அவரது மனதில் இருந்த இரகசியம் எனக்குக் கூடத் தெரியவில்லை. குரு அவரை வெகுவாக நேசித்தும் கூட, அவரது மனத்துயரைத் தணிக்க ஒன்றும் செய்யவில்லையே என்று நாங்கள் அதிசயித்தோம்.

ஒரு சமயம் நாங்கள் அனைவரும் நெகிடித் தீயைச் சுற்றியமர்ந்து குளிர் காய்ந்து கொண்டிருந்தோம். அப்போது, குரு, மாபெரும் வீட்டு ஏக்கம் பற்றி உரையாற்றத் தொடங்கினார்.

மிர்தாத்: ஒரு மனிதன் கனவொன்று கண்டான். அந்தக் கனவு இதுதான்:

அந்தக் கனவில், ஆழ்ந்து அகன்று அமைதியாகப் பாயும் ஓர் ஆற்றங்கரையில், பச்சைப் புல் படர்ந்த கரையில், அவன் தன்னந் தனியே நின்று கொண்டிருந்தான். கரையில் மக்கள் கூட்டம் அதிகமாகவே இருந்தது. ஆண், பெண், குழந்தைகள் என்று பெரிய

கூட்டம்தான். அவர்கள் பல்வேறு மொழிகளில் பேசிக் கொண்டிருந்தார்கள். அவர்கள் பல்வேறு வாகனங்களில் வந்திருந்தார்கள். திருவிழாக் காலம்போல வண்ண வண்ண உடைகள் அணிந்திருந்தார்கள். உல்லாச விருந்து, கேளிக்கைகள் நடந்து கொண்டிருந்தன. எங்கும் பேரிரைச்சல். அமைதியற்ற கடல்போல் அவர்கள் அங்கும் இங்குமாய் அலைந்து கொண்டிருந்தார்கள்.

அவன் மட்டும் புத்தாடை அணியாதவனாக இருந்தான். அங்கு விருந்து நடப்பதே அவனுக்குப் புலனாகவில்லை. அந்தக் கூட்டத்தினர் பேசுவதில் ஒரு சொல்கூட அவனுக்கு விளங்கவில்லை. யார் முகத்தின் மீதும் அவன் பார்வை பதியவில்லை. ஆனால், அவர்கள் அவனைப் பார்த்தார்கள். 'யார் இந்தக் கோமாளி?' என்ற பொருளில் அவனைப் பார்த்தார்கள். கடைசியில், அந்த விருந்து தனதல்ல வென்பதையும், தான் முற்றிலும் ஓர் அன்னியன் என்பதையும் அவன் உணர்ந்தான். அவன் இதயம் வலித்தது.

அப்போது, உயரமான கரையில் பெரும் கூச்சல் கேட்டது. சட்டென எல்லாரும் தரையில் அமர்ந்து, தம் முகங்களைக் கைகளால் பொத்திக் கொண்டு, தரையோடு தரையாகத் தம் தலைகளைப் பதித்துக் கொண்டார்கள். அவ்வாறு அவர்கள் தரையில் விழுந்தபோது, ஆற்றங்கரை நெடுகிலும், நடுவில் வழிவிட்டு, ஒரு பாதை ஏற்படும்படி வரிசையாகவே அமர்ந்தார்கள்.

கூட்டத்தினருக்கு நடுவே ஏற்பட்டிருந்த பாதையில் அவன் மட்டும் தன்னந்தனியே நின்று கொண்டிருந்தான். என்ன செய்வது, எந்தப் பக்கம் போவது என்று அவனுக்கு விளங்கவில்லை.

ஓர் உறுமல் வந்த திசையில் அவன் பார்த்தான். தூரத்தில், வாயிலிருந்து தீயும், மூக்கிலிருந்து புகையும் கக்கியபடி, ஒரு பெரிய காளைமாடு மின்னல் வேகத்தில் வந்து கொண்டிருந்தது. சினம் பொங்க வரும் அதை அவன் பயத்துடன் பார்த்தான். ஆனால், அவனால் நகர முடியவில்லை. தரையில் அழுத்தமாக அவன் பதிந்துவிட்டது போல் தோன்றியது. அவன் முடிவு உறுதியாகி விட்டதாக அவனுக்குப் புலப்பட்டது.

காளை, நெருப்புக் கக்கியபடி பாய்ந்து வந்தது. அருகில் வந்ததும், அவனைத் தன் கொம்புகளால் தூக்கி ஆகாயத்தில் வீசியது. அவன் மேலே மேலே போய்க் கொண்டிருந்தான். காளை கீழிருந்தபடி அவன்மேல் நெருப்பைக் கக்கியது. சூடு உறைத்தது. ஆனால், தொடர்ந்து மேலே மேலே போனதால் தப்பினான். பிறகு, அப்படியே மிதந்தபடி ஆற்றைக் கடந்தான் அவன்.

மேலிருந்து பார்த்தபோது, மக்கள் கூட்டம் முன் போலவே தரையில் விழுந்து கிடப்பது தென்பட்டது. ஆனால், அந்தக் காளை, அவன் உள்ள திசையில் திரும்பி, நெருப்பிற்கும் புகைக்கும் பதிலாக, அம்புகளை எய்தது. அம்புகள் அவனைக் கடந்து சீறிப்பாய்ந்தன. அவனது ஆடையைக் கூடக் கிழித்துச் சென்றன. ஆனால், ஒன்றும் அவனது உடலில் தைக்க வில்லை. அதன் பிறகு, ஆறும் கரையும் மக்களும் மறைந்துவிடும்படியாக அவன் வான் வழியே பறந்தான்.

சற்றுப் பறந்த பின், கீழே வரண்ட ஒரு பாழ் நிலம் தென்பட்டது. பிறகு, அவன் குத்துப் பாறைகள் நிறைந்த ஒரு மலைமேல் கால் பதித்து இறங்கினான். அங்கே, ஒரு புல்லோ, ஓணானோ, ஒரு எறும்போகூடக் காணப்படவில்லை. மலைச்சிகரத்திற்குச் செல்லும் ஒரு பாதை மட்டுமே அங்கே இருந்தது.

அது பாதுகாப்பான பாதையாக இல்லை. மலையாடுகளால் மட்டுமே ஏறிச் செல்லக்கூடிய குறுகிய பாதை அது. வேறு வழியின்றி அவன் அதில் நடந்தான்.

சில நூறு அடிகள் நடந்தபின் பாதை அகலமாயிற்று. அகலமான செப்பனிடப்பட்ட பாதை. ஆனால் அதில் ஏராளமான ஆட்களின் நெரிசல் தென்பட்டது. பலர் மேல் நோக்கிக் கண்மூடித்தனமாக ஓடிக் கொண்டிருந்தார்கள். பலர் தறிகெட்டுக் கீழ் நோக்கி இடித்துக் கொண்டு ஓடிக்கொண்டிருந்தார்கள். அவர்களின் முக்கலும், முனகலும், அலறலும் அவன் இதயத்தில் பயங்கரமான அச்சத்தை ஏற்படுத்தின.

அதைச் சற்று நேரம் கவனித்து நின்ற அவனுக்கு, மலைமேல் ஒரு பைத்தியக்கார விடுதி இருக்க வேண்டும் என்று தோன்றியது. அதிலிருந்து தப்பி வந்தவர்களே கீழ் நோக்கி ஓடுகிறார்கள் என்று தோன்றியது. கூட்டத்தினரால் இடிக்கப்பட்டும், தள்ளப்பட்டும், அவன் தட்டுத் தடுமாறி, விழுந்து எழுந்து மேல் நோக்கி நடக்க ஆரம்பித்தான்.

மேலே போகப்போகக் கூட்டம் குறைந்து கொணடே போய், கடைசியில் ஆளரவமே இல்லாத பாதையாய் ஆயிற்று. விசாலமான ஒரு பகுதியின் மேல், அவன் தன்னந்தனியாக நின்று கொண்டிருந் தான். வழிகாட்ட யாருமில்லை. தைரியம் குறைந்து தளர்ந்து போன அவனுக்கு உற்சாக மூட்டக் கூடியவரும் அங்கே இல்லை. தனது பயணம் சிகரத்தை நோக்கித்தான் என்ற தெளிவற்ற நம்பிக்கை யில் அவன் நடை தொடர்ந்தான்.

மிகையீஸ் நாமி

இரத்தம் சூடேற அவன் மெதுவாகத்தான் மேலேற முடிந்தது. படாதபாடுபட்டு சற்று நேரம் நடந்தபின், பாறைகளற்ற மெத்தென்ற சமபூமி வந்தது. அங்கும் இங்குமாய்ச் சில புல் புதர்கள் கூடக் காணப்பட்டன. மென்மையான புல், மெத்தென்ற மண், மணமுள்ள காற்று, எங்கும் சாந்தம் தவழும் சூழல். அந்தக் கணத்தில், அவனிடம் மிஞ்சியிருந்த அற்ப சத்தியும் அவனைவிட்டு நழுவியது. அவன் தளர்ந்துபோய்த் தரையில் விழுந்தான். அடுத்த கணம் அவன் உறங்கிப்போனான்.

யாரோ தொட்டு எழுப்புவது போல் தோன்ற அவன் கண்விழித்தான். 'எழுந்திரு! அதோ தெரிகிறது சிகரம். அதன்மேல், இளவேனில் உனக்காகக் காத்திருக்கிறது' என்ற இனிய குரல் கேட்டது.

அவனைத் தொட்ட கைக்கும், பேசிய குரலுக்கும் உரியவள் ஓர் அழகிய சுவர்க்கத் தேவதை. கண்களைக் கூசச் செய்யும் வெள்ளுடையில் அவள் மின்னினாள். அவள் அன்பாக அவன் கரம் பற்றினாள். அவன் அந்தக் கணமே உரம் பெற்றுப் புத்துணர்வு கொண்டான்.

அவன் தலை நிமிர்ந்து அந்தச் சிகரத்தைப் பார்த்தான். இளவேனில் நறுமணத்தை அவனால் நுகர முடிந்தது.

அதன் பிறகு, மேலே செல்ல, பயணம் தொடர, காலை உயர்த்தினான். சட்டென அந்தக் கனவு கலைந்துவிட்டது!

நான்கு சுவர்கள் நடுவே, சாதாரணப் படுக்கையில் கிடப்பதை உணரும்போது, அவனது விழிகளுக்குள் அந்தப் பேரழகி இன்னும் ஒளிவீசிக் கொண்டிருக்கும் போது, ஒளிமயமான சிகரத்தின் நறுமணம் தனது இதயத்தில் இன்னும் நீங்காது நிற்கும்போது, கனவு கலைந்துபோன மிக்காயன் என்னதான் செய்வான்?

மிக்காயன்: (தேள் கொட்டியது போல) நான் தான் கனவு கண்டவன். என்னுடையதுதான் அந்தக் கனவு. அந்தக் கன்னியையும், சிகரத்தையும் கண்டது நான்தான். இன்றுவரை அது என்னை விரட்டிக் கொண்டே இருக்கிறது. மன அமைதியே கிடைக்கவில்லை. நானே எனக்கு அன்னியனாகிவிட்டேன். அதனால், மிக்காயனுக்கே மிக்காயனை அடையாளம் தெரிய வில்லை.

நீங்கள் பெத்தாருக்குச் சென்ற பிறகுதான் நான் அந்தக் கனவு கண்டேன். அதை எப்படி நீங்கள் இவ்வளவு துல்லியமாக விவரித்தீர்கள்? எந்த மாதிரியான மனிதர் நீங்கள்? மற்றவர் கனவெல்லாம் உங்கள் முன் திறந்த புத்தகம் போல ஆகிவிடுகிறதே!

ஆ! அந்தச் சிகரத்தின் சுதந்தரம்! ஆ! அந்த அழகிய கன்னி! எவற்றோடும் ஒப்பிட முடியாதபடி எவ்வளவு அசாதாரணமான தோற்றங்கள் அவை! அதன் காரணமாக என் ஆத்மாவே என்னைக் கைவிட்டுப் போய்விட்டது. அன்று நீங்கள் திரும்பி வருவதைக் கண்டபோதுதான், நான், இழந்த என் ஆத்மாவைத் திரும்பப் பெற்றேன். அதன் பிறகே நான் அமைதியும், வலிமையும் பெற்றேன். என்றாலும் அந்த நினைவுகள் என்னை ஒரு மாயக் கயிறு கொண்டு இழுக்கின்றது.

எனது மாபெரும் துணைவரே, ஒரு தரிசனம் வேண்டி நான் தவிக்கிறேன்.

மிர்தாத்: மிக்காயன், நீங்கள் கேட்பது என்னவென்று உங்க ளுக்கே விளங்கவில்லை. உமது இரட்சகரால் நீங்கள் காப்பாற்றப் படவில்லையா?

மிக்காயன்: திக்கற்றவனாய்த் தாங்க முடியாத சித்திரவதைப் படுகிறேன் நான். பாதுகாப்பான, கதகதப்பான வீடுபோன்ற ஒரு உலகில் என்னைச் சேர்த்துவிட வேண்டுகிறேன். நான் அந்தக் கன்னிப் பெண்ணுடன் அந்த மலைச் சிகரத்தில் இருக்க விரும்புகிறேன்.

மிர்தாத்: மகிழ்ச்சி பெறுங்கள். உமது இதயத்திற்கு வீட்டு ஏக்கம் வந்துவிட்டது. மாறாத வாக்குறுதி தருகிறேன். உமது நாடு, உமது வீடு, அந்த மலைச் சிகரம், அழகிய கன்னி, எல்லாமே உமக்குக் கிடைக்கும்.

அபிமார்: அருள்கூர்ந்து, இந்த 'வீட்டு ஏக்கம்' பற்றி எங்களுக்கு விளக்கமாகச் சொல்லுங்கள். அதை எவ்வகை அறிகுறிகள் கொண்டு நாங்கள் அடையாளம் கண்டு கொள்வது?

31

அத்தியாயம்

மாபெரும் வீட்டு ஏக்கம்

மிர்தாத்: மாபெரும் வீட்டு ஏக்கம் மூடுபனி போன்றது. இதயம் கக்கும் அந்த மூடுபனி இதயத்தையே மூடி மறைத்துவிடும், கடலிலும் பூமியிலும் தோன்றும் மூடுபனி, அந்தக் கடலையும் பூமியையும் மறைத்து விடுவது போல.

கண்கள் காணும் எதார்த்தக் காட்சிகளையும் அது இழக்கச் செய்துவிடும். பிறகு, அதுவே ஓர் எதார்த்தமாகி, இதய உணர்வுகளை மழுங்கடித்து, தானே ஓர் உணர்வாகி மேலுயர்ந்து நிற்கும்.

வடிவமற்ற, நோக்கமற்ற, குருட்டு மூடுபனிபோல, அது பல புதிய உருவத்தோற்றங்களை உண்டாக்கும். அந்த வடிவங்களையே அது தெளிவான காட்சிபோலவும், ஒரு நோக்கம் கொண்டது போலவும் ஆக்கிவிடும்.

அந்த ஏக்கம் காய்ச்சல் போன்றது. உடலுக்கு வரும் கடுமையான காய்ச்சலைப் போலவே, நஞ்சுகளில் எரிந்து, சத்தை உறிஞ்சி எடுத்துவிடும். இதயத்தின் உராய்வில் பிறந்து, இதயத்தையே பலவீனப்படுத்தி, அதன் அழுக்குகளையும், அதில் ஊற்றெடுக்கும் எல்லா உணர்வுகளையும் சக்தியற்றவையாகச் செய்துவிடும்.

அது ஒரு திருடனைப் போன்றது. இரகசியமாய் உள் நுழைந்து, ஒருவனுடைய பாரங்களை யெல்லாம் பறித்து, அவனை, மன வலியற்றுக் கசந்து போகச் செய்யும்; ஆறுதலே பெற முடியாதபடி

செய்துவிடும். ஒருவகையில் அந்த ஏக்கம் இதயத்தின் மற்ற எல்லாச் சுமைகளையும் அகற்றிவிடுகிறது. ஆனால், அப்புறம், சுமைகள் அற்று இருப்பதே ஒரு பெரிய சுமையாகப் போய்விடுகிறது!

ஆண்களும் பெண்களுமாய் ஆடிப்பாடி, மகிழ்ந்த ஆற்றங்கரை அகலமானது; பசுமையானது. அந்த இனிய ஆனந்த நாள்களுக்காக அவர்கள் பின்னாளில் அழப்போகிறார்கள். ஆனால், தீயும் புகையும் கக்கிப் பாய்ந்த அந்த முரட்டுக் காளையை அவர்களால் என்றும் மறக்க முடியாது.

அந்த ஆறு ஆழமானது. அவர்களால் நீந்திச் செல்ல முடியாது. படகில்கூட அக்கரை போக முடியாது. சிலர் மட்டுமே- மிகச் சிலர் மட்டுமே- அதை மனதால் கடக்க முயன்றார்கள். மற்றவர்கள், அந்தக் கரையை விடாது பற்றிக் கொண்டவர்கள். அவர்கள் தமது ஆசைக்குரிய காலச் சக்கரத்தை உருட்டிக் கொண்டு போகிறவர்கள்.

அந்த ஏக்கம் கொண்டவனிடம், ஆசைக்குரிய காலச் சக்கரம் இல்லை. கொந்தளிப்பும், நெரிசலுமான உலகில், அவன், எந்த வேலையுமற்று, அவசரமும் இல்லாமல், தன்னந்தனி ஆளாய் நிற்பவன். சமுதாயம் அழகிய ஆடைகள் அணிந்து, அழகாகப் பேசி, நாகரிகமாக நடந்து கொள்கையில், அவன் தன்னை நிர்வாணமாக நிற்பது போல் உணர்பவன்; அருவருப்பாகத் திக்கிப் பேசுகிறவன்.

மற்றவன் சிரிப்பில் அவன் கலந்து கொள்வதில்லை. மற்றவர் அழும்போது அவன் அழுவதில்லை. உண்பதிலும் குடிப்பதிலும் மக்கள் மகிழ்ச்சியடைகிறார்கள். அவனோ சுவையில்லாமல் உண்கிறான். அவன் குடிப்பதெல்லாம் அவன் வாயில் சுவையற்றுப் போகிறது.

மற்றவர்கள் கூடி மகிழ்கிறார்கள். கூடிக் கலக்க இணை தேடுகிறார்கள். அவனோ, தன்னந்தனியாளாய் நடக்கிறான்; தனியே உறங்குகிறான்; தனியே கனவு காண்கிறான். அறிவிலும் பேச்சிலும் மற்றவர்கள் திறமை சாலிகளாக இருக்க, அவன் மந்தனாய், அறிவற்றவனாய் இருக்கிறான்.

மற்றவர்களுக்கு, வீடு என்று சொல்லப்படும் கதகதப்பான மூலைகள் இருக்கின்றன. ஆனால், அவன் மட்டுமே வீடற்றவன். பூமியின் மேல் உள்ள ஒரு பகுதியை மற்றவர்கள் தமது தாயகம் என்று சொல்லிக் கொள்கிறார்கள். அதன் புகழை உரக்கப் பாடுகிறார்கள். தனது தாயகம் என்று சொல்லிப்பாட அவனுக்கு எந்த இடமும் இந்தப் பூமியில் இல்லை. அவன் இதயத்தின்

விழிகள் மட்டும் எப்போதும் எதிர்க்கரை நோக்கியே நிலைத்திருக்கின்றன.

மாபெரும் வீட்டு ஏக்கம் கொண்டவன் தூக்க வியாதியில் நடப்பவன், விழித்துக் கொண்டிருக்கும் இந்த உலகில். மற்றவர் களைக் காணாமலும் உணராமலும் அவன் கனவில் மூழ்கியிருப்ப வன். அதனால், மற்றவர்கள் அவனைப் பார்த்துத் தோள் அசைத்துவிட்டுப் புறக்கணித்து விட்டுப் போய் விடுகிறார்கள்.

ஆனால், அச்சத்தின் கடவுளான அந்தத் தீ - புகை கக்கிப் பாய்ந்த காளையைக் கண்டதும் அவர்கள் மண் கவ்வினார்கள். அவனோ, நம்பிக்கைச் சிறகுயர்த்தி, அவர்களுக்கு மேலே, அந்தக் காளைக்கும் மேலே, உயர்ந்து பறந்து, மறு கரை சேர்ந்து, தொடர்ந்து பறந்து, கரடுமுரடான மலை மேல் கால் பதிக்கிறான். வரண்ட, ஒளியிழந்த, கைவிடப் பட்ட நிலத்தின் மேல்தான், அந்தத் தூக்க வியாதிக்காரன் பறந்தது. ஆனால், நம்பிக்கைச் சிறகுகள் வலிமை யானவை. அதனால், அவனால் தொடர்ந்து பறக்க முடிகிறது.

விசாலமான, மொட்டையான, இரத்தம் உறைய வைக்கும் மலைமேல் அவன் இறங்குகிறான். ஆனால், நம்பிக்கை இதயம், எதனாலும் வெல்லப்பட முடியாதது. அதனால், அவனது இதயம் துணிவாகச் சிறகடிக்கிறது.

மலையோ குத்துப் பாறைகள் கொண்டது; வழுக்குவது; வழி கண்டு பிடிக்க முடியாதது. ஆனால், அவனது கை, பட்டுப் போன்றது; கால் உறுதியானது; நம்பிக்கையின் பார்வை கூர்மை யானது. அதனால், அவன் மேலேறுகிறான்.

நல்ல, செப்பனிடப் பாதையில், மக்கள் திணறியபடி மேலேறிக் கொண்டிருக்கிறார்கள். அவர்கள் பாடுபட்டு மேலேறுவது 'சின்ன' ஏக்கத்தால். அவர்களுடைய வழிகாட்டியோ முடமானவர்; பார்வையில்லாதவர். அந்த வழிகாட்டிக்குப் பார்க்கத் தெரியும்; கேட்க முடியும்; வாசனையும் சுவையும் உணர முடியும், தொடுவுணர்வு கொள்ள முடியும் என்று அவர்கள் நம்புகிறார்கள்.

அவர்களில் சிலரால் மலையின் கணுக்கால் வரைதான் செல்ல முடியும். சிலரால் முழங்கால் வரைக்குமே ஏறமுடியும். சிலரால் இடுப்பு வரை. என்றாலும் அவர்கள் தமது வழிகாட்டியுடன் விழுந்து உருண்டு மலையடிவாரத்திற்கே போய்ச் சேர்வார்கள். அவர்களால் மலைச் சிகரத்தின் ஒரு சிறு பகுதியைக் கூடப் பார்க்க முடியாது.

பார்க்க வேண்டியவற்றை யெல்லாம் கண்களால் பார்க்க முடியுமா? கேட்க வேண்டியவற்றை யெல்லாம் செவிகளால் கேட்க முடியுமா? உணர வேண்டியவற்றைக் கைகளும், நுகர வேண்டியவற்றை மூக்கும் உணருமா? சுவைக்க வேண்டியவற்றை யெல்லாம் நாக்கு சுவைத்தறியுமா? புனிதக் கற்பனையால் பிறந்த நம்பிக்கை உதவிக்கு வந்தால்தான், பொறிகள் புலன்களைச் சரியாக உணரும். அந்த மெய்யுணர்வுகளே சிகரத்திற்கு இட்டுச் செல்லும் ஏணிகள் ஆகும்.

நம்பிக்கை அற்ற புலன்கள், நம்பிக்கைக்குப் பாத்திரமாகாத வழிகாட்டிகள். பாதை, சமநிலமாக, செப்பனிடப்பட்டது போல் காணப்பட்டாலும், நம்மை மாட்டிவிடும் பொறிகளும், குழிகளும் அதில் மறைந்திருக்கும்; கால் வழுக்கித் தடுமாறி அடிவாரத்திற்கே நம்மைக் கொண்டுபோய்த் தள்ளிவிடும். மறுபடியும் அங்கிருந்தே பயணம் புறப்பட நேரும்; நம் எலும்புகள் நொறுங்கிவிடும்; பெரிய காயங்களும் வாய் பிளந்து வாட்டும்.

சின்னச் சின்ன ஏக்கம் கொண்டவர்கள், தம் உணர்வுகள் கொண்டு தமக்கென ஓர் உலகத்தை உருவாக்கிக் கொண்டுவிடு கிறார்கள். விரைவில் அது அவர்களுக்குச் சிறியதாகவும் மூச்சு முட்டச் செய்வதாகவும் ஆகிவிடுகிறது. பிறகு விசாலமான காற் றோட்டம் மிக்க ஒரு வீட்டை அவர்கள் தேட ஆரம்பித்து விடுகிறார்கள்.

புதிய பொருள்களையும், புதிய கட்டுமானக்கார்ரரையும் தேடு வதற்குப் பதிலாக, அவர்கள் பழைய பொருள்களையே கொண்டு, பழைய கட்டுமானக்காரர் உதவியால் புதிய வீடு கட்டுகிறார்கள். கட்டப்படும் புதிய வீடு பழைய வீடு போலவேதான் காற்றோட்டம் இல்லாமல் மூச்சுத் திணறச் செய்யும்.

அதன் பிறகு, அவர்கள் அதை இடிக்கவும், முன்போலவே புதுவீடு கட்டவும் செய்து கொண்டே போகிறார்கள். அவர்களுக்கு ஆறுதலும், சுதந்தரமும் கிடைப்பதே இல்லை.

தம்மை ஏமாற்றுகிறவர்களையே தொடர்ந்து நம்பி, ஏமாந்து கொண்டே போகிறார்கள். வாணலியில் வேகும் மீன் எட்டிக் குதித்து அடுப்பில் விழுவது போலத்தான் ஆகிவிடுகிறது. சிறிய கானல் நீருக்குத் தப்பிப் பெரிய கானல் நீரை நோக்கி ஓடுவது போலத்தான் அது.

பெரிய ஏக்கம் கொண்டவர்களுக்கும் சிறிய ஏக்கம் கொண்ட வர்க்கும் இடையே, ஏக்கமே இல்லாத முயல்- மனிதர்கள் நிறைய இருக்கிறார்கள். அவர்கள் தமக்கென வளைகள் தோண்டி

மிகையில் நபி

அவற்றிலேயே வாழ்ந்து, அவற்றிலேயே மடிந்துபோகிறார்கள். அந்த வளைகள், விசாலமாகவும், சௌகரியமாகவும், கதகதப்பாகவும் இருப்பதாக நினைத்துக் கொள்கிறார்கள். அதற்கு மாற்றாக அரண் மனையே கிடைத்தாலும் அவர்கள் ஏற்றுக் கொள்ளமாட்டார்கள். அவர்கள், தூக்க வியாதியில் நடப்பவர்களைப் பார்த்து- குறிப்பாக காலடிச் சுவடுகள் கூடச் சரியாகக் காணப்படாத ஒற்றையடிப் பாதையில் தனியே நடக்கிறவர்களைப் பார்த்து- ஏளனமாகச் சிரிப்பார்கள்.

நம் வீட்டுக் கோழியால் அடைகாக்கப்பட்டுக் குஞ்சு பொரித்த கழுகுக் குஞ்சு மற்ற கோழிக் குஞ்சுகளோடு கூடையில் அடைக்கப் பட்டிருப்பது போலத்தான், பெரிய வீட்டுஏக்கம் கொண்டவர்கள் இங்கே இருக்கிறார்கள்.

சகோதர கோழிக்குஞ்சுகள், அந்தக் கழுகைத் தம் இனத்ததாகவே கருதும். அந்தக் கழுகும், கோழியின் இயல்புகள் பெற்றே வளர்ந்து வரும். மற்றவற்றைப் போலவே சுதந்தரக் காற்றையும், எல்லையற்ற வானத்தையும் அது கனவுகள் கண்டு வரும்.

விரைவில், அது, தான் வேறு என்பதையும், விலக்கப்பட்டது என்பதையும் அடையாளம் கண்டுகொள்ளும். மற்றவை, அதைக் கொத்தவும் ஆரம்பித்து விடும்; தாய்க் கோழிகூட!

ஆனால், சிகரத்தின் அழைப்பு அதன் இரத்தத்தில் உரக்க ஒலிக்கும். கூட்டின் முடை நாற்றம் அதனால் சகித்துக் கொள்ள முடியாமல் போய்விடும். தனது சிறகுகள் வலிமை பெற்று வளரும் வரை அவற்றை யெல்லாம் அது பொறுமையாய்ச் சகித்து வரும்.

அதன் பிறகு, ஒருநாள், அது சிறகடித்து மேலெழும். தன் சகோதரக் குஞ்சுகளிடமும், வளர்ப்புத் தாயிடமும் விடைபெற்று வானில் உயரும். மற்றவை, வழக்கம் போலப் புழுக்கள் தேடி குப்பை மேட்டைக் கிளறிக் கொண்டிருக்கும்!

மகிழ்ச்சி கொள், மிக்காயன்! நீங்கள் கண்டது தீர்க்கதரிசியின் கனவு. மாபெரும் வீட்டு ஏக்கம். உமது உலகை சிறுத்துப் போகச் செய்துவிட்டது. நீங்கள் இந்த உலகில் அன்னியனாகிப் போனீர். கொடூரமான உணர்வுகளின் பிடியிலிருந்து அது கற்பனையை விடுவித்துவிட்டது. அந்தக் கற்பனையே உமது நம்பிக்கையைக் கொண்டு வந்தது.

அந்த நம்பிக்கை, உமது தேங்கிப்போன, இறுக்கமான உலகி லிருந்து உம்மை மேலுயர்த்தும்; வரட்சியான, குத்துப் பாறைகள் நிறைந்த பிரதேசங்களுக்கு மேலே உம்மை எடுத்துச் செல்லும்.

அங்கே எல்லா நம்பிக்கைகளும் சோதிக்கப்படும்; தூய்மைப் படுத்தப் படும்; சந்தேகத்தின் வண்டல் வெளித்தள்ளப்படும்.

தூய்மைப்பட்ட, வெற்றி கொண்ட அந்த நம்பிக்கை, என்றென் றும் பசுமை போர்த்த சிகரத்திற்கு உம்மை இட்டுச் செல்லும்; அங்கே புரிதலின் கரங்களில் அது உம்மை ஒப்படைக்கும். அந்தப் பணி முடிந்ததும் நம்பிக்கை ஓய்வெடுக்கப் போய்விடும்.

அதன் பிறகு, சொல்லுக்கடங்காத சுதந்தரச் சிகரத்தை நோக்கி, புரிதல் உமக்கு வழிகாட்டும். அதுதான், மெய்யான; எல்லையற்ற, எல்லாம் உள்ளடக்கிய கடவுளின் இல்லம். வெல்லப்போகும் மனிதனின் இல்லமும் அதுவே.

அந்தச் சோதனையை எதிர்கொள்ளத் தயாராக நில்லுங்கள், மிக்காயன்! நீங்கள் எல்லாருமே உறுதியாக நில்லுங்கள். அந்தச் சிகரத்தில் ஒரு கணப் பொழுது நிற்பதற்காக, எவ்வகை வேதனைகள் அனுபவிக்க நேர்ந்தாலும் அது தகும். அந்தச் சிகரத்தில் நிற்க என்றென்றும் காத்திருத்தல் கூட, நிரந்தர வாழ்வுக்குச் சமமாகும்.

ஹிம்பல்: ஒரு நொடிப்பொழுதேனும், உங்களது சிகரத்தைத் தரிசிக்க எம்மை உயர்த்துவீர்களா குருவே? கொஞ்சமேனும் நாங்களதைப் பார்க்கலாகாதா?

மிர்தாத்: அவசரப்படாதீர்கள், ஹிம்பல். காலம் வரும். காத்தி ருங்கள். நான் நிம்மதியாக மூச்சுவிடும் இடத்தில், நீங்கள் மூச்சுத் திணறுவீர்கள். நான் எளிதாக நடக்கும் இடத்தில், நீங்கள் தடுமாறிப் பெருமூச்சு விடுவீர்கள். நம்பிக்கையில் நம்பிக்கை வைத்திருங்கள். அந்த மாபெரும் அற்புதத்தை நம்பிக்கை நடத்திக் காட்டும்.

இப்படித்தான் நான் நோவாவுக்கு உபதேசித்தேன்.

அப்படியே உங்களுக்கும் உபதேசிக்கிறேன்.

32

அத்தியாயம்

பாவம் பற்றியும் அத்தி இலை ஆடையை அகற்றுவது பற்றியும்

மிர்தாத்: பாவத்தைப் பற்றி உங்களுக்குச் சொல்லியிருக்கிறார்கள். மனிதன் எவ்வாறு பாவியானான் என்பதும் உங்களுக்குத் தெரிந்திருக்கும்.

'மனிதன் கடவுளின் வடிவம்தான் என்றால், பாவத்திற்கு மூலகாரணம் கடவுளாகத்தானே இருக்க முடியும்', என்று நீங்கள் கொஞ்சம்கூட மரியாதை இல்லாமல் செல்லிவிடுவீர்கள். சந்தேகப் படாதவர்களுக்கு ஒரு பொறி காத்திருக்கிறது. உங்களை அந்தப் பொறியில் நான் சிக்க வைக்க விரும்பவில்லை, தோழர்களே. உங்கள் பாதையிலுள்ள அந்தப் பொறியை நான் அகற்றிவிட்டால், நீங்கள் மற்ற மனிதர்களின் பாதைகளில் கிடக்கும் பொறிகளை அகற்றி விடுவீர்கள்.

இறைவனிடம் பாவம் இல்லை. மெழுகுவர்த்திக்குத் தன் ஒளியைக் கொடுக்கும் கதிரவன் பாவியென்றல், இறைவனும் பாவிதான். மனிதனும் பாவி அல்லன். கதிரவனிலிருந்து விலகி நின்று ஒளிரும் மெழுகுவர்த்தி, எரிந்தபின் கதிரவனிடமே சென்று ஒடுங்கிவிடுவது பாவமென்றால், மனிதனும் பாவியே.

ஒளி தராத மெழுவர்த்தியே பாவி. ஒரு தீக்குச்சி அதன் திரியைப் பற்ற வைக்கும்போது, அது தீக்குச்சியையும், அந்தக் கையையும்

சபிக்கிறது. கதிரொளியில் எரிய வெட்கப்படும் மெழுகுவர்த்தியே பாவி. அது தன்னைக் கதிரவனிடமிருந்து திரையிட்டு மறைத்துக் கொள்கிறது.

இறைவனின் சட்டத்திற்கு அடிபணியாததால் மனிதன் பாவியாகிவிடவில்லை. சட்டம் பற்றிய தனது அறியாமையை மூடி மறைத்ததே அவன் செய்த பாவம்.

ஆ! அந்த அத்தியிலை மேலாடையில் இருக்கிறது பாவம்!

மனிதனின் வீழ்ச்சி பற்றிய கதையை நீங்கள் படித்ததில்லையா? களங்கமற்ற சொற்களால் சிக்கனத்துடன் சொல்லப்பட்ட அந்தக் கதை, மேலானதும் நுட்பமானதும் ஆகும்.

கடவுளின் மார்பிலிருந்து புத்தம் புதிதாய்ப் பிறந்த மனிதன், குழந்தைத் தெய்வம்போல் பிறந்த மனிதன் – எவ்வாறு செயலற்று, அசைவின்றி, படைப்பாற்றலின்றிக் கிடந்தான் என்பதை நீங்கள் படித்ததில்லையா?

சகல தெய்வாம்சங்களுடன் அவன் பிறந்திருந்தும், ஒன்றும் அறியாத பச்சைக் குழந்தையாய், உழைப்பின்றி, தனது எல்லையற்ற ஆற்றல்களையும் திறமைகளையும் உணராதவனாய்க் கிடந்தான்.

ஒரு தனி விதை, கண்ணாடிச் சீசாவுக்குள் மூடிவைக்கப்பட்டது போலத்தான், ஆதி மனிதன், ஏதேன் தோட்டத்தில் இருந்தான். அது அந்தச் சீசாவுக்குள் ஒரு விதையாகத்தான் இருக்குமே தவிர, இணக்கமான மண்ணில் முளைவிட்டுப் பிளந்து ஒளியேற்று முளைக்காது.

ஒரு செடியாகி முளைத்து வளர, மனிதனுக்கு இணக்கமான மண்பூமி கிடைக்கவில்லை.

உறவு கொண்டவர்கள் முகத்தில் அவன் முகம் பிரதிபலிக்கவே இல்லை. எந்த மனிதரின் செவிகளிலும் அவன் குரல் கேட்கவே இல்லை. அவனது மனிதக் குரல் எந்த மனிதரின் தொண்டையிலும் எதிரொலிக்கவே இல்லை. அவனது இதயம் தன்னந்தனியாகவே துடித்துக் கொண்டிருந்தது.

உலகின் இயக்கத்திலிருந்து வெட்டி எறியப்பட்டு அவன் தனியே, தன்னந்தனியே, உலகில் உலவிக் கொண்டிருந்தான். அவன் தனக்கே அன்னியனாகிப் போனான். அவனுக்குச் சொந்தப் பணியும் இருக்கவில்லை; பின்பற்றிச் செல்ல வழியும் இருக்கவில்லை. ஏதேன் தோட்டம் அவனுக்கு ஒரு சௌகரியமான குழந்தைத் தொட்டில் ஆகிப்போனது; அமைதியான, ஆனந்தமான இடமாகிவிட்டது; செயற்கையாகக் குஞ்சு பொரிக்கும் நல்ல இயந்திரம் ஆகிவிட்டது

நல்லதும் கெட்டதுமான ஞான மரமும், வாழ்க்கை மரமும் அவனது கைக்கெட்டும் தூரத்திலேயே இருந்தன. என்றாலும், அவற்றின் கனி பறிக்க அவனது கை நீளவில்லை. அவனது சுவையுணர்வும், விருப்பங்களும், ஆசைகளும், அவனது முழு வாழ்வும், எண்ணங்களும், அவனுக்குள்ளேயே சுற்றிப் பொதியப் பட்டு, மூடப்பட்டுக் கிடந்தன, மெல்லத்திறந்து வெளிவரக் காத் திருந்தபடி. அவன், தானே தனக்கு உதவும் நண்பனாக இருந்தான். தனது பொதியவிழக்கும் கை அவன்து கையாகவே இருந்தது.

வளமும், ஆற்றலும், புனிதமும் மூடிக்கிடந்த அவனை வெளிப் படுத்தக் கூடிய உதவும் கரம் எங்கே இருந்து வரும்? இதுதான் முக்கியமான பிரச்சினை.

ஏவாள், புதிய மண்ணும், புதிய மூச்சும் அல்லள். ஆதாமின் உடலின் மூச்சும்தான் அவள். அவனது எலும்பின் எலும்பாகவும், சதையின் சதையாகவும் தோன்றியவள்தான் அவள். அங்கே தோன்றிய ஒரு புதிய உயிர் அல்லள் அவள். ஆதாமின் இரட்டைப் பிறவி அவள்- ஆண் ஆதாமும், ஒரு பெண் ஆதாமும்.

தன்னந்தனியான அவனுக்கு, தன்னை எதிரொளிக்கும் ஒரு முகம் தேவைப்பட்டது. அவனது பெயர் எதிரொலிக்கும் வேறு மனிதரில்லாததால் அவனது தனிக்குரல் மட்டுமே ஏதேன் பள்ளத்தாக்குகளில் எதிரொலித்துக் கொண்டிருந்தது. அவனது ஏகாந்த இதயத்துடிப்பு அவனது நெஞ்சுக்குள்ளேயே ஒடுங்கிப் போய்விட, அதன் எதிரொலியைக் கேட்க, ஒரு தோழமை இதயத் திற்காக, அவனது இதயம் தவித்தது.

உருக்குத் தகடு சக்கிமுக்கிக் கல்லில் உராயும் போது தீப்பொறிகள் பல பறப்பது போல, எரியாத மெழுகுவர்த்தியின் இருபக்கங்களிலும் பற்ற வைப்பது போல.

மெழுகுவர்த்தி ஒன்றுதான். திரி ஒன்று தான். தீ ஒன்றுதான். ஆனால் இரு முனைகளிலும் பற்ற வைக்கப்படுவது போல. சீசாவில் அடைபட்டிருக்கும் விதை, வளமான மண்தேடி, முளைத்து, தனது இரகசியங்களை எல்லாம் வெளிப்படுத்துவது போல.

அவ்வாறுதான், தன்னுணர்வு அற்றிருந்த ஒருமை, இருமை கொண்டு, உராய்விலும் எதிர் அம்சத்திலும், தனது ஒருமையை உணர்கிறது.

மனிதன், இறைவனின் மெய்யான வடிவம் கொண்டவன். ஆதிப் பிரக்ஞையான இறைவன், தன்னை ஒரு ஆதிச் சொல்லால் வெளிப்படுத்திக் கொள்கிறான். அந்தச் சொல்லும், பிரக்ஞையும் புனித புரிதலுக்குள் ஒன்றிணைந்து நிற்கின்றன.

இருமை ஒரு தண்டனை அன்று; ஒருமையின் இயல்பிற்குள் அமைந்திருக்கும் இயல்பான வழிமுறை அது. தெய்விகத்தை வெளிப் படுத்தத் தேவையான அம்சம் அது. வேறு விதமாக நினைப்பது எவ்வளவு சிறு பிள்ளைத்தனம்! அந்தப் பிரம்மாண்டமான வழிமுறை மனித வாழ்வின் எழுபது ஆண்டுகளிலோ, அல்லது ஆறு கோடி ஆண்டுகளிலோ கைகூடும் என நினைப்பது எவ்வளவு சிறுபிள்ளைத்தனம்!

கடவுளாவது என்பது, அவ்வளவு அற்பமான விஷயமா என்ன?

ஏதேனிலிருந்து மனிதன் தன்னை ஒன்றுபடுத்தி மீட்டெடுக்கவும், தனது தெய்விகத்தை அவன் முழுமையாக உணரவும், இறைவ னோடு இரண்டறக் கலக்கவும் முடிவிலாக் காலத்திற்குத் துரோகம் செய்துவிட்டு, மனிதனுக்கு அற்பமான எழுபது ஆண்டுகளை மட்டுமே ஒதுக்கிய இறைவன், கொடூரமானவனா? கஞ்சனா?

இருமையின் வழி மிக நீண்டது. நாள் காட்டிகள் கொண்டு அதை அளப்போர் மூடர்கள். விண்மீன்களின் சுழற்சியை, நிரந்தரம், கணக்கில் எடுத்துக் கொள்வதில்லை.

அடங்கிப்போய், அசைவிலாமல், படைப்பாற்றலின்றி இருந்த ஆதாம், இருமைப்பட்டவுடனே, அவனுக்குள் செயலூக்கம் பிறந்தது. முழு ஆற்றலோடு அவன் இயங்க ஆரம்பித்தான். தன்னை வெளிப் படுத்திக் கொள்ளப் படைக்கவும் தொடங்கினான்.

ஆதிமனிதன் இருமை நிலை அடைந்ததும் செய்த முதற் காரியம் என்ன? நன்மை-தீமை மரத்தின் அறிவுக் கனியை உண்டதுதான்! அதன் மூலம், இந்த உலகை, தன்னைப் போலவே இருமை கொண்டதாய் அவன் ஆக்கிக் கொண்டான். அதன் பிறகு, எந்தப் பொருளும், முன்பு காணப்பட்டது போல களங்கமற்றதாய், இயல் பானதாய் இருக்கவில்லை. ஒன்று, அவை நல்லனவாய் ஆயின. அல்லது தீயவையாய் ஆயின; பயனுள்ளவையாய், அல்லது தீங்கு செய்வனவாய்; இனியனவாய் அல்லது கசந்தனவாய் ஆயின. எல்லாமே எதிரெதிர் முகாம்களாய்ப் பிரிந்து காணப்பட்டன. அதற்குமுன் எல்லாமே ஒன்றாய் இருந்தன, ஒரே பண்பு கொண்ட வையாய்.

ஏவாளை, அறிவுக் கனி உண்ணத் தூண்டிய பாம்பு, அனுபவக் குறை கொண்டதென்றாலும், அழுத்தமான குரலில் அவளைத் தூண்டி, இருமை உணர, அனுபவம் பெறத்தானே பேசியது?

அதன் குரலை முதலில் கேட்டவள் ஏவாளே. அதனால், அவள் அதன் சொல்லுக்கு இணங்கியதில் அதிசயம் எதுவு மில்லை. அவள் ஒரு சாணைக்கல். அவள் மூலமாகவே ஆதா

மின் மறைந்துகிடந்த ஆற்றல்கள் வெளிப்பட்டன. அவ்வாறு வடிவமைக்கப்பட்ட கருவி அவள்.

அந்த ஆதி மனிதனின் கதையில் அந்த ஆதிப் பெண், இரகசிய மாய் ஏதேன் தோட்டத்தில் அலைந்து திரிந்து, உடல் நடுங்க, இதயம் கூண்டுப் பறவைபோல் சிறகடிக்க, கண்கள் தென்பட்ட வழிகளை எல்லாம் தேடிச் செல்ல, வாயில் எச்சில் ஊற, ஆசைகாட்டும் கனியை நடுங்கும் கரங்களால் பறித்தெடுத்த காட்சி, அடிக்கடி உங்கள் மனக் கண்ணில் வந்து போகவில்லையா?

அவள் அந்தக் கனியைப் பறித்து, அதன் மென்மையான தசைப் பகுதியைப் பற்களால் கடிக்க, கண நேர இனிப்பும், தனக்கும் தனது சந்ததிக்கும் நிரந்தரக் கசப்புமாய் மாறிய அந்தக் காட்சி, உங்களை மூச்சு முட்டச் செய்யவில்லையா?

அவளது துடுக்குத் தனத்தைக் கடவுள் முன்கூட்டியே தடுத்திருக்கலாமே, கதையில் வருவது போல் பின்னால் கண்டித்ததை முன்பே செய்திருக்கலாமே, என்று உங்கள் மனம் விரும்பவில்லையா? ஆதாம், அவள் பேச்சைக் கேட்காமல் போகிற அளவுக்கு அறிவும், துணிவும் பெற்றிருந்தால் என்ன என்று நீங்கள் நினைக்கவில்லையா?

கடவுள் குறுக்கிடவும் இல்லை; ஆதாம் அதைத் தவிர்த்திடவும் இல்லை. கடவுள், தாமல்லாதவராக இருக்க விரும்பவில்லை. அவருடைய திட்டம்தான் அது. மனிதன் இருமையில் நெடுவழி போக வேண்டும். ஒரு புரிதலின் மூலம் அவன் தன்னை ஒருமைப்படுத்திக் கொண்டு, தனது மன உறுதியையும் திட்டத்தையும் அவன் வெளிப்படுத்திக் கொள்ள வேண்டும் என்பதே இறைவனின் திட்டம்.

ஆதாம் விரும்பினாலும்கூட, தன் மனைவி தந்த கனியை அவனால் உண்ணாமலிருந்திருக்க முடியாது. அவர்கள் இருவரும் ஒருவரே யானதால், ஒருவர் செயலுக்கு மற்றவரும் பொறுப்பானவர் ஆவதால், தன் மனைவி உண்ட கனியை அவனும் உண்பது அவனது பொறுப்பாகிவிட்டது.

நன்மை-தீமை மரத்தின் கனி உண்டதால் ஆதாமின்மீது இறைவனுக்கு வெறுப்பும், கடுஞ்சினமும் ஏற்பட்டதா?

அவர் அதற்குத் தடை விதித்திருந்தார். ஆனால், ஆதாம் அதை உண்டே தீருவான் என்பது அவருக்குத் தெரியும். அவன் அதை உண்ண வேண்டும் என்றே அவர் விரும்பினார்!

அதை உண்பதால் ஏற்படப்போகும் விளைவுகளையும், அவற்றை எதிர் கொள்ளத் தேவையான சக்தியையும் அவன் முன் கூட்டியே அறிந்திருக்க வேண்டும் என்று அவர் விரும்பினார். அவனுக்குச் சக்தி இருந்தது. அதனால் அவன் உண்டான். அப்புறம் அவன் அதன் விளைவுகளை எதிர்கொண்டான்.

அதன் விளைவு மரணம்தான். மனிதன் இருமையில் மும்முரமாக ஈடுபட்டு, இறைவனின் உள்ளப்படி, உடனே அமைதியான ஒருமையில் இறக்கிறான். அதனால், மரணம் ஒரு தண்டனை அன்று. இருமையில் அமைந்துள்ள வாழ்வின் ஒரு கட்டம்தான் அது. இருமை, இயல்பாகவே எல்லாவற்றையும் இருமைப்படுத்தும்; எல்லாவற்றிற்குமானதொரு நிழலை உருவாக்கிவிடும்.

ஆகவே, ஆதாம் தனது நிழலைப் பெற்றான். அதுதான் ஏவாள். அவர்கள் இருவரும் தமது வாழ்வுக்கான நிழலைப் பெற்றார்கள். அதுதான் மரணம். ஆதாமும், ஏவாளும், மரண நிழலைப் பெற்றிருந்தாலும், அவர்கள் இறைவனின் வாழ்வில் நிழலற்று வாழ்ந்திருப்பார்கள்.

இருமை, தொடர்ந்து உள்ள உரசல். இந்த உராய்வு, எதிரெதிர் அம்சங்களென்ற மாயையை வழங்கும். இது சுய அழிவில் கொண்டுபோய்ச் சேர்க்கும். எதிர்மறைகள் போல் காணப்படுவன, உண்மையில் சுய முழுமை கொண்டவை; தன்னிறைவு கொண்டவை; ஒரே முடிவுக்காகக் கைகோத்துச் செயல்படுபவை- அந்த முடிவு, பரிபூரண அமைதி; ஒருமை; புனித புரிதலின் சமநிலை. ஆனால், மாயை, உணர்வுகளில் வேர்விட்டு நிற்பது. உணர்வுகள் நிலைத்திருக்கும்வரை, மாயையும் நிலைத்திருக்கும்.

அதனால்தான், தனது விழிகள் திறக்கப்பட்டபின் ஆதாம், கடவுளுக்குப் பதில் சொல்கிறான். "நான் உமது குரலைத் தோட்டத்தில் கேட்டேன். எனக்குப் பயமாக இருந்தது. காரணம், நிர்வாணமாக இருந்தேன், அதனால், நான் ஒளிந்து கொண்டேன்," என்றான். மேலும் அவன், "என்னுடன் இருக்கத் தாங்கள் அனுப்பிய பெண்தான் எனக்கு அந்த மரத்தைக் காட்டினாள். நானும் உண்டேன்," என்றான்.

ஆதாமின் எலும்பும் சதையுமல்லாமல் ஏவாள் வேறு தனி ஆள் அல்லள். இருந்தாலும், ஆதாமிடம் பிறந்த அந்த 'நான்'-ஐக் கவனியுங்கள்! விழிகள் திறந்து கொண்ட பிறகு, அவை வித்தியாசமாகப் பார்க்க ஆரம்பித்தன, ஏவாளைவிட்டு விலகி, தன்னைத் தனி ஆளாக. கடவுளை விட்டும், கடவுளின் அனைத்துப் படைப்புகளை விட்டும் பிரித்துப் பார்த்தன.

மிகையீஸ் நயீம்

இந்த 'நான்' தான் மாயை.

புதிதாகத் திறந்த விழியின் மாயையின் பண்பு, கடவுளைவிட்டுப் பிரிந்து நிற்பது. இது ஒரு பொருளும் அன்று; எதார்த்தமும் அன்று. அதன் மரணத்தின் பிறகுதான், மனிதன் மெய்யான தனது சுயத்தை உணர்வான். அந்தச் சுயமே கடவுளின் சுயம்.

புறவிழி இருண்டு, அகவிழி ஒளிபெறும்போது, அந்த மாயை காணாமற் போய்விடும். ஆதாம், குழப்பமடைந்து திகைத்தாலும், அது வலுவாகச் சதிசெய்து, அவனது கற்பனையை வசீகரித்து வளர்த்தது.

என்னுடைய, சொந்தமான சுயம் என்று ஒருவன் சொல்லும் போது, அவனுக்குச் சுயம் பற்றிய தன்னுணர்வே இல்லையென்று பொருள். அவனது பிரமை அது. வெறும் மாயக் கவர்ச்சி அது. மாயையின் புகழ்ச்சியில் ஏமாந்தவன் அவன்.

ஒரு மாயையான சுயத்தால் கவரப்பட்டு, புகழப்பட்டு இருந்தவன் ஆதாம். அது மிகவும் பொய்யானதாகவும், நிர்வாணமாகவும் இருப்பதை அவன் உணர்ந்து வெட்கப்பட்டாலும், அதைவிட்டுப் பிரிய அவனால் முடியவில்லை. புதிதாகப் பிறந்து தனது அறிவுக் கூர்மை கொண்டு மனமார அதை அவன் இறுகப் பற்றிக் கொண் டான். அத்தி இலைகளை இணைத்துத் தைத்து, தனது நிர்வாண இயல்பை மறைக்க, ஒரு மேலாடை தயாரித்துக் கொண்டான். கடவுளின் ஊடுருவும் பார்வையிலிருந்து தப்பித்துக் கொள்ளத் தான்!

ஏதேன் என்பது, களங்கமற்ற ஒரு பரவசநிலை! தன்னை உணராத ஒருமை, அத்தியிலை மேலாடை அணிந்த மனிதனிடமி ருந்து கழன்று விழுந்துவிட்டது. அவனுக்கும், வாழ்வு மரத்திற்கும் நடுவே கத்தி போன்ற தீ நாக்குகள்!

நன்மை-தீமை என்ற இரட்டை வாயில் வழியாகவே, ஆதி மனிதன் ஏதேன் தோட்டத்தை விட்டு வெளியேறினான். புரிதல் என்ற ஒற்றை வாயில் வழியாக அவன் வெளியேறி இருக்கலாம். வாழ்வு மரத்திற்கு முதுகு காட்டி, அவன் வெளியேறினான். இனி அவன் அதற்கு முகம் காட்டித் திரும்பிச் செல்ல வேண்டும்.

தனது நிர்வாணத்தை மறைப்பதற்காகவும், தனது அவமானத்தை கவனமாக ஒளித்து வைக்கவும் அவன் நெடிய பயணம் மேற் கொண்டுவிட்டான், மிகவும் சிரமப்பட்டு. தனது பயணத்தின் முடிவில், அவனது தூய்மை, ஆடையைக் கழற்றிவிடும். அப்போது அவனது இதயம் தனது நிர்வாணத்திற்காகப் பெருமைப்படும்!

ஆனால் அது எளிதில் நிகழ்ந்துவிடாது. அவனது பாவம் அவனைத் தன்னிலிருந்து விடுவித்து விட்ட பிறகே அது நிகழும். பாவம் தன்னைத் தானே அழித்துக் கொண்டு, அதை நிரூபித்துக் காட்ட வேண்டும். அத்தியிலை மேலாடையிலன்றிப் பாவம் வேறு எங்கே இருக்க முடியும்?

ஆ! பாவம் என்பது வெறும் வேலிதான். கடவுளுக்கும் மனிதனுக்கும் இடையிலுள்ள வேலி- அவனது தற்காலிகமான சுயத்திற்கும், அவன் காத்திருக்கும் சுயத்திற்கும் நடுவிலுள்ள வேலி.

ஒரு கைப்பிடி அத்தி இலைகள், முதலில் அற்பமாகத் தோன்றி, பிறகு பெரிய அரணாக மேலெழுந்து நின்று தடுக்கும். தனது களங்கமற்ற பண்பை, ஏதேன் மனிதன் கைவிட்ட நாள் முதலாய், அத்தி இலைகள் மேலும் மேலும் குவிந்து கும்பாரமாய்ப் பெருகும். அவனோ, அவற்றைக் கொண்டு ஆடைக்குமேல் ஆடையாக நெய்து கொண்டே போய்ச் சிரமப்படுவான்.

கிழியக்கிழிய, கிழிசல்களுக்கு ஒட்டுப்போட்டுக் கொண்டிருப் பான். மற்றவர்கள் தூக்கியெறிந்த கந்தைகளையும் கொண்டு ஒட்டுப் போட்டுத் தைப்பான். இதற்குக் காரணமாக அமைவது சோம்பலே.

பாவத்தின் ஆடையில் போடப்படும் ஒவ்வொரு ஒட்டும் ஒரு பாவமே. கடவுளிடமிருந்து தொடர்பறுத்துக் கொண்டு விட்டதால் நிலைநின்றுவிட்ட அவமானத்தைத்தான் ஒட்டுப் போட்டுத் தைத்துக் கொண்டிருக்கிறான் அவன்!

அந்த அவமானத்தை வென்றுவிட அவன் முயற்சி செய்கிறானா? பரிதாபம்! அவனது முயற்சிகள் எல்லாம், அவமானத்தின் மேல் அவமானமாகக் குவியவே செய்கின்றன. மேலாடை மேல் மேலாடையாக.

மனிதனின் கலைகளும், கல்வியும் எல்லாம் அத்தி இலைகள் அல்லாமல் வேறென்ன?

அவனுடைய பேரரசுகளும், நாடுகளும், இனப்பிரிவினைகளும், மதங்களும் எல்லாம் போர்ப் பாதையில் சென்று கொண்டிருக் கின்றன. அத்தியிலை வழிபாட்டு மரபல்லாமல் இவையெல்லாம் வேறென்ன?

நன்மை, தீமை பற்றியும், மரியாதை, அவமரியாதை பற்றியும், நீதி, அநீதி பற்றியும் அவன் கொண்டுள்ள கோட்பாடுகளும், அவனது கணக்கற்ற சமூக நம்பிக்கைகளும், சம்பிரதாயங்களும், ஒட்டுப்போட்ட இடுப்புத்துணி அல்லவா?

இன்பங்களுக்கான பெரும்பசி, வேதனையுடன் பழுத்திருக்கிறது. செல்வங்களுக்கான பேராசை அவனை ஆதிக்கம் செலுத்துகிறது. வல்லமை பெறுவதற்கான தாகம் அவனை அடக்கி வைத்திருக்கிறது. மேன்மையான தோற்றப் பொலிவிற்கான வெறி அவனைச் சிறுமைப் படுத்திக் கொண்டிருக்கிறது- இவை எல்லாம் அவனது மிகப்பலவான அத்தியிலை மேலாடைகள் அல்லவா?

தனது நிர்வாணத்தை மறைக்க மனிதன் பரிதாபமாக விரைந்து கொண்டிருக்கிறான். அதற்காக ஆடைமேல் ஆடையாகப் போட, அவை அவனது தோலோடு ஒட்டி, அவனது தோலாகவே மாறிவிட்டன. அவனது உடற் தோலுக்கும் அதற்கும் வேறுபாடே தெரியவில்லை.

அவனுக்கு மூச்சு முட்டுகிறது. தனது பல தோல்களிலிருந்து விடுதலை பெற அவன் வேண்டுகோள் விடுக்கிறான். மனம் பேதலித்துப்போய், அந்தச் சுமை குறைக்க அவன் படாதபாடு படுகிறான். அவன் தனது சுமை இறக்கினாலன்றி நிம்மதி கிடைக் காது. அவன் தனது அதிகப்படியான தோல்களைப் புறக்கணிப்பதற் குப் பதிலாக, அவற்றை இறுகப்பற்றிக் கொண்டிருக்கிறான்.

அவன் நிர்வாணமானால், அது, முழு ஆடை அணிந்ததற்கு ஒப்பாகும்!

நிர்வாணமடைவதற்கான சமயம் கைக் கெட்டும் தொலை விலேயே இருக்கிறது. உமது, அத்தியிலை மேலாடைகளை உரித் தெறிவதற்கு உதவத்தான் நான் வந்திருக்கிறேன்- பிறகு ஏக்கம் கொண்ட உலக மக்கள் அனைவரும், தமது மேலாடைகளைக் கழற்றி வீச நீங்கள் உதவக்கூடும்.

நான் வழி மட்டும் காட்டுகிறேன். அவரவர் தமது தமது மேலாடைகளைக் கழற்றி வீசி விட வேண்டும்; அந்தக் காரியம் எவ்வளவு வேதனை தருவதாக இருந்தாலும் சரி.

உங்களைக் காப்பாற்ற ஏதாவது அற்புதம் நிகழும் என்று எதிர்பார்க்காதீர்கள். வேதனைகளுக்கு அச்சப்படவும் வேண்டாம். உமது நிர்வாணப் புரிதல், உமது வேதனையை, என்றென்றும் நீடித்திருக்கவல்ல ஆனந்தப் பரவசமாக மாற்றிவிடும்.

அப்போது நீங்கள், புரிதலின் நிர்வாணத்தில் உங்களைக் காண்பீர்கள். அப்போது இறைவன் உங்களை அழைத்து, இப்படிக் கேட்பார்:

"எங்கே இருக்கிறாய் நீ?"

அப்போது நீங்கள் வெட்கப்பட மாட்டீர்கள் அச்சம் கொள்ள மாட்டீர்கள், இறைவனது பார்வையில் படாமல் ஒளிந்து கொள்ளவும் மாட்டீர்கள். நடுங்காமல், தளைபடாமல், புனிதமான, சாந்தமான நிலையில் நின்று, இறைவனுக்குப் பதிலும் சொல்வீர்கள்:

"எம்மைப் பாருங்கள். எமது ஆத்மா, எமது இருப்பு, எமது சுயத்தைப் பாருங்கள். வெட்கத்தாலும், அச்சத்தாலும், வேதனையுடன் நெடுவழி நடந்துவிட்டோம். காலத்தின் விடியலில், நீங்கள் எமக்கருளியது. கொடுமையும், துன்பமும் கொண்ட நன்மை தீமைகளின் கரடுமுரடான பாதைதான்.

"மாபெரும் வீட்டு ஏக்கம் எமது கால்களை விரட்டியது. நம்பிக்கை எமது இதயத்தை நிலைநிறுத்தியது. இப்போது, புரிதல், எமது சுமைகளைக் கீழிறக்கி வைத்து விட்டது. எமது காயங்களுக்குக் கட்டுப்போட்டது; உமது தெய்விகச் சன்னிதியில் பிறப்பு இறப்பின் நன்மை தீமையின் நிர்வாண நிலையில், எம்மைக் கொண்டு வந்து நிற்க வைத்தது எல்லாம் இந்தப் புரிதலே. மாயையான இருமையின் நிர்வாண நிலை இது. உமது எல்லாம் தழுவிய சுயத்தைத் தவிர, எமது சுயத்தின் நிர்வாணம் இது. உமது திருமுன் வெட்கம் எதுவும் இல்லாமல், எமது அத்தியிலை ஆடைகளைக் களைந்துவிட்டு, அச்சமின்றி ஒளிமயமாய் நிற்கிறோம். பாருங்கள்! நாங்கள் ஒருமைப்பட்டிருக்கிறோம். பாருங்கள்! நாங்கள் வென்றெடுத்து விட்டோம்."

இப்படி நீங்கள் சொன்னபின்-

இறைவன் தமது எல்லையற்ற அன்பினால் தழுவிக் கொள்வான். உம்மை, நேராகத் தமது வாழ்வு மரம் நோக்கி இட்டுச் செல்வான்.

இப்படித்தான் நான் நோவாவுக்கு உபதேசித்தேன்.

அப்படியே உமக்கும் உபதேசிக்கிறேன்.

நரோண்டா: எரியும் நெருப்பைச் சுற்றி நாங்கள் அமர்ந்திருக்கையில், குரு இவ்வாறு கூறினார்.

33

அத்தியாயம்

இணையிலாப் பாடகன் இரவைப் பற்றி

நரோண்டா: அவரது கணப்பின் கதகதப்பை நாங்கள் விரும்பினாலும், நாங்கள் அனைவரும், ஊதற்காற்று வீசும், பனி பொழியும் நீண்ட குளிர் காலத்தில்தான் காலம் கழித்து வந்தோம்.

இளவேனிற் பருவம் அடியெடுத்து வைத்ததும், ஓர் இரவு நேரத்தை அவர் தேர்ந்தெடுத்தார், தாம் பேசுவதற்கு. அன்று அவர் கண்கள் மென்மையும் ஒளியும் பெற்றிருந்தன. அவரது மூச்சு கதகதப்பாகவும் நறுமணம் கொண்டதாகவும் இருந்தது. அவரது இதயம் வேகம் கொண்டதாகவும், நன்கு விழித்துக் கொண்டதாகவும் இருந்தது. அவர் எங்களைக் குகைக்கு இட்டுச் சென்றார்.

ஆளுக்கொரு கல்லின் மீது நாங்கள் எட்டுப் பேரும் அரைவட்ட மாக அமர்ந்திருந்தோம். பெத்தாருக்கு அவர் அழைத்துச் செல்லப் பட்ட பிறகு, அன்றுதான் நாங்கள் அங்கு கூடியிருந்தோம்.

அவரவர் வழக்கமாக அமரும் கல்லின்மீது அமர்ந்து குருவின் பேச்சுக்காகக் காத்திருந்தோம். ஆனால், அவர் வாயே திறக்க வில்லை. பௌர்ணமி நிலவுகூட எங்களுக்கு வரவேற்புக் கூறுவது

போல் எம்மைப் பார்த்திருந்தது. அது குருவின் உதடுகள் மீது, ஆவலுடன் எதிர்பார்த்தபடிப் படிந்திருந்தது.

மலையருவிகள் குத்துப் பாறைகள் தோறும் குதித்துப் பாய்ந்து முரட்டுத்தனமான தமது பாடல்களால் இரவை நிறைத்துக் கொண்டிருந்தன. அவ்வப்போது, ஆந்தையின் அலறலும், வெட்டுக் கிளிகளின் ராகம் உடைபட்ட பாடலும், எமது செவிகளைத்தேடி வந்து கொண்டிருந்தன.

மூச்சடைக்கும் மௌனத்துடன் குருவின் பேச்சுக்காக நாங்கள் நீண்டநேரம் காத்திருந்தோம்.

பிறகு, அவர் தலை உயர்த்தி, அரைவாசி மூடிஇருந்த விழிகள் திறந்து, எம்மிடம் இவ்வாறு பேசத்தொடங்கினார்:

மிர்தாத்: அசைவற்ற இந்த இரவுப் பொழுதில், இரவின் பாடலை நீங்கள் செவி மடுக்க வேண்டும் என்று மிர்தாத் விரும்பு கிறான். இரவின் சேர்ந்திசைப் பாடலுக்குச் செவி கொடுங்கள். மெய்யாகவே, இந்த இரவு ஓர் ஒப்பற்ற பாடகன்.

இறந்த காலத்தின் இருண்ட பிளவுகளிலிருந்தும், எதிர்காலத்தின் ஒளிமயமான கோட்டைகளிலிருந்தும், சுவர்க்கத்தின் சிகரங்களி லிருந்தும், பூமியின் வயிறுகளிலிருந்தும், இரவின் குரல்கள் பீரிட்டுப் பொங்கிப் பிரவகித்து பிரபஞ்ச வெளியின் தொலைதூர மூலை முடுக்குகள் நோக்கிப் பாய்கின்றன; ஆற்றல் மிக்க அலைகளோடு சேர்ந்து சுழன்று, உமது காதுகளை அடைந்து வட்டமடிக்கின்றன. உமது செவிகளின் பாரத்தை இறக்கி வைத்துவிடுங்கள். அப்போதுதான் அவற்றை நீங்கள் நன்றாகக் கேட்க முடியும்.

பரபரப்பான பகற்பொழுது இரவின் பாடலைத் துடைத்தெறிந்து விடுகிறது, அலட்சியமாக. ஆனால், அவசரமில்லாத இரவுப் பொழுது, அற்புதத் திறமையுடன் அதைப்பாதுகாத்து வைத்து விடுகிறது. நிலவும் விண்மீன்களும் பகற்பொழுதில் ஒளியிழந்து விடுவதில்லையா? சத்தம் சந்தடிக் குழப்பங்களில் பகல் உள்ளே மூழ்கிவிடும்போது, இரவு வந்து, அளவான பரவசத்துடன், வெளியே பாடுகிறது. தாவரங்களின் கனவுகள்கூட, இரவின் சேர்ந்திசைப் பாடலில் பொங்கி வெளிப்படுகின்றன.

பிரபஞ்ச உலகங்களின் பாடலுக்கு
உங்கள் செவிகளைக் கொடுங்கள்:

அண்டவெளி ஊஞ்சலில்
புதைமணல் தொட்டிலில்
மாபெரும் குழந்தைக்கு
அவை தாலாட்டுப் பாடும்.
கந்தலணிந்த மன்னனுக்கும்
விலங்கணிந்த மின்னலுக்கும்
பொதிந்து கிடக்கும் கடவுளுக்கும்
அவை தாலாட்டுப் பாடும்.
பூமியின் பாடலை உடனே கேளுங்கள்:

பிரசவ வேதனைப்பட்டும், பாலருந்தியும்,
வளர்ந்தும், மணந்தும், புதையுண்டும் போகிற,
பூமியின் பாடலைக் கேளுங்கள்.

கானகத்தில் விலங்குகள் அலையும்;
உறுமும்; ஊளையிடும்; கிழிக்கும்;
கிழிக்கப்படும்.
கொடிகள் வழிதேடி வளர்ந்துபோகும்;
பூச்சிகள், யோக நிலையில்
அடங்கிய குரலில் பாடும்.
பறவைகள்,
பள்ளத்தாக்குகளின் கதைகளையும்
நீரோடைகளின் பாடல்களையும்
தமது கனவுகளில் ஒத்திகை பார்க்கும்.

மரங்களும், புதர்களும்,
ஒவ்வொரு மூச்சுக் காற்றும்
மரணத்தின் கோப்பைகளில்
வாழ்வைக் குடிக்கும்.

சிகரம், பள்ளத்தாக்குகளிலிருந்தும்,
பாலைவனம், கடலிலிருந்தும்,
காற்றிலிருந்தும், புல்வெளியிலிருந்தும்,
திரைமூடிக் கிடக்கும் கடவுளுக்கு
அறைகூவல் அவிழ்ந்து வரும்.

உலக அன்னையரின் பாடல் கேளுங்கள்—
எப்படி விம்முகிறார்கள்,
எப்படி ஓலமிட்டு அழுகிறார்கள்
என்பதைக் கேளுங்கள்.

234 மீர்தாதின் புத்தகம்

உலகின் தந்தையர் பாடல் கேளுங்கள்—
எப்படி முனகுகிறார்கள்
எப்படிப் புலம்புகிறார்கள்
என்பதைக் கேளுங்கள்.

அவர்களின் புதல்வரும், புதல்விகளும்
துப்பாக்கியிலிருந்து துப்பாக்கிக்கு,
கடவுளை ஏசியபடி, விதியைச் சபித்தபடி,
ஆர்வம் குடித்தபடி
அச்ச வியர்வை பெருக்கி
தமது சிவப்பு இரத்தத்தைப்
பெருகும் சினக் குருதியில் நனைத்தபடி
அலைவதைக் கண்டு அல்லற் பட்டழும்
தந்தையர் பாடலைக் கேளுங்கள்.

இவர்களின் பசித்த வயிறுகள் சுருங்கும்,
வீங்கிய விழிகள் துடிக்கும்,
வாடித் தளர்ந்த விரல்கள் துழாவும்,
சவமாகிவிட்ட நம்பிக்கையை நோக்கி
அவர்கள் இதயங்கள் பெருகி வெடிக்கும்,
ஒன்றன் மேல் ஒன்றாய்க்
குவியல் குவியலாய்க் குவியும்.

பேய்த்தனமான இயந்திரங்களின்
கடகடத்த ஓசைகளையும்,
பயமுறுத்தும் நகரங்கள் சரிவதையும்,
மாபெரும் ஆலயங்களின்
சாவுமணி ஓசைகளையும், கேளுங்கள்.
புராதனச் சின்னங்களெல்லாம்
உறைந்த சேற்றிலும், குழியிலும்
மூழ்கி மறைவதைக் கேளுங்கள்.

காமத்தின் அலறலுடன்
நீதி கைகோத்துக் கொண்டு
செய்யும் பிரார்த்தனையைக் கேளுங்கள்.
குழந்தையின் அர்த்தமற்ற மழலை
வம்புப் பேச்சுடன் சேர்ந்துகொண்ட
வீரகாவிய முழக்கத்தையும்,
கன்னியின் புன்முறுவலுடன் இணைந்த
வேசியின் வஞ்சக நடுங்கும் குரலையும்,

மிகையில் நூறு

கயவனின் கள்ளக் குரலுடன் இணைந்த
வீரனின் முழக்கத்தையும் கேளுங்கள்.

மானிட சாதியின் ஒவ்வொரு இனத்தின், குழுவின்,
ஒவ்வொரு கூடாரத்திலும், குடிசையிலும்
இரவு–
மனிதனின் போர்முழக்கப் பாடலையே
பாடிக் கொண்டிருக்கிறது.

இரவாகிய சூனியக்காரி,
போர்ப் பாடல்களையும், தாலாட்டுகளையும்
ஒன்றிணைத்து ஒலிக்கும் பாடல்
நம் செவிகள் ஏற்காத அளவுக்கு
நுட்பமாக இருக்கின்றது.

வேறொரு பாடல் இருக்கின்றது.
அது, அபாரமானது; எல்லையற்றது;
குரல் ஆழம் கொண்டது;
சுவையான பல்லவி கொண்டது.
இதனோடு ஒப்பிட்டால்
தேவதைகளின் இனிய சேர்ந்திசையும்
வெறும் சத்தமாகும்; உளறலாகும்.
அதுதான் வெல்ல வல்லவனின்
வெற்றிக் கீதம்.

இரவின் மடியில் மலைகள் உறங்கும்.
மணற் குன்றுகள் பெற்ற
ஞாபகப் பாலை வனங்களும்,
ஆழ்ந்த தூக்கநோய்கொண்டு
அலையும் விண்மீன்களும்,
மயான பூமியில் வாழ்பவரும்,
புனித முத்திரித்துவமும்,
சர்வ வல்லமையும்
அந்த வெற்றியாளனுக்குப்
போற்றிப் பாடல் பாடும்.
அதைக் கேட்டுப் புரிந்து கொள்வோர்
மகிழ்ச்சி நிறைந்தவர்கள்.

தனியே இரவுடன் கழிப்பவர்கள்
மகிழ்ச்சி நிறைந்தவர்கள்.
அவர்களும் இரவைப் போலவே

அமைதி, ஆழம், விசாலமான
மனநிலையைப் பெறுவார்கள்.
இரவின் இருளில்
தவறுகளால் தாக்கப்படாத முகம் பெற்றவர்கள்,
இரவின் இருளில் குற்றம் புரிந்தவர்கள்.

எவருடைய விழியிமைகள் வருந்திக்
கண்ணீர் சிந்துவதில்லையோ
அவர்கள்
தமது தோழர்களைக்
கண்ணீர் சிந்த வைப்பார்கள்.

எவருடைய கைகள்
குறும்பிற்கும் பேராசைக்குமாக
அரிப்பெடுக்க வில்லையோ,
எவருடைய செவிகளை
சீறலும், பேராசையும்
முற்றுகையிட வில்லையோ,

எவருடைய சிந்தனைகள்
அவருடைய சிந்தனைகளாலேயே
கடிக்கப்பட வில்லையோ,
எவருடைய இதயங்கள்
எல்லாவிதக் கவலைகளும்
கூடுகட்டும் இடமாக இல்லையோ,

அவை முடிவில்லாமல்
காலத்தின் எல்லா மூலை முடுக்குகளையும்
தேடி அலையும்.

எவருடைய அச்சங்கள்
அவரது மூளையில்
சுரங்கம் தோண்டவில்லையோ,

யார், இரவை நோக்கி,
'எங்களுக்குப் பகலை வெளிப்படுத்து'
என்றும்—
பகலை நோக்கி
'எங்களுக்கு இரவை வெளிப்படுத்து'
என்றும்—
துணிவுடன் சொல்லவல்லவரோ,

அவர்களைவிட
மும்மடங்கு மகிழ்ச்சியானவர்கள்
இரவுடன் தனியே இருப்பவர்கள்.

இரவைப் போல், எல்லையற்று
நன்கு சுருதி சேர்க்கப்பட்டு
மிக அமைதியாக இருப்பீராக.
அப்படிப்பட்டவர்களுக்கு மட்டுமே
இரவு, வெற்றியாளனின்
பாடலைப் பாடும்.

நீங்கள் தலை உயர்த்தி, கண்களில் நம்பிக்கையின் ஒளிபெற்று, பகலின் பழிகார முகத்தைப் பார்க்க முடியுமானால், இரவின் நட்பை உடனே வென்றெடுக்க முடியும்.

இரவுடன் நட்பாக இருங்கள். உமது இதயங்களை வாழ்வின் சாற்றால் கழுவி, அவற்றை இரவின் இதயத்தில் வைத்துவிடுங்கள்.

உமது நிர்வாண ஏக்கங்களை இரவின் மார்பில் பதித்து விடுங்கள்.

உமது பேராசைகளை அவளுடைய காலடியில் வைத்து எரித்துவிடுவதன் மூலம், புனித புரிதல் மூலம் அவற்றிற்கு விடுதலை கொடுத்துவிடுங்கள்.

அதன் பிறகு, பகலின் அம்புகளுக்கு நீங்கள் இரையாக மாட்டீர்கள்.

அப்போது இரவு, மக்கள் முன்னால் உங்களைச் சாட்சியாக நிறுத்தும், நீங்களே அந்த வெற்றியாளர்கள் என்று.

ஜுரம் கொண்ட நாள்கள்
உங்களை அங்குமிங்குமாய்த்
தூக்கிப் போட்டு அலைக்கழித்தாலும்,

விண்மீன்களற்ற இரவுகள்
உங்களை இருளில் மூடினாலும்,
உலகின் நாற்சந்தியில்
நீங்கள் கைவிடப்பட்டாலும்,
வழிகாட்ட எவரின் காற்சுவடுகளும்
தென்படாமற் போனாலும்,
வழியில் மனித நடமாட்டமே
இல்லாமற் பேனாலும்,

உமக்கு அச்சமோ ஐயமோ
ஏற்பட்டுவிடாது.

மனிதரும், பொருள்களும் போல
பகல்களும் இரவுகளும்
விரைவில் உம்மைத் தேடிவந்து

தம்மை ஆளச் சொல்லிப்
பரிதாபமாக உங்களைக் கொஞ்சும்.

நீங்கள் இரவின் நம்பிக்கையைப்
பெற்று விடுவீர்கள்.

இரவின் நம்பிக்கையைப்
பெற்று விட்டவர்கள்,

வரப்போகும் நாளை எளிதில்
அடக்கியாள முடியும்.

அதனால், இரவின் இதயத்துடிப்பிற்குச் செவி கொடுங்கள். அந்தத் துடிப்பிற்குள்தான் வெற்றியாளரின் இதயம் இருக்கிறது.

இரவுக்கும், சுடரும் விண்மீன்களுக்கும், தூசி தும்புக்கும், சிந்த என்னிடம் கண்ணீர் இருக்குமானால், சிலுசிலுக்கும் சிற்றோடைக்கும், பாடும் வெட்டுக்கிளிக்கும், காற்றில் ஆன்ம நறுமணம் பரப்பும் ஊதாப்பூவுக்கும், ஓடும் ஒவ்வொரு காற்றுக்கும், ஒவ்வொரு மலைக்கும் பள்ளத்தாக்குக்கும், ஒவ்வொரு மரத்திற்கும் புல்லின் இதழுக்கும், இந்த இரவின் அமைதியும் அழகும் பெற்றுள்ள அனைத்திற்குமாக நான் எனது கண்ணீரைக் காணிக்கையாக்குவேன். அந்தக் கண்ணீர், மனிதரின் நன்றி கெட்டதனத்திற்கும், முரட்டு மூடத்தனத்திற்கும் மன்னிப்பு வேண்டும் படையலாக இருக்கும்.

கேடுகெட்ட காசுக்காக, தமது எஜமானருக்குக் கட்டாய சேவை செய்வதில் மும்முரமாக ஈடுபட்டிருக்கிறார்கள் மக்கள். எஜமானனின் கட்டளைகள் அன்றி, வேறு எவர் பேச்சும் அவர்கள் காதுகளில் விழுவதில்லை.

மனிதரின் எஜமானர்களோ பயங்கரமான ஆட்கள். அவர்கள் தமது உலகைக் கசாப்புச்சாலை ஆக்கிவிடுகிறார்கள். அங்கே வெட்டுகிறவர்களும் அவர்களே, வெட்டப் படுகிறவர்களும் அவர்களே.

இரத்த போதை கொண்டு, மனிதரை மனிதர் வெட்டிச் சாய்க்கிறார்கள், வெட்டப்படுகிறவர்களின் சொத்து சுகங்கள் எல்லாம் தமக்குக் கிடைக்கும் என்ற பேராசையில். பூமியின் வளமும், வானங்களின் கொடையும் தமக்கே என நினைப்பவர்கள் அவர்கள்.

மகிழ்ச்சியற்ற மோசடிக்காரர்களே! ஓநாய் ஒன்று மற்றொரு ஓநாயைக் கடித்துக் குதறுவதால் அது ஆட்டுக்குட்டி ஆகிவிடுமா?

தன் இனத்துப் பாம்புகளை நசுக்கும் ஒரு பாம்பு புறாவாகிவிட முடியுமா?

மற்றவரைக் கொல்வதால், ஒரு மனிதன், கொல்லப்படுபவரின் துயரங்கள் அல்லாமல் அவர்களின் மகிழ்ச்சிகளை மட்டும் சுவீகரித் துக் கொள்ள முடியுமா?

மற்றவர்களின் காதுகளை அடைத்துவிடுவதால் ஒருவன், வாழ்வின் சங்கீதத்தைக் கேட்கவல்ல கூர்மையைப் பெற்றுவிட முடியுமா?

மற்றவர் விழிகளைக் குருடாக்கிவிடுகிறவன், அழகின் மலர்ச்சியைக் கூர்ந்து பார்க்கும் ஆற்றலைப் பெற்றுவிட முடியுமா?

மதுவும், உணவும், ஒளியும், சமாதானமும் அருளும் ஆனந்தத்தை, எந்தத் தனிமனிதனாவது, அல்லது மனிதர் கூட்டமாவது ஒரு மணிநேரத்தில் அனுபவித்துத் தீர்த்துவிட முடியுமா?

தேவைக்கு அதிகமாக இந்தப் பூமி உற்பத்தி செய்வதில்லை. தமது பிள்ளைகளுக்காக, வானங்கள் கெஞ்சிக் கேட்பதும் இல்லை; திருடுவதும் இல்லை.

'நீ நிறைந்த வாழ்வு வாழ வேண்டுமானால், மனிதரைக் கொன்று அவர் உடைமைகளை எடுத்துக் கொள்,' என்று சொல்பவர்கள் பொய்யர்கள்.

அன்பு காட்டுவதில் தோற்றுப் போய், பூமியின் பாலையும் தேனையும் பெறத் தவறியவர்கள், வானத்தின் ஆழ்ந்த நேசத்தைப் பெறாதவர்கள், மற்ற மனிதரின் வேதனைகளையும், இரத்தம், கண்ணீரைக் கொண்டும் எவ்வாறு வளம் பெற்று வாழ முடியும்?

'ஒவ்வொரு நாடும் தனக்காகவே வாழ்கிறது' என்று சொல்பவர்கள் பொய்யர்கள்.

பூரானின் ஒவ்வொரு காலும் வேறுவேறு திசையில் இயங்கினால் அது ஓர் அங்குலமேனும் நகர முடியுமா? மற்றவர் போக்கிற்கு மாறாகச் செல்வதாலும், பிறர் முன்னேற்றத்திற்கு முட்டுக்கட்டை இடுவதாலும், மற்றவரை அழிக்கத் திட்டமிடுவதாலும், என்ன நலம் விளையும்?

மனித குலம் ஒரு ராட்சதப் பூரான்; அதன் கால்களே நாடுகள், அல்லவா?

'ஆள்வதே பெருமை; ஆளப்படுவது சிறுமை' என்று சொல்பவர்கள் பொய்யர்கள்.

கழுதையை ஓட்டுகிறவன், கழுதை வாலின் பின்னால் போகிறவன்தானே? சிறைவாசி, சிறைக் காவலனையும் உள்ளே கொண்டுவந்து விடுகிறான்.

'வேகமாகப் போகிறவனுக்கே ஓட்டப் பந்தயம் உரியது; வல்லவனே நல்லவன்' என்று சொல்கிறவர்கள் பொய்யர்கள்.

சதையும், தசை நார்களும் கொண்டு ஓடும் ஓட்டப்பந்தயம் அன்று வாழ்க்கை. முடமானவரும் காயப்பட்டவரும்கூட, அடிக்கடி, நல்ல உடல் பெற்றவரைப் பந்தயத்தில் வென்று விடுகிறார்கள். ஒரு குளவிகூட மாமல்லனை அடிபணிய வைத்துவிடும்.

தவறைச் சரி செய்துவிட முடியாது என்று சொல்பவர்கள் பொய்யர்கள். இன்னொரு பொய்மீது போர்த்தப்படும் பொய், சரியானதாக ஆகிவிடாது. தவறை அப்படியே விட்டுவிடுங்கள். அது தானே முயன்று தன்னை அழித்துக் கொள்ளும்!

மக்கள் தம் எஜமானரின் தத்துவத்தில் ஏமாந்துபோய் விடுகிறார்கள். காசும், நாரை இயல்பும், அடக்கமான அவர்களின் மனதை நிறைவு செய்துவிடுகிறது. இரவு தன் பாடலால் விடுதலையை உபதேசிக்கும்போது, அவர்கள் நம்புவதும் இல்லை; அதைக் கவனிப்பதும் இல்லை.

எனது தோழர்களே! உங்களை அவர்கள், பைத்தியக்காரர்கள் என்றும், போலி வேடதாரிகள் என்றும் முத்திரை குத்துவார்கள்.

மனிதரின் நன்றிகெட்ட தனத்தையும், தேள் கொட்டுவது போன்ற கேலியையும் பொருட்படுத்தாதீர்கள். கடும் உழைப்பும், அன்பும், எல்லையற்ற பொறுமையும் அவர்களுக்கு விடுதலை வழங்கும். அவர்கள் மேல் பாயும் இரத்த வெள்ளத்திலிருந்தும், பெரு நெருப்பிலிருந்தும் அவர்கள் விடுதலை பெற்றுவிடுவார்கள்.

மனிதரை மனிதர் படுகொலை செய்வதை, நிறுத்திவிடும் காலம் வந்துவிட்டது.

மனிதர் கேட்கவும், புரிந்து கொள்ளவும், கதிரும் நிலவும் விண்மீன்களும் காத்திருக்கின்றன. பூமியினுடைய புரியாத எழுத்துக் களின் உண்மைப் பொருள் புரிந்துகொள்ளப்பட வேண்டும். பிரபஞ்ச வெளியின் நெடுஞ்சாலைகளில் பயணங்கள் மேற்கொள்ள வேண்டும். சிக்கு விழுந்த காலக் கயிற்றின் சிக்கவிழ்க்க வேண்டும். பிரபஞ்ச நறுமணத்தைச் சுவாசிக்க வேண்டும். வேதனையின் பாதாளக் கல்லறைகள் தகர்க்கப்பட வேண்டும். மரணத்தின் குகை இடித்துத் தள்ளப்பட வேண்டும். புரிதலின் உணவை சுவைத் துண்ண வேண்டும். மூடுதிரை அணிந்துள்ள கடவுளே மனிதன். அந்த மூடுதிரை அகற்றப்பட வேண்டும்.

மனிதரை மனிதர் கொள்ளையடிப்பதை நிறுத்தும் காலம் வந்துவிட்டது. அவர்கள் தமது தகுதிகளையெல்லாம் ஒன்று சேர்த்து, பொது நலத்திற்காக உழைக்கும் காலம் வந்துவிட்டது.

காரியம் மிகப்பெரிது. கிடைக்கப்போவது என்னவோ இனிய வெற்றிதான். மற்றவை எல்லாம் சர்வ சாதாரணம்; ஒப்பிட்டுப் பார்த்தால் ஒன்றுமே இல்லை என்பது புலப்படும்.

ஆம். இதுவே தக்க தருணம். சிலர் மட்டுமே இதைக் கவனிக்கப் போகிறார்கள். மற்றவர்கள், காத்திருக்கப் போகிறார்கள், இன்னொரு அழைப்பிற்காக; இன்னொரு விடியலுக்காக.

34

அத்தியாயம்

தாய்க்கரு பற்றி

மிர்தாத்: இந்த அமைதி பொலியும் இரவில், தாய்ச்சினைக் கரு பற்றிச் சிந்திக்க வேண்டும்.

பிரபஞ்சப் பெருவெளியும், அதில் உள்ள எல்லாமும் ஒரே ஒரு கரு. காலம், அதை மூடியிருக்கும் ஓடு. அதுதான் **தாய்க்கரு.**

பூமியைக் காற்றுச் சூழ்ந்திருப்பது போல, அந்தக் கருவைப் பேரிறைவன் சூழ்ந்திருக்கிறான்; வாழ்விற்கு உள்ளடங்காத, சொல்லுக்கடங்காத எல்லையற்ற, பெரிய கடவுள்.

அந்தக் கருவுக்குள் பொதியப்பட்டிருப்பது வெளிப்படப்போகும் கடவுள்; நுண்கடவுள். இது வாழ்விற்கடங்கியது. எனினும், எல்லையற்றது; சொல்லுக்கடங்காதது.

மனித அளவுகள் கொண்டு அளக்கலாகாதது, தாய்க்கரு. எனினும், அது வரம்பு கொண்டது.

தன்னளவில் அது எல்லையற்றது அல்லவென்றாலும், அதை, எல்லாப் பக்கங்களிலும் சூழ்ந்திருப்பது எல்லை இல்லாமை.

பிரபஞ்சத்தில் உள்ள எல்லாப் பொருள்களும், உயிர்களும், 'காலவெளிக் கருக்கள்' அல்லாமல் வேறில்லை. அதே நுண்

மிகையில் நுழி

கடவுளைப் பொதிந்துள்ளவை அவை. ஆனால், வெவ்வேறாக வெளிப்படும் தளங்களில் உள்ளன.

விலங்குகளில் உள்ள நுண் கடவுளைவிட, மனிதனுக்குள் உள்ள நுண்-கடவுள், அதிகப்படியான கால-வெளி விரிவாக்கம் கொண்டது. இந்த விலங்குகளுக்குள் உள்ள நுண்-இறை, செடி கொடிகளுக்குள் உள்ளதைவிட விசாலமான விரிவாக்கம் கொண் டது. படைப்பின் அளவுகோல் அப்படிப்பட்டது. தோன்றியும், தோன்றாமலும் உள்ள சகல பொருள்களையும், உயிர்களையும் பிரதிநிதிப்படுத்தும் எண்ணற்ற கருமுட்டைகள், தாய்க் கருவுக்குள் ஓர் ஒழுங்கு முறைப்படி அமைந்துள்ளன. பெரிதாக விரிவடைவதற் குள், அதனை அடுத்துள்ள சிறியது அடங்கியுள்ளது. இவற்றின் இடையில், வெளி குறுக்கிடும்படி அமைந்துள்ளது. மிகச் சிறு வெளியாலும், மிகச் சிறு காலத்தாலும் சூழப்பட்டுள்ள சிறு மையக்கரு வரைக்கும், இவ்வாறே- பெரியதற்குள் அதை அடுத்துள்ள சிறியது- என்னும்படி மிகமிக நுட்மாக அமைந்துள்ளது.

ஒரு கருவுக்குள் இன்னொரு கரு. அந்தக் கருவுக்குள்ளும் இன்னொரு கரு, என்றபடி அமைந்து, மனித எண்ணிக்கைகளை எல்லாம் கடந்து, ஒன்றுக்குள் ஒன்றாக அமைந்து, பிரபஞ்ச மென்னும் இறை- எருவால் வளர்கின்றன, என் தோழர்களே.

என் சொற்கள் உமது மூளையில் மிகமிக வழுக்கி நழுவும் என்பதை நான் உணர்வேன். பரிபூரணப் புரிதலை நோக்கி மேலேறிச் செல்லும் ஏணியில், அந்தச் சொற்களை உறுதியான குறுக்குச் சட்டங்களாக நான் ஆக்குவதில் மகிழ்ச்சி கொள்கிறேன். சொற்களைச் சார்ந்திராமல், உமது மனங்களைச் சார்ந்திருங்கள். இந்த மிர்தாத், நீங்கள் அடைய வேண்டிய உயரங்களையும், ஆழங்களையும், அகலங்களையும் சென்றடையச் செய்வான்.

அடிவானத்தைக் காட்டும் மின்வெட்டுகளே சொற்கள். அடி வானத்தை அடைவதற்கான வழியல்ல அவை. அந்த அடிவானங் கள்கூட, தோற்றமளிப்பதுபோல், வெகுதொலைவில் இருப்பவை அல்ல.

அதனால், நான் உங்களிடம் கரு பற்றியும், கருக்கள் பற்றியும், பேரிறை பற்றியும், நுண் இறை பற்றியும் பேசும்போது, சொற்களைப் பற்றிக் கொள்ளாமல், வீசும்- மின்வெட்டுகளைப் பின்தொடருங்கள். உங்கள் தடுமாறும் காலடிகளுக்கு உதவும், வலிமை கொண்ட சிறகுகளாக மட்டும், அந்தச் சொற்களை நீங்கள் கருதிக் கொள்ள லாம்.

உமது இயல்புகளை எல்லாம் இயற்கை அறிந்து கொள்ளும். கருவின் அடிப்படையில்தான் இயற்கை கட்டமைக்கப்பட்டுள்ளது என்பதை நீங்கள் உணரவில்லையா? சகல படைப்புகளின் இரகசியத்திற்கான திறவுகோல் அந்தக் கருவில்தான் இருக்கிறது.

கரு முட்டைதான் உங்கள் தலை; உங்கள் இதயம்; உங்கள் கண். கனியும், விதையும் கருமுட்டைதான். எல்லா உயிர்களிலும் அது ஒரு நீர்த்துளியாய் அடங்கியிருக்கிறது. வாழ்வின் சாரம் அது. நுண்-இறை அது. பிரபஞ்சத்தின் எண்ணற்ற பாதைகளை அளந்து, வெவ்வேறு தளங்களில் தன்னை வெளிப்படுத்திக் கொள்வ தல்லவா அது? எல்லா உயிரும், இடைவிடாமல் அடைகாத்துக் குஞ்சு பொரித்தபின், அந்தக் கரு, மீண்டு இன்னொரு கருவுக்குள் திரும்பிச் செல்கிறது அல்லவா?

படைப்பின் இடைவிடாத தொடர்ச்சி, நிச்சயமாக ஓர் அற்புதம் தான். தாய்க்கருவின் மேல் மட்டத்திலிருந்து, அதன் மையத்தை நோக்கிச் செல்கிறது, வாழ்வின் ஊற்று. பிறகு அது, மையத்திலிருந்து, தடையின்றி மேல்மட்டம் நோக்கிப் பாய்கின்றது.

நுண்-இறை, கால வெளியில் விரிவடைந்து, மையக்கரு, ஒரு கரு முட்டையிலிருந்து, இன்னொரு கரு முட்டைக்குப் பாய்கிறது; கீழ்நிலை உயிரிலிருந்து மேல் நிலை உயிர் நோக்கிப் பாய்கிறது. கீழ்நிலை உயிர் குறுகியும், மேல் நிலை உயிர், காலவெளியில் விரிவடைந்தும் உள்ளது. ஒரு கருவிலிருந்து இன்னொரு கருவிற்குப் போகும் பாதையில், காலம், ஒரு கண்சிமிட்டும் நேரமாக அமைகிறது. சிலவற்றில் அது ஒரு யுகமாக அமைகிறது. தாய்க்கரு பிளக்கும்வரை இந்த இயக்கம் அப்படியே போய்க் கொண்டிருக் கையில், நுண்-கடவுள் பெரிய கடவுளாக வெளிப்படும்.

இவ்வாறு வாழ்வு, சுருள் அவிழும்; வளரும்; முன்னேறும். இவை, மனிதர் குறிப்பிடுவது போல் அல்ல. மனிதருக்கு வளர்ச்சி என்பது, நிறையப் பொருள் குவிதல். முன்னேற்றம் என்பது முன்னால் போதல். உண்மையில் வளர்ச்சி என்பது காலவெளியின் அனைத்து அம்சங்களின் வளர்ச்சி; சூழ்ந்துள்ள அனைத்தின் வளர்ச்சி. முன்னேற்றம் என்பது, சரிசமமாக எல்லாத் திசைகளிலும் விரிவடைவது; பக்கவாட்டிலும், மேலும் கீழுமாக.

இறுதி நிலை வளர்ச்சி என்பது, வெளியைக் கடந்து செல்வது. இறுதி முன்னேற்றம் என்பது, காலத்தைக் கடந்து, தாண்டிச் செல்வது. இவ்வாறான இயக்கத்தில், பெரிய கடவுள், கால-வெளிப் பந்தங்களிலிருந்து விடுபட்டுச் சுதந்தரம் அடையும். அது ஒன்றுதான்

தகுதி படைத்த சுதந்தரம். அதுதான் மனிதனுக்கு விதிக்கப் பட்டிருக்கும் விதி.

துறவிகளே, இந்தச் சொற்களை நன்கு கவனியுங்கள். உங்களது இரத்தத்தில் இவை கலந்துவிட, இவற்றை மகிழ்வுடன் ஏற்றுக் கொண்டுவிட்டால், சகல பந்தங்களிலிருந்து, நீங்களும் விடுதலை பெறுவீர்கள். இல்லையென்றால், மற்றவர்கள் உங்களுக்கும், தங்களுக்கும், மேலும் அதிக விலங்குகளைப் பூட்டிவிடுவார்கள். மிர்தாதை நீங்கள் புரிந்து கொண்டுவிட்டால், நீங்கள் மற்றவர் களையும் புரிந்துகொள்ளச் செய்துவிடுவீர்கள். மிர்தாத் உங்களை விடுதலை செய்துவிடுவான். விடுதலை வேண்டுகின்றவர்கள் அனை வரையும் நீங்கள் விடுதலை செய்துவிடலாம்.

அதனால், இதைத் தெளிவாகப் புரியும்படி விளக்கப்போகிறேன். அது மனிதரைச் சென்று தொட வேண்டும்.

மனிதனுக்குக் கீழ் நிலையிலுள்ள சகல நிலைப்பாடுகளும், கருமுட்டைகளால் மூடப்பட்டுள்ளன. எத்தனை வகையான தாவரங்கள் உள்ளனவோ, அத்தனை வகையான கருமுட்டைகள உள்ளன. வளர்ச்சி பெற்றவை வளர்ச்சி பெறாதவைகளைச் சூழ்ந் துள்ளன. புழுப் பூச்சிகள், மீன்கள், விலங்குகளிலும் இப்படித்தான். வளர்ச்சிபெற்ற கருக்கள், வளர்ச்சி பெறாதவற்றை உள்ளடக்கி யுள்ளன. மையக் கரு வரையிலும் இப்படியேதான் மேல்நிலை, கீழ்நிலைக் கருவை உள்ளடக்கியுள்ளன.

சாதாரண முட்டையில் மஞ்சள் கருவும், வெள்ளைக் கருவும், சத்துகள் பெற்று குஞ்சாக வெளிப்படுவது போலத்தான், எல்லாக் கருக்களும் செழுமை பெற்று உள்ளிருக்கும் நுண் கடவுளை வெளிப்படுத்துகின்றன.

புதிதாகத் தோன்றும் ஒவ்வொரு கருவிற்குள்ளும், நுண்— கடவுள் காலமும் வெளியும் உணவும் பெற்று விடுகிறது. தன் பிறப்பிற்குக் காரணமான கருவிலிருந்து புதிய கரு சற்றே வேறுபட் டது. அதனால்தான், கால வெளியிலும் வேறுபாடு காணப்படுகிறது. வடிவற்றுப் பரவும் ஆவியில், அவன் இறுகி நீர்ம வடிவம் பெறுகிறான். உலோகங்களில் அவன் திட்டவட்டமான வடிவும் உறுதியும் பெறுகிறான். அதே சமயம் உயிர்ப் பண்பு இல்லாமல் இருக்கிறான். மேல் நிலை வடிவங்களில் உள்ள உயிர்த்துடிப்பு இவற்றில் இல்லை.

காய்களில் அவன் வளரும் பண்பு பெற்றிருக்கிறான். பலவாகப் பெருகவும், உணரவும்கூட முடிகிறது.

விலங்குகளில், அவனுக்கு, உணர்தல், நகர்தல், இனப் பெருக்கம் ஆகிய பண்புகள் உள்ளன; நினைவும், சிந்தனையின் ஆரம்ப அம்சமும் உள்ளன.

ஆனால், மனித நிலையில், ஓர் ஆளுமைப் பண்பும், ஆழ்ந்த சிந்தனை ஆற்றலும், தன்னை வெளிப்படுத்தும் சக்தியும், படைப் பாற்றலும் பெற்றுவிடுகிறான்.

கடவுளின் படைப்பாற்றலோடு மனிதனை ஒப்பிட்டால், கடவுளுடையது மாபெரும் கோயில். மனிதனது, சீட்டுக்கட்டுக் கோபுரமான பிள்ளை விளையாட்டு. கடவுளது, மாபெரும் கலை வல்லுநர் கட்டிய கோட்டை. என்றாலும் மனிதனுக்குப் படைப் பாற்றல் இருப்பதைக் குறைத்து மதிப்பிட முடியாது.

ஒவ்வொரு மனிதனும், ஒரு தனிக் கருவாக ஆகிவிடுகிறான், குறைந்த அளவில் வெளிப்படும் கருவைச் சுற்றி வளரும் பெரிய அளவு கருவாக, மையக் கருவரையிலும் உள்ள எல்லா வகை விலங்கு, தாவரங்களையும் உள்ளடக்கியிருக்கும் அது. மனிதக் கருக்களுக்குக் கீழ்நிலையில் உள்ளவை யாவையும் உள்ளடக்கிய மேல்நிலைக் கருதான் வெற்றியாளன். மனிதருக்குள் உள்ள கரு அவர்களுக்குள் உள்ள கால-வெளி அடிவான் அகலம் கொண்டே அளக்கப்படும். ஒருவனுடைய காலப் பிரக்ஞையில், அவனுடைய குழந்தைப் பருவம் முதல் நிகழ்காலம் வரை உள்ள காலம், மிகச் சிறியது. அவனுடைய அடிவான் வெளி, அவனுடைய கண்ணுக்கு எட்டும் தூரம் மட்டுமே. இன்னொருவனுடைய அடிவானமோ புராதன காலத்தது. எதிர்காலமோ வெகுதொலை வில் இருப்பது. அதாவது, அவன் கண்ணுக்கெட்டாத, அளவிட முடியாத தொலைவு கொண்டது.

மனிதர் இதழ் விரிந்து வெளிப்படுகையில் அவர்கள் பெறும் உணவும் இதே போலத்தான், வேறுபடும். ஆனால், அவர்களது செரிமான ஆற்றல் ஒரே மாதிரியாக இல்லை. ஏனென்றால், ஒவ்வொருவரும் ஒரே மாதிரியான கருவை, ஒரே மாதிரியான கால-வெளியில் அடைகாப்பதில்லை. அதனால்தான் கால-வெளி விரிவில் வித்தியாசம் ஏற்படுகிறது. அதன் காரணமாகவே, எந்த இரு மனிதரும் ஒரே மாதிரியான தோற்றம் பெறுவதில்லை.

ஒரே மேசை மீது, நிறைந்த செல்வம் பரப்பி வைக்கப்பட்டிருக் கிறது, எல்லா மனிதருக்கும் சமமாகவே. சிலர் தங்கத்தை எடுத்துக் கொள்கிறார்கள். சிலர் தங்கத்தின் ஒளியையும் அழகையும் கண்டு ரசிக்க மட்டும் செய்கிறார்கள். இவர்கள் பசியாறுவர். தங்கத்தை எடுத்தவரோ பசி ஆறுவதே இல்லை; எப்போதும் பசித்தே இருப்பார்கள்.

ஒரு புள்ளிமானைப் பார்க்கிற வேட்டைக்காரன் அதைக் கொன்று தின்று பசியாறுகிறான். அதே மானைப் பார்க்கிற கவிஞன், வேட்டைக்காரனுக்கு சாத்தியப்படாத கனவைக் காண் கிறான்; சிறகு விரித்துக் காலவெளியில் பறக்கிறான்.

மிக்காயன் சமாதத்துடன் மடாலயத்தில் வாழ்ந்து வரும் காலத்தில், கால-வெளிப் பந்தத்திலிருந்து விடுபட்டுச் சுதந்தரச் சிகரம் அடையக் கனவு கண்டார். ஆனால், சமாதம், திடமாக அங்கே கால-வெளியில் நங்கூரமிட்டு, நொண்டியடித்துக் கொண் டிருந்தார். மிக்காயனும், சமாதமும் ஒருவர் முழங்கை மற்றவர் முழங்கையைத் தொட்டபடி அமர்ந்திருந்தாலும், மிகமிக இடைவெளியில் இருப்பவர்களே. மிக்காயனுக்குள் சமாதம் உண்டு. ஆனால், சமாதமுக்குள் மிக்காயன் இல்லை. அதனால், மிக்காயனால் சமாதத்தைப் புரிந்து கொள்ள முடியும். சமாதத்தால் மிக்காயனைப் புரிந்து கொள்ள முடியாது.

வெற்றியாளனின் வாழ்வு, மற்றவர் அனைவரின் வாழ்வை, எல்லாப் பக்கங்களிலும் தொடும். அவனுக்குள் அனைவர் வாழ்வும் அடங்கியிருக்கும். ஆனால், எந்தச் சாதாரண மனிதனின் வாழ்வும், வெற்றியாளனின் வாழ்வின் ஒரு சிறு பகுதியைக் கூடத் தொடச் சக்தியற்றது. எளிய மனிதனுக்கு, வெற்றியாளன் எளிய மனிதனாகவே காட்சியளிப்பான். உயர்நிலை மனிதனுக்கு அவன் உயர்நிலை மனிதனாகத் தோன்றுவான். ஆனால், வெற்றியாளனை, இன்னொரு வெற்றியாளன் தவிர, வேறு கீழ் மனிதர் எவராலும் தொட்டுணர முடியாது. இந்த உலகில், வெற்றியாளனின் தனிமை யும், இருப்பின் உணர்வும், தனித்து நிற்பதற்குக் காரணம் இதுதான். அது உலகினால் உண்டாவதல்ல. அந்த வேறுபாட்டால் உண்டாவது.

நுண்-இறை, சிறைப்பட்டுக் கிடக்கக் கூடியதன்று. அந்தச் சக்தி, கால-வெளி பந்தத்திலிருந்து விடுபட்டு உயர, புத்திசாலிக்குள் ஓயாமல் முயன்று கொண்டே இருக்கும்; சாதாரண மனித நிலையி லிருந்து உயர்வதற்காக. கீழ்நிலை உயிர்களில் அதை 'உள்ளுணர்வு'

என்று குறிப்பிடுகிறோம். சாதாரண மனிதரில் அதைப் பகுத்தறிவு என்று குறிப்பிடுகிறோம். மேல்நிலை மனிதரில், அதை, 'தீர்க்கதரிசனம்' என்று குறிப்பிடுகிறோம். அந்த ஆற்றல், இவை எல்லாமும்தான். அதற்கு மேலும்தான். அந்தப் பெயரற்ற பேராற்றலுக்குச் சிலர் சரியாகவே பெயர் சூட்டியிருக்கிறார்கள், 'புனித ஆவி' என்று. ஆனால், இந்த மிர்தாத், அதை, 'புனித புரிதலின் ஆத்மா' என்று குறிப்பிடுகிறான்.

காலத்தின் மேல் ஓட்டை உடைத்துக் கொண்டு, வெளியைக் கடந்த முதல் மனிதனை– முதல் மனித குமாரனை– 'தேவகுமாரன்' என்று குறிப்பிட்டது சரிதான்.

அவன் புரிந்து கொண்டுவிட்ட அவனது தெய்விகத்தன்மையைப் 'புனித ஆவி' என்று அழைத்ததும் சரிதான்.

ஆனால், நீங்கள் எல்லாரும்கூட, தேவகுமாரர்களே, என்பது உறுதி. உமக்குள்ளும், புனித ஆவி உழைத்துக் கொண்டிருக்கிறது, தனது வழியைத் தேடி. ஆம், அவனுடன் சேர்ந்து உழைக்கிறதே தவிர, எதிராக உழைப்பதில்லை.

காலக் கருமுட்டையை உடைத்துக் கொண்டு, வெளி கடக்கும் வரை, உங்களில் யாரும், தம்மை 'நானே கடவுள்' என்று சொல்லக் கூடாது. அதற்கு மாறாக, 'கடவுள் நான்தான்' என்று சொல்லிக் கொள்ளலாம்!

இதை நன்றாக மனதில் பதித்திருந்தால், உமது மனதில் செருக்கு ஏற்படாது; வேதனை தரும் வீண் கற்பனைகள் உமது இதயங்களைக் கெடுக்கச் சக்தியற்றுப் போகும். உமக்குள் உள்ள புனித ஆவிக்கு எதிராகவும் போராட்டம் நிகழாது.

பெரும்பாலானவர்கள், புனித ஆவியின் செயல்களுக்கு எதிராகச் சென்று, தமது இறுதி விடுதலையைத் தாமதம் செய்துவிடுகிறார்கள்.

காலத்தை வெல்ல, காலத்தைக் கொண்டே காலத்தோடு போரிட வேண்டும். வெளியைத் தோற்கடிக்க, நீங்கள் வெளியைக் கொண்டே வெளியுடன் போரிட வேண்டும்.

இவற்றில் எந்த ஒன்றுக்கு நீங்கள் ஆதரவு அளித்தாலும், இரண்டிற்குமான கைதி ஆகிவிட நேரும். அப்புறம், நன்மை தீமைகளின் எல்லையற்ற சேட்டைகளுக்கு இடம் கொடுக்க வேண்டிய நிலை ஏற்பட்டுவிடும்.

மிகையிலாமை

தமது தலைவிதியைக் கண்டு கொண்டு, அதை ஒழிக்கத் தவித்து முயற்சி மேற்கொண்டிருப்பவர்கள், காலத்தோடு கொஞ்சிக் கொண்டிருக்கமாட்டார்கள்; வெளியில் காலடி பதித்து நடக்கவும் மாட்டார்கள். ஒரே ஒரு பிறவியில், யுகங்களைச் சுருட்டி மூடி, எல்லையற்ற பெருவெளியைத் தீர்த்துக் கட்டிவிடுவார்கள்.

மரணம் வந்து, தமக்கு அடுத்திருக்கும் கருமுட்டைக்குத் தம்மை எடுத்துச் செல்ல, அவர்கள் அனுமதிக்கமாட்டார்கள். தம்மை மூடியுள்ள பல அடுக்கு மேலோடுகளையும் ஒரே சமயத்தில் தகர்த்தெறிய, அவர்கள் தமது வாழ்வையே நம்பியிருப்பார்கள். அந்த வாழ்வு, அதற்கு உதவும்.

எல்லாவற்றையும் நீங்கள் துறந்துவிட்டால், காலமும் வெளியும் உங்கள் மீது ஆதிக்கம் செலுத்தும் அதிகாரத்தை இழந்து விடும். எந்த அளவுக்கு உடைமைகள் உள்ளனவோ அந்த அளவுக்கு நீங்கள் அடிமை. குறைவான உடைமை, குறைவான அடிமை.

நீங்கள் உடைமை கொள்ள வேண்டியவை, உமது நம்பிக்கை, உமது அன்பு ஆகியவற்றை மட்டுமே. அத்துடன், புனித புரிதல் மூலமாக நீங்கள் விடுதலை பெறுவதற்கான தவிப்பையும் கூடத்தான்.

35

அத்தியாயம்

கடவுளை நோக்கிச் செல்லும் பாதையில் தீப்பொறிகள்

மிர்தாத்: இந்த இரவின் அமைதியில், கடவுளை நோக்கிச் செல்லும் பாதையில், உங்களுக்காகச் சில தீப்பொறிகளைத் தூவுகிறான் இந்த மிர்தாத்:

சர்ச்சைகளைத் தவிர்த்து விடுங்கள்.

உண்மை என்பது அனைவராலும் ஒப்புக் கொள்ளப்படும் வெளிப்படை உண்மை. அதற்கு நிரூபணம் தேவையில்லை. வாதங்களால் வெளிப்படுவன எவையாக இருந்தாலும், அவை பிற்காலத்தில் அதே விதமாக வாதமாக வந்து, கதவு தட்டும்; நிரூபணம் கேட்கும்.

ஒன்றை நிரூபித்தல், அதற்கு நேர் எதிரானதைத் தவறானதென நிரூபிப்பதாகிவிடும். அந்த எதிரான அம்சத்தை நிரூபிப்பது, இதைத் தவறென நிரூபிப்பது ஆகிவிடும்.

கடவுளுக்கு எதிர் அம்சம் இல்லை. அதனால், அவரைத் தவறெனவோ, சரியெனவோ எவ்வாறு நிரூபிக்க முடியும்?

உண்மைக்கு வாய்க்காலாக இருக்க வேண்டுமானால், நமது நாக்கு, ஒரு கதிரடிக்கும் கம்பாகவோ, நச்சுப் பல்லாகவோ,

பருவநிலை காட்டும் கருவியாகவோ, கழைக் கூத்தாடியாகவோ, தோட்டியாகவோ இருக்கக்கூடாது.

மௌனத்தின் சிரமத்தைக் குறைக்க மட்டும் பேசு. பேச்சற்று இருப்பது உங்களை விடுவிக்க.

சொற்கள், 'வெளி'யாகிய கடல்களில் பயணம் போகும் கப்பல்கள். அவை பல துறைமுகங்களையும் தொட்டுச் செல்லும். அவற்றில் என்ன சரக்கை ஏற்றுகிறீர்கள் என்பதில் கவனம் வேண்டும். அவை பயணம் முடிந்தபின், தமது சரக்குகளை, இறுதியில் உமது துறைமுகத்திலேயே, உமது வாசலிலேயே கொண்டு வந்து குவிக்கும்!

ஒரு வீட்டிற்கு விளக்குமாறு எப்படியோ அப்படித்தான் சுயதேடல், இதயத்திற்கு. அதனால், உமது இதயங்களை நன்றாகக் கூட்டிப் பெருக்குங்கள்.

நன்றாகப் பெருக்கித் தூய்மைப் படுத்தப்பட்ட இதயம், முற்றுகையிட்டுத் தாக்க முடியாத கோட்டையாகும்.

நீங்கள் எவ்வாறு மக்களையும், மற்றவற்றையும் ஊட்டி வளர்க்கிறீர்களோ, அவ்வாறே அவை உம்மை ஊட்டி வளர்க்கும். உங்களுக்கு நஞ்சூட்டப்படக் கூடாது என்றால், நீங்கள், மற்றவர்களுக்கு முழு உணவாகிவிடுங்கள்.

அடுத்த காலடி வைப்பில் சந்தேகம் தோன்றினால், அப்படியே அசையாமல் நின்று விடுங்கள்.

நீங்கள் எதை வெறுக்கிறீர்களோ, அது உங்களை வெறுக்கும். ஒன்றை விரும்பி, அதை அப்படியே உள்ளபடி விட்டுவிட்டால், உமது பாதையில் தடைகள் ஏற்பட வழியில்லை.

எதையும் ஒரு தொல்லையாக நினைப்பதுதான், மிகவும் தாங்க முடியாத தொல்லை.

எல்லாவற்றையும் பெறுதல். அல்லது எல்லாவற்றையும் துறத்தல். இந்த இரண்டில் ஒன்றைத் தேர்ந்தெடுத்துக் கொள்ளுங்கள். இதில் நடுவழி என்பதே இல்லை.

தடுமாறச் செய்யும் ஒவ்வொரு தடைக் கல்லும் ஓர் எச்சரிக்கை. எச்சரிக்கையை நன்றாகக் கவனியுங்கள். அவ்வாறு கவனித்துக் கற்றால், அந்தத் தடைக்கல்லே, ஒரு வழிகாட்டி ஆகிவிடும்.

நேரானது என்பது கோணலின் சகோதரன்தான். ஒன்று சுருக்கு வழி. மற்றொன்று சுற்றி வளைக்கும் வழி. கோணல் விஷயத்தில் பொறுமை காட்டுங்கள்.

நம்பிக்கையைச் சார்ந்திருக்கையில் பொறுமை, ஓர் ஆரோக்கியம். நம்பிக்கை இல்லையென்றால், அது வாதநோய் ஆகிவிடும்.

வாழ, உணர, சிந்திக்க, கற்பனை செய்ய, அறிய- மானிட வாழ்வின் சுற்றுப் பாதையில் உள்ள பல்வேறு நிலைகளின் அமைப்பை நன்கு கவனியுங்கள்.

புகழைப் பெறுவதிலும் கொடுப்பதிலும் எச்சரிக்கையாக இருக்க வேண்டும்; தகுதியும், உண்மையும் இருந்தாலும்கூட. புகழின் வஞ்சக வாக்குறுதிகளுக்குச் செவிடாகவும், ஊமையாகவும் இருக்க வேண்டும்.

கொடுப்பதில் கவனமாக, பிரக்ஞை பூர்வமாக இருந்தால், கொடுப்பதெல்லாம் திரும்பக் கிடைக்கும்.

உண்மையாகச் சொல்லப் போனால், உங்களுக்குச் சொந்த மானது எதுவோ அதை நீங்கள் கொடுப்பதே இல்லை. சேமித்து வைத்தவற்றையே நீங்கள் கொடுக்க முடியும். உங்களுடையதை- உங்களுக்கே சொந்தமானதை நீங்கள் விரும்பினால் கூடக் கொடுக்க முடியாது.

சரிசமமான நிலையில் இருங்கள். உங்கள் சமநிலை, தம்மை எடைபோட்டுப் பார்க்க விரும்புகின்றவர்களுக்கு நீங்களே அளவுகோல்கள் ஆகிவிடுவீர்கள்.

ஏழ்மையும் இல்லை; செல்வமும் இல்லை. பொருள்களைப் பயன்படுத்துவதில் சாமர்த்தியம் மட்டும் இருக்கிறது.

தன்னிடம் இருப்பதைத் தவறாகப் பயன்படுத்துகிறவனே ஏழை. அதைச் சரியாகப் பயன்படுத்துகிறவனே செல்வன்.

ஒரு சிறிய ரொட்டித் துணுக்குகூட, கணக்கிட முடியாத விலைமதிப்புப் பெற்றுவிடும். ஒரு தங்கக் கருவூலம்கூட, பயன்படா ஏழ்மை ஆகிவிடக்கூடும்.

பாதைகள் பலவாகக் காணப்படும்போது எதில் செல்வது என்று தடுமாற வேண்டாம்.

இறை தேடும் நெஞ்சத்திற்கு எல்லாப் பதைகளும் தெய்வப் பாதைகளே.

மிகையில் நமி

வாழ்வின் எல்லா வடிவங்களையும் மரியாதையுடன் அணுகுங்கள். முக்கியமே இல்லாத அற்பத்திலும் கூட மிக முக்கியத்திற்கான திறவுகோல் மறைந்திருக்கும்.

வாழ்வின் அனைத்து அம்சங்களும் முக்கியமானவையே. ஆம். அவை அற்புதமானவை; மேம்பட்டவை; போலித்தனம் அற்றவை. அற்பமானவற்றோடு, வாழ்வு தன்னைத் தொடர்புபடுத்திக் கொள்வதில்லை.

இயற்கையின் தொழிற்சாலையிலிருந்து வெளிவருவது எதுவும், தகுதி படைத்ததுதான்; இயற்கையால் நேசிக்கப்பட்டு, கலைத் திறனுடன் உருவாக்கப்படுவதுதான். அது உங்கள் மரியாதைக்கு உகந்ததுதானே?

குளவியும், எறும்பும் மரியாதைக்குரியவையே. உங்கள் தோழர்கள் எந்த அளவு மரியாதை கொண்டவர்கள்?

எந்த மனிதரையும் வெறுக்காதீர்கள். ஒரு தனி மனிதனை வெறுப்பதைவிட, எல்லாராலும் வெறுக்கப்படுவதே மேல்.

ஒரு மனிதனை வெறுப்பது அவனுக்குள் உள்ள நுண்-கடவுளை வெறுப்பதாகும். எந்த மனிதருக்குள்ளும் உள்ள நுண்-கடவுளை வெறுப்பது, உமக்குள் உள்ள நுண்-கடவுளை வெறுப்பதுதான். தனது ஒரே விமானியை வெறுப்பவன் எவ்வாறு வானில் பறந்து போக முடியும்?

கீழே என்ன இருக்கிறது என்பதை அறிய மேலே பாருங்கள். மேலே என்ன இருக்கிறது என்பதை அறியக் கீழே பாருங்கள்.

மேலே ஏறுகிற அளவுக்கு இறங்கி வாருங்கள். இல்லாவிட்டால் உங்கள் சமநிலையை இழந்து விடுவீர்கள்.

இன்று நீங்கள் சீடர்கள். நாளை நீங்களே ஆசான்கள். நல்ல ஆசிரியராக இருக்க வேண்டுமானால், முதலில் நல்ல மாணவர்களாக இருக்க வேண்டும்.

உலகிலிருந்து தீமையாகிய களை பிடுங்க முயலாதீர்கள். களையும்கூட நல்ல எருவாகும்.

தவறாகக் காட்டப்படும் ஆர்வம், பல சமயம் ஆர்வம் கொண்ட வரைக் கொன்றேவிடுகிறது.

உயரமும், உறுதியும் கொண்ட மரங்கள் மட்டுமே காடு ஆகி விடாது. கானகத்திற்குப் புல்லும் புதரும், செடியும் கொடியும்கூட வேண்டும்.

வெளிவேடம் சில காலம் மறைந்திருக்கும். எப்போதும் அதால் ஒளிந்திருக்க முடியாது. அதை வெளியேற்றிக் கொல்லவும் முடியாது.

இருட் செயல்கள், இருளில் பல்கிப் பெருகும். அதன் வம்சத்தை நாசம் செய்ய நினைத்தால், அவற்றின் மீது சுதந்தர வெளிச்சத்தைப் பாய்ச்சுங்கள்.

உங்களிடம் ஒரே ஒரு எளிய நேர்மை இருந்தால் போதும், ஆயிரம் வெளிவேடங்களை வென்று விடலாம். உமது வெற்றி மகத்தானதாகவே அமையும்.

ஒரு கலங்கரை விளக்கத்தை மேட்டில் கட்டி வைத்துவிட்டு, அதைப் பார்க்க மக்களுக்கு அழைப்புவிடத் தேவையில்லை. வெளிச்சம் வேண்டி இருப்பவர்களுக்கு அழைப்புத் தேவையில்லை.

அரை வேக்காட்டு ஆள்களுக்கு அறிவு ஒரு சுமை. முட்டாளுக்கு அறியாமையே சுமை. அரைவேக்காட்டு ஆள்களுக்கு, சுமை இறக்க உதவுங்கள். முட்டாள்களை விட்டுவிடுங்கள். அரைவேக்காட்டு ஆள்கள், முட்டாள்களுக்கு நன்றாகக் கற்பித்து விடுவார்கள், உங்களைவிட!

உங்கள் பாதை கடக்க முடியாதது, இருளடர்ந்து, ஆளரவமற்றது என்று அடிக்கடி நினைக்கிறீர்கள். மனவுறுதி கொண்டு ஓயாது பயணித்தால், ஒவ்வொரு திருப்பத்திலும் ஒரு புதிய வழித்தோழன் கிடைத்துவிடுவான்.

பாதைகளற்ற பிரபஞ்ச வெளியில், பயணம் செல்லப்படாத பாதையே இல்லை. காலடிச் சுவடுகள் குறைவு. தூர தூரமாக அவை காணப்படும். ஆனால், பாதை பாதுகாப்பானது; நேரானது; கரடு முரடாகவும், ஏகாந்தமாகவும் இருந்தாலும்கூட.

வழிகாட்டிகள் வழியைத்தான் காட்ட முடியும். வற்புறுத்தி நடக்க வைக்க முடியாது. மறந்துவிடாதீர்கள், நீங்கள் வழிகாட்டிகள்.

நன்றாக வழிகாட்டப்பட்டவரே, நல்ல வழிகாட்டி ஆக முடியும். அதனால், இப்போது உமது வழிகாட்டியைச் சார்ந்திருங்கள்.

பலரும் உம்மிடம், "எமக்கு வழிகாட்டுங்கள்," என்றுதான் கேட்பார்கள். மிகச் சிலர் மட்டுமே, "எங்களை வழி நடத்திச் செல்லுங்கள்! "என்று வேண்டிக் கொள்வார்கள்.

வழியில், இந்தச் சிலர், அந்தப் பலரைவிட மேம்பட்டவர்கள்.

நடக்க முடியாதபோது ஊர்ந்து செல்லுங்கள். ஓட முடியாத போது நடந்து செல்லுங்கள். பறக்க முடியாதபோது ஓடுங்கள். இந்தப் பிரபஞ்சத்தையே உமக்குள் அசையாமல் நிறுத்த முடியாத போது, பறந்து செல்லுங்கள்.

உம்மைப் பின்பற்றி வருகிறவர், தமது முயற்சியின் போது தடுமாறி விழுந்தால், ஒருமுறை இருமுறை அல்ல, நூறுமுறை விழுந்தாலும் கைதூக்கி விடுங்கள். அவர் தடுமாறாமல் நடக்கும் வரைக் கைதூக்கி உதவுங்கள். நீங்களும் ஒரு காலத்தில் குழந்தை களாய் இருந்ததை மறந்துவிட வேண்டாம்.

உமது இதயத்திற்கு மன்னிப்பு என்னும் எண்ணெய் பூசுங்கள். நீங்கள் பசையுள்ள கனவுகள் காண்பீர்கள்.

வாழ்வு ஒரு ஜுரம். பல்வேறு நிலைகள். பல்வேறு வகைகள். ஒவ்வொரு மனிதனின் பிடிவாதத்தைப் பொறுத்து அவை வேறுபடும்.

மனிதர்கள் சித்தப் பிரமை கொண்டு வாழ்கிறார்கள்.

புனித புரிதல் கனியான புனித விடுதலை மீது சித்தப்பிரமை கொண்டவர்கள் ஆசீர்வதிக்கப்பட்டவர்கள்.

மனிதக் காய்ச்சல் தரமாற்றம் அடையக்கூடியது. போர்க் காய்ச்சல் சமாதானக் காய்ச்சலாக மாறலாம். செல்வக் குவிப்புக் காய்ச்சல், அன்புக் காய்ச்சலாக மாறக்கூடும். ஆத்மாவின் இரசவா தம் அப்படிப்பட்டது. அதில் பயிற்சி பெறவும், கற்றுக் கொடுக்கவும் உங்களை அழைக்கிறேன்.

செத்துக் கொண்டிருப்பவர்களுக்கு வாழ்வைக் கற்பியுங்கள். உயிரோடிருப்பவர்க்குச் சாவைக் கற்பியுங்கள். ஆனால், வெற்றி யாளராகத் தவித்திருப்பவர்களுக்கு, இரண்டிலிருந்தும் விடுதலை பெறும் வழியைக் கற்பியுங்கள்.

பற்றி இருத்தலுக்கும், பற்றப்பட்டிருத்தலுக்கும் நிறைய வேறுபாடு உள்ளது. நீங்கள் நேசிப்பதை மட்டுமே உங்களால் பற்றியிருக்க

முடியும். நீங்கள் எதை வெறுக்கிறீர்களோ அது உங்களைப் பற்றியிருக்கும். பற்றப்பட்டு இருப்பதைத் தவிர்த்துவிடுங்கள்.

காலவெளி நெடுகப் பல உலகங்கள், சூனிய வெளியில் சுழன்று கொண்டிருக்கின்றன. உங்களுடையது இருப்பனவற்றில் மிகச் சிறியது. பிரபஞ்சக் குடும்பத்தின் பச்சைக் குழந்தை.

கடவுளுக்குள் அந்த உலகங்கள் சுழல்கின்றன. அவற்றின் இயக்கம், 'அசைவிலா இயக்கம்!' என்ன முரண் அழகு!

உமது கை விரல்களைப் பாருங்கள், எவ்வாறு சமமற்று இருக்கின்றன!

அறிஞரின் விளையாட்டுப் பொருள்தான் வாய்ப்பு. வாய்ப்பின் விளையாட்டுப் பொருள்களே முட்டாள்கள்.

எதைப் பற்றியும் புகார் செய்யாதீர்கள். புகார் செய்தல், புகார் செய்தவருக்கே ஒரு நோய். அதைத் தாங்கிக் கொள்ளுவதற்கான சிறந்த வழி, அதைப் புரிந்து கொள்வதுதான். அதன் பிறகு அந்த நோயே உங்கள் பணிவுள்ள பணியாள் ஆகிவிடும்.

வேட்டையில் ஒன்று நிகழ்வதுண்டு. மானைக் குறிபார்த்து எய்தவன், முயலைக் கொன்று விடுவதுண்டு. முயல் இருப்பதே முன்பு அவனுக்குத் தெரியாது. ஆனால், அந்தப் புத்திசாலி, "நான் முயலுக்கே குறிபார்த்துக் கொன்றேன்," என்பான்.

நன்றாகக் குறி பாருங்கள். எந்தப் பயனும் நல்லதே.

எது உங்களை வந்தடைகிறதோ அது உங்களுடையது. எது தாமதமாகிறதோ அதற்காகக் காத்திருப்பது சரியில்லை. அது தகுதியற்ற பொருளும் ஆகும். அது வேண்டுமானால் உங்களுக்காகக் காத்திருக்கட்டும்.

உங்கள் குறி தப்பாது. ஏனென்றால், அந்தக் குறி உங்களைக் குறி பார்த்திருக்கிறது.

தவறிய குறியும் அடைந்த குறியே ஆகும். ஏமாற்றமில்லாத இதயம் பெறுங்கள்.

தளர்ந்த இதயங்கள் அடைகாத்துப் பொரித்த பருந்துக் குஞ்சுகளே ஏமாற்றம். நம்பிக்கையற்ற பிணந்தின்னிகளே அதை வளர்க்கின்றன.

நிறைவேறிவிட்ட நம்பிக்கை ஒரு தாயாக நின்று பல நம்பிக்கைக் குழந்தைகளைப் பெற்றெடுக்கும். நம்பிக்கைகளைச் சவக்குழிகள்

மிகையில் நுமி

ஆக்கக் கூடாது என்று நினைத்தால், நம்பிக்கையும் உமது இதயமும் திருமணம் செய்து கொண்டுவிடக் கூடாது.

மீன் இடும் நூற்றுக்கணக்கான முட்டைகளிலிருந்து ஒரு மீன் உருவாகலாம். மற்ற தொண்ணூற்று ஒன்பதும் வீண் அல்ல. இயற்கை, விரயமும், வேறுபாடுகளும், கொண்டது; சீர்தூக்கிப் பாராதது.

நீங்களும் அவ்வாறே, விரயமாய், வேறுபாடுகள் கொண்டு, சீர்தூக்கிப் பாராமல் இருங்கள். உமது இதயங்களையும், மனங்களையும், மற்ற மனிதரின் இதயங்களிலும் மனங்களிலும் விதைத்து விடுங்கள்.

பட்டபாட்டிற்குப் பலன் எதிர்பார்க்க வேண்டாம். உங்கள் உழைப்பே போதுமான பரிசு. உழைப்பை நேசிப்பவர்க்கு உழைப்பே பரிசு.

படைப்புச் சொல், சரியான சமநிலை, என்ற இரண்டையும் என்றும் நினைவில் வைத்திருங்கள். புனித புரிதல் மூலம் சமநிலையை நீங்கள் அடையும் போதுதான், நீங்கள் வெற்றியாளர் ஆக முடியும். அப்போதுதான், உமது கரங்கள் கடவுளின் கரங்களுடன் கோத்துக் கொள்ளும்.

இந்த இரவின் அமைதியும், சாந்தமும் உமக்குள் அதிர்வுகளை உண்டாக்கட்டும். நீங்கள் புனித புரிதலுக்குள் ஆழ்ந்து, அமைதியும் சாந்தமும் பெறும்வரை அந்த அதிர்வுகள் நிகழ்ந்து கொண்டே இருக்கட்டும்.

இப்படித்தான் நான் நோவாவுக்கு உபதேசித்தேன்.

அப்படியே உங்களுக்கும் உபதேசிக்கிறேன்.

36

அத்தியாயம்

மடாலயத்தின் திருநாளும், சடங்குகளும். உயிருள்ள விளக்குப் பற்றி பெத்தார் தகவல்

நரோண்டா: பெத்தாரிலிருந்து குரு திரும்பி வந்த நாள் முதல், சமாதம் மௌனம் பூண்டு, எம்மிலிருந்து ஒதுங்கியே வாழ்ந்து வந்தார். மடாலயத் திருநாள் வரப்போகிறது என்றவுடனே, அவர், மிகுந்த உற்சாகம் கொண்டு பணி செய்ய ஆரம்பித்துவிட்டார். விழாவிற்கான எல்லா ஏற்பாடுகளையும் மிகுந்த ஈடுபாட்டுடன், துல்லியமாகச் செய்து முடித்தார்.

திராட்சை மதுத் திருநாள் போலவே, மடாலயத் திருநாளும் ஒருவார காலம் நிகழக் கூடியது. சுற்று வட்டார மக்கள், தட்டு முட்டுச் சாமான்கள் முதல், எல்லா விதமான பொருள்களையும் அங்கே கொண்டுவருவது வழக்கம். வணிகம் பரபரப்பாக நடக்கும்.

அந்த விழாவின் முதல் நாள் சடங்குகள் முக்கியத்துவம் கொண்டவை:

காளை மாடுகள் பலியிடப்படும். பலி நெருப்பு ஏற்றப்படும். பலி பீடத்தில் உள்ள பழைய விளக்கிற்குப் பதிலாகப் புதிய

மிகையீஸ் நுமி

விளக்கு ஒன்று, அந்த நெருப்பிலிருந்து பற்ற வைக்கப்பட்டு, பலிபீடத் தினடியில் வைக்கப்படும். அதை, மடாலய மூத்தவர் சடங்கு களுடன், பயபக்தியுடன் எடுத்துச் செல்வார். அப்போது, விழாவுக்கு வந்துள்ள அனைவரும், அந்தத் தீபத்தில் தமது மெழுகுவர்த்திகளை ஏற்றிக் கொள்வார்கள். பிறகு அவர்கள், தம் மெழுவர்த்திகளை அணைத்துவிட்டு, அவற்றைப் புனிதமான தாயத்துகள் போல் பத்திரமாக வைத்துக்கொள்வார்கள். அவை, தீய ஆவிகளை விரட்டும் என்பது நம்பிக்கை. சடங்குகள் முடிந்தபின், மூத்தவர், மக்களிடையே சொற்பொழிவாற்றுவார்.

அந்த விழாவுக்கு வருகைதரும் புனித யாத்திரிகர்கள், வெறுங் கையோடு வரமாட்டார்கள். மடாலயத்திற்குப் பரிசுப் பொருள் களுடனும், நன்கொடைகளுடனும் வந்து வழங்குவது வழக்கம். அதிகம்பேர், காளை மாடுகளையும், செம்மறியாடுகளையும், பலிகொடுக்கக் கொண்டுவருவார்கள். ஆனால், சிலவற்றை மட்டும் பலி கொடுத்துவிட்டு, மற்ற எல்லாக் கால்நடைகளையும் மடாலய மந்தையோடு சேர்த்து விடுவது வழக்கம்.

ஏற்றப்படும் புதிய விளக்கு, பால் மலைகளில் ஆட்சி செய்யும் மன்னர்கள், பெரிய மனிதர்களில் யாராவதால் வழங்கப்படும். அவ்வாறு வழங்குவது அவர்களுக்கு ஒரு கௌரவம். பலபேர் அதற்குப் போட்டியிடுவார்கள். இந்த ஆண்டிற்குரிய விளக்கு, சென்ற ஆண்டு விழாவின் இறுதியிலேயே தேர்ந்தெடுக்கப்பட்டு விடும். அந்த விளக்கு, தம்முடையதாகவே இருக்க வேண்டும் என்பதற்காக, ஒவ்வொருவரும் மிகுந்த அழகும், சிறப்பும் கொண்டதாகப் போட்டி போட்டுக் கொண்டு தயாரிப்பார்கள்.

இந்த ஆண்டிற்கான விளக்கு, பெத்தார் அரசனுடையதாக அமைந்தது. அதைக் காண ஒவ்வொருவரும் ஆவலோடு காத்திருந் தார்கள். பெத்தார் அரசன் ஏராளமான செல்வம் குவித்து வைத் திருப்பவன். மடாலயத்தின் மேல் மிகுந்த பக்தி கொண்டிருப்பவன்.

விழாவிற்கு முன்தினம், சமாதம், எங்களையும் குருவையும் தமது அறைக்கு அழைத்தார். கீழ் வருமாறு பேச ஆரம்பித்தார். அவர் பார்வை, எம்மைவிடக் குருவின் மீதே அதிகம் பதிந்திருந்தது.

சமாதம்: நாளை புனித நாள். நமது அனைவரின் நலத்திற் காகவும், அதைப் புனிதத்துடன் கொண்டாட வேண்டும்.

முன்னைய சச்சரவுகள் என்னவாக இருந்தாலும் அவற்றை இங்கே நிறுத்திவிட வேண்டும். மடாலயத்தின் முன்னேற்றத்தில்

தளர்ச்சி ஏற்பட்டுவிடக் கூடாது. நமது ஆர்வம் குறைந்துவிடக் கூடாது. விழா நின்று போவதைக் கடவுளும் விரும்பமாட்டார்.

நான் இந்த மடாலயத்தின் மூத்தவன். இதைக் கட்டிக் காப்பது என் கடமை. இதை முன்னேற்றிக் கொண்டு போவது என் பாரம்பரிய உரிமை. கடமையும், உரிமையும் அடுத்தடுத்து என் தோள் மீது விழுகின்றன. நான் இறந்த பிறகு அது உங்களில் ஒருவர் மீது விழும்.

நான் தவறு செய்திருந்தால், மிர்தாத் என்னை மன்னிப்பாராக.

மிர்தாத்: நீங்கள் தவறிழைத்தது மிர்தாதுக்கன்று. நீங்கள் கடுமையாகத் தீங்கு செய்தது உமக்கேதான்.

சமாதம்: சமாதத்திற்குத் தீங்கு செய்ய, சமாதத்திற்குச் சுதந்தரம் இல்லையா?

மிர்தாத்: தீங்கு செய்யச் சுதந்தரமா? மிகமிகப் பொருந்தாத சொற்கள்! தமக்கே ஒருவர் தீங்கு செய்து கொண்டாலும், அவர், அந்தத் தீங்கின் அடிமையாகி விடுவார். மற்றவர்களுக்குத் தீங்கு செய்தால், அவர் அடிமையின் அடிமையாகி விடுவார். தீங்கின் சுமை, அதிகப் பாரமானது.

சமாதம்: எனது தீங்கை நான் ஆதரித்தால், அதனால் உமக்கு என்ன வந்தது?

மிர்தாத்: ஒரு சொத்தைப் பல், வாயிடம், 'நான் என் வலியைத் தாங்கிக் கொள்கிறேன். அதனால் உனக்கென்ன வந்தது?' என்று சொல்லலாமா?

சமாதம்: என்னை விட்டுவிடுங்கள். இப்படியே இருக்க என்னை விட்டுவிடுங்கள். உமது கனத்த கையை என் மேல் வைக்காதீர்கள். கதிரடிக்கும் கம்பால் என் நாக்கின் மீது அடிக்காதீர்கள். மிச்ச மிருக்கும் காலத்தை என் போக்கில் வாழ விட்டுவிடுங்கள், இதுவரை வாழ்ந்தது போலவே. உமது மடாலயத்தை வேறு எங்காவது போய்க் கட்டிக் கொள்ளுங்கள். இந்த மடாலயத்தை விட்டு விடுங்கள். எனது மடாலயமும், உமது மடாலயமும் இருக்க, இந்த உலகில் நிறைய இடமிருக்கிறது. நாளைய தினம் என்னுடையது. கொஞ்சம் தள்ளி நில்லுங்கள். என் கடமையைச் செய்ய விடுங்கள். உங்களில் யார் குறுக்கிட்டாலும், அதை என்னால் பொறுத்துக் கொள்ள முடியாது.

எச்சரிக்கை! சமாதத்தின் பழிவாங்கல், கடவுளுடையதை விடப பயங்கரமானது! அதனால், கவனம்! எச்சரிக்கிறேன்!

நரோண்டா: நாங்கள் அவருடைய அறையை விட்டு வெளியே வந்தோம். குரு, மெல்லத் தலையசைத்து விட்டுப் பேச ஆரம்பித்தார்.

மிர்தாத்: சமாதத்தின் இதயம், இன்னும் சமாதத்தின் இதய மாகவே இருக்கிறது.

நரோண்டா: மறுநாள் காலை, புதிய விளக்கு பற்றவைக்கப் பட்டது. சடங்குகள் எல்லாம், எந்தத் தடங்கலுமின்றிச் சிறப்பாக நடைபெற ஆரம்பித்தன. சமாதம் மிகவும் உற்சாகமும் மகிழ்ச்சியும் அடைந்தார்.

அப்போது, வெள்ளுடை அணிந்த உயரமான மனிதன் கூட்டத் திற்குள் புகுந்து, நெட்டித்தள்ளிக் கொண்டு, பலிபீடம் நோக்கி வந்து கொண்டிருந்தான்.

கூட்டத்தில் பரபரப்பும் முணுமுணுப்பும் எழுந்து பரவின. வந்து கொண்டிருப்பவன் பெத்தார் நாட்டு அரசின் அந்தரங்கத் தூதன். அவன் என்ன பரிசு கொண்டுவரப் போகிறான் என்று எல்லாரும் ஆவலுடன் எதிர்பார்த்துக் கொண்டிருந்தார்கள்.

மற்றவர்களைப் போலவே சமாதமும், புத்தாண்டுப் பரிசுதான் அவன் கொண்டு வருகிறான் என்று எதிர்பார்ப்புடன் நின்று கொண்டிருந்தார்.

வந்த தூதன், சமாதத்தின் காதில் ஏதோ சொன்னான். பிறகு, தனது சட்டைப் பையிலிருந்து ஒரு கடிதத்தை வெளியில் எடுத்தான். அதை நேரில் கொடுக்கச் சொல்லி அரசர் ஆணையிட்டுள்ளார் என்று அறிவித்துவிட்டு, உரக்கப் படிக்கத் தொடங்கினான்:

"பெத்தார் நாட்டு முன்னாள் மன்னன், பால் மலைகளிலிருந்து வந்து கூடியிருக்கும் எல்லா மக்களுக்கும், மடாலயத்திற்கும், தனது சமாதானத்தையும், சகோதர அன்பையும் தெரிவித்துக் கொள்கிறான்.

"மடாலயத்தின் மீது நான் எந்த அளவுக்கு உணர்வு பூர்வமான அன்பு வைத்திருக்கிறேன் என்பதற்கு, நீங்களெல்லாம் வாழும் சாட்சிகள். என்னிடமுள்ள செல்வங்களும், விளக்குகளும் மடாலயத்தின் தகுதிக்கு ஏற்புடையதல்ல. என்னுடைய செல்வத்தை யெல்லாம் கொண்டு கைதேர்ந்த கலைஞர்களைக் கொண்டு அற்புதமான விளக்கொன்று உருவாக்கினேன்.

"ஆனால், அது, என் வறுமையையே காட்டியது என்று கடவுள் நினைத்தார் போலும். அவர் எனக்கு ஒரு ஒளிவிளக்கை அருளியிருக்கிறார். அந்த விளக்கின் ஒளி கண்களைக் கூசச் செய்யும். அது அணையா விளக்கு. அதன் அழகுக்கு ஈடு இணையே கிடையாது. கறை படியா விளக்கு அது. அந்த விளக்கைப் பார்த்த பிறகு, எனது விளக்குகள் எல்லாம் எவ்வளவு அற்பமானவை என்று நான் நாணமடைந்தேன். எனது விளக்குகளை யெல்லாம் நான் குப்பையில் எறிந்துவிட்டேன்.

"எனக்குக் கிடைத்த அந்த உயிருள்ள ஒளிவிளக்கு, கைகளால் உருவாக்கப்பட்டதன்று. அதைத்தான் நான் உங்களுக்கு வழங்கப் போகிறேன். கண்களுக்கு விருந்தாகும் அந்த விளக்கிலிருந்து, நீங்கள் அனைவரும், உமது மெழுகுவர்த்திகளைப் பற்றவைத்துக் கொள்ளுங்கள். அதோ, அது உங்கள் கைக்கெட்டும் தூரத்தில்தான் இருக்கிறது. அதன் பெயர் மிர்தாத்!

"அந்த ஒளி பெறும் தகுதி பெறுவீர்களாக!"

இந்தக் கடைசி வாக்கியங்களைச் சொல்லிக் கொண்டிருக்கும் போது, சமாதம் சட்டெனக் காணாமல் போய்விட்டார்!

ஒரு கன்னிக் கானகத்தின் மீது பெரும் காற்று வீசியது போலக் கூட்டத்தினிடையே, மிர்தாதின் பெயர் அலையடித்தது!

பெத்தார் மன்னர் குறிப்பிட்ட, வசீகரமான விளக்கைக் காண அனைவரும் ஆவல் கொண்டனர்.

அப்போது, குரு, பலிபீடத்தின் படிகளின் மேல் ஏறி அனைவரும் காண, மேடை மீது நின்றார்!

அந்தப் பெருங்கூட்டம், அந்த வேளையில், ஒற்றை மனிதனைப் போல் ஆகி, கவனத்துடன், ஆவலுடன், விழிப்புடன் அவரைப் பார்த்து நின்றது.

அதன் பிறகு குரு பேச ஆரம்பித்தார்...

37
அத்தியாயம்

இரத்தம், நெருப்பின் பெருவெள்ளம்
பற்றி குரு எச்சரிக்கிறார்.
தப்பிக்கும் வழி பற்றியும் கூறி
கப்பலைச் செலுத்துகிறார்.

மிர்தாத்: இந்த மிர்தாதிடம் எதை நாடுகிறீர்கள்? பலிபீடத்தை அலங்கரிக்க, மணிகள் பதிக்கப்பெற்ற பொன் விளக்கையா? ஆனால், இவன் பொற்கொல்லன் அல்லன்; நகை வணிகனும் அல்லன். ஆயினும் இவன் ஒரு கலங்கரை விளக்கமும் ஒரு துறைமுகமும் ஆவான்.

தீய பார்வைகளிலிருந்து பாதுகாத்துக் கொள்ள, தாயத்துகளை எதிர் பார்க்கிறீர்களா? இவனிடம் தாயத்துகள் ஏராளமாக இருக்கின்றன. ஆனால், அவை வேறு வகையானவை. முடிவு செய்யப்பட்ட பாதையில் பாதுகாப்பாய் நடந்து செல்ல, விளக்கை எதிர்பார்க்கிறீர்களா? அதிசயம் தான்! உங்களிடம் கதிரவன், நிலா, விண்மீன்கள் இருந்தும் தடுமாறி விடுவோமா, விழுந்து விடுவோமோ என்ற அச்சம் உங்களுக்கு. அதனால், வழிகாட்டிகளாக இருக்க, உங்கள் விழிகளுக்குத் தகுதியில்லை. உங்களுக்கு எங்கேயும் கண்கள் கூசும். விழிகள் இல்லாமல் என்ன செய்வீர்கள்? கதிரவனைக் கருமி என்று யார் குற்றம் சாட்ட முடியும்?

பாதையில் தடுமாறாமல் நடக்க விழிகளுக்கு ஒளிதரும் சக்தி, இதயத்தைத் தடுமாறச் செய்து, இரத்தம் கசியச் செய்து, வழியறி யாமல் வேதனைப்படச் செய்யலாமா?

கண்களை எது நிறைத்திருக்கிறதோ, அது, ஆத்மாவை ஒளியிலா இருளில் தள்ளிவிடலாமா?

என்ன வேண்டும் உங்களுக்கு?

எந்த ஒளிக்காக நீங்கள் ஆவல் கொண்டு அலறுகிறீர்களோ, அந்த ஒளியில் ஆத்மா குளிக்க, இதயம் பார்க்க முடியுமானால், நீங்கள் வேதனையில் அலற வேண்டி நேராது. என்னுடைய பிரச்சனையே, ஆத்மா, இதயம் பற்றியதுதான்.

இன்று உங்களுக்கு நான் ஒன்று வழங்கப் போகிறேன். அதனால், இந்த நாள், அற்புத வெற்றித் திருநாள் ஆகும் அல்லவா? நீங்கள் ஆடு மாடுகளைக் கொண்டு வந்திருக்கிறீர்கள் அல்லவா? விடு தலைக்காக நீங்கள் கொண்டு வந்திருப்பது எவ்வளவு அற்பமான பரிசு! அவற்றின் மூலம் நீங்கள் பெறப்போகும் விடுதலையும் அற்பமானதே!

ஆட்டை வெல்லுவது மனிதனுக்குப் பெருமை தருவதன்று. தனது சொந்த வாழ்விற்கு ஈடாக, அற்ப ஆட்டைப் பரிசாகக் கொடுப்பது அவமானகரமானது.

நம்பிக்கை சுருள்விரியும், அன்பு மிக மேலாக நியாயப்படுத்தப் படும், இந்த நல்ல நாளின் ஆத்மாவுக்காக நீங்கள் செய்தது என்ன?

ஆ! நீங்கள் செய்தவை எல்லாம் வெறும் சடங்குகளே; வெறும் மந்திர முணுமுணுப்புகளே. அதனால், உங்களது ஒவ்வொரு காலடி வைப்பிலும் உங்களோடு துணை நின்றது சந்தேகம் மட்டுமே. உங்களது ஒவ்வொரு பிரார்த்தனைக்கும் 'ஆமென்' சொல்லி முடிப்பது வெறுப்பு மட்டுமே!

பெருவெள்ளப் பெருக்கின் வெற்றியைத்தானே நீங்கள் கொண் டாடுகிறீர்கள்? அப்படியிருந்தும், நீங்கள் தோற்றுப் போனவர் களாகவே இருக்கிறீர்களே, அது எப்படி?

தனது ஆழங்களைக் குறைத்த நோவா, உங்கள் ஆழங்களைக் குறைக்கவில்லை. ஆனால், உங்களுக்கு வழியைச் சுட்டிக் காட்டி யுள்ளார். ஆனால், என்ன பரிதாபம்! உமது ஆழங்களில் சினமே நிறைந்திருக்கிறது. அதனால், உமது கப்பல் கவிழ்ந்துவிட்டது.

உமது வெள்ளப் பெருக்கை நீங்கள் வெல்லாதவரை, நீங்கள் இந்த வெற்றித் திருநாளுக்குத் தகுதி படைத்தவர்கள் அல்லர்.

நீங்களே வெள்ளம். நீங்களே கப்பல். நீங்களே கப்பித்தான்கள். உமது சுமைகளை இறக்கி வைத்துவிட்டு, உம்மைத் தூய்மையாய்க் கழுவாதவரை, நீங்கள் வெற்றியைக் கொண்டாட முடியாது.

நீங்களே உமது பெருவெள்ளம் ஆவது எவ்வாறு என்பதை நீங்கள் தெரிந்து கொண்டே ஆகவேண்டும்.

சர்வவல்லமை கொண்ட புனித மனவுறுதி, பிளவுண்டபோது, ஆதாம், இருமைநிலை அடைந்தபோது, ஏகத்துவத்துடன் தனது ஒருமையின் பிளவை, அவன் உணர்ந்திருக்க வேண்டும். அதன் பிறகே அவன், ஆண் ஆதாமாகவும், பெண் ஆதாமாகவும் இருமைப் பட்டான். இருமையில் பிறந்த ஆசைகளின் பெருவெள்ளமாய் அவன் அதன் பிறகு ஆகிப்போனான். ஆசைகளுக்குப் பல நிறங்கள்; பல குரல்கள். அதன் அளவுகளும் மிகப் பெரியவை.

இன்றுவரை மனிதன் தீயொழுக்க அலைகளால்தான் அலைக் கழிக்கப்படுகிறான். ஓர் அலை அவனை மிக உயரத்திற்கு எடுத்துச் செல்கிறது. உடனே மற்றொரு அலை, அவனை அதல பாதாளத்தில் அமிழ்த்தி விடுகிறது.

அவனது ஆசைகள் பிளவுபட்டவை. காரணம், அவனே பிளவு பட்டவனாக இருப்பதுதான். இரண்டு பகுதிகளும் முரண்பட்டவை. என்றாலும், அவை ஒன்றை மற்றொன்று சார்ந்தே உள்ளன. அவை ஒன்றோடொன்று பற்றிக் கொண்டும் மோதிக் கொண்டும் இருக்கின்றன. ஒரு கண நேரம் கூட அந்தப் போர் ஓய்வதே இல்லை.

தனது போராட்டமான இருமை வாழ்க்கையில், மனிதன் நாளுக்கு நாள், மணிக்கு மணி, அந்த வெள்ளத்தைத்தான் தன் இதயத்தில் சுமந்து அலைகிறான்.

அந்த வெள்ளம்தான் பொங்கிப் பீரிட்டு எழுந்து அவனை அடித்துச் சென்று கொண்டிருக்கிறது.

அந்த வெள்ளப் பெருக்கின் வானவில், மனிதனை மகிழச் செய்வதாயில்லை. உமது வானம், உமது பூமியை மணந்து இணைந்து ஒன்றாகும்வரை அப்படித்தான் நிகழ்ந்து கொண்டிருக்கும்.

ஆதாம், ஏவாளில் தன்னை விதைத்த நாள்முதல், மனிதன் புயலையே அறுவடை செய்து வருகிறான். உணர்வுகளே அதிகாரம்

செய்வதால், அவன் சமநிலை தவறித் தடுமாறிப் போனான். ஒரு வெள்ளத்திலிருந்து இன்னொரு வெள்ளத்தில் அகப்பட்டு மூழ்கிப் போய்க் கொண்டிருக்கிறான்.

அன்பு என்ற தொட்டியில் அந்த உணர்வுகளாகிய மாவைப் பிசைந்து, புனித புரிதல் என்ற ரொட்டியை அவன் தயாரிக்கும்வரை, அவனுக்குச் சமநிலை சாத்தியமாவதே இல்லை.

நோவாவின் காலத்தில் உலகை மூழ்கடித்த வெள்ளம், மனித குலத்திற்கு முடிவும் முதலுமானதன்று. தொடர்ந்து வரப்போகும் பெருவெள்ளங்களின் முதல் அடையாளம் அது. இனி வரப்போவது இரத்த வெள்ளமும் நெருப்பு வெள்ளமும் ஆகும். இது அனைத்தி லும் மிகப் பெரிது. இதில், நீங்கள் மேலே மிதக்கப் போகிறீர்களா, அல்லது மூழ்கிவிடப் போகிறீர்களா?

பரிதாபம்! நீங்கள் சுமைக்குமேல் சுமை ஏற்றிக் கொண்டே போகிறீர்கள். வேதனை நிறைந்த இன்பங்களை, ஒரு போதை மருந்தாய் உமது இரத்தத்தில் கலப்பதில், மும்முரமாக ஈடுபட்டு வருகிறீர்கள். உங்களை எங்குமே கொண்டு சேர்க்காத பாதைகளை வகுத்து வரைந்து கொண்டே இருக்கிறீர்கள்.

வாழ்வை முழுசாகப் பார்க்காமல், சாவித் துவாரத்தின் வழியாக மட்டுமே பார்க்கிறீர்கள். வாழ்வின் பின்கட்டு அறைகளில் பரபரப் பாய் விதைகளைச் சேகரிக்கிறீர்கள். நீங்கள் கீழே போகாமல் என்ன செய்வீர்கள், என் அனாதைகளே!

நீங்கள் உயரப் பறக்கப் பிறந்தவர்கள். எல்லையற்ற அண்டப் பெருவெளிகளில் அலையப் பிறந்தவர்கள். உமது சிறகுகளுக்குள் பிரபஞ்சத்தையே அடக்க வல்லவர்கள். ஆனால், நீங்கள் கோழிக் கூடைகளுக்குள், சிறகுகள் வெட்டப்பட்டு அடைந்து கிடக்கிறீர்கள். விழி மங்கி, தசைநார்கள் மரத்துப் போயின. இவ்வாறிருக்க, எவ்வாறு வரப்போகும் வெள்ளத்திலிருந்து தப்பிவிடப் போகிறீர்கள், திக்கற்றவர்களே!

கடவுளின் வடிவம் பெற்ற நீங்கள், அந்த வடிவத்தையே இல்லா மல் செய்துவிட்டீர்கள். அடையாளமே தெரியாதபடி அந்தக் கம்பீரமான உருவம் குறுகிச் சிறுத்துவிட்டது. உமது தெய்விக முகத்தில் சேறு பூசப்பட்டுவிட்டது. பல கோமாளி முகமூடிகள், ஒன்றன் மேல் ஒன்றாக உங்கள் முகத்தை மூடியிருக்கின்றன. நீங்கள், இவற்றிலிருந்தெல்லாம் விடுதலை பெறாமல், வரப்போகும்

மிகையில் நூமி

பெருவெள்ளத்தை எவ்வாறு எதிர்கொள்ளப் போகிறீர்கள் என் அனாதைகளே?

மிர்தாத் சொல்வதைக் கவனிக்காதவரை, இந்தப் பூமி, உங்கள் கல்லறையே ஆகும்; அந்த வானம், ஓர் பெரும் பிணம் போர்த்தும் துணிதான் ஆகும். முன்னது, உமது தொட்டிலாகும் தகுதி படைத்தது. பின்னது, உமது அரியணையாகும் சிறப்புப் பெற்றது.

மறுபடியும் சொல்கிறேன். நீங்கள்தாம் வெள்ளம். நீங்களே கப்பல். நீங்களே கப்பித்தான். உமது உணர்வுகளே பெருவெள்ளம். உமது உடலே கப்பல். உமது நம்பிக்கையே கப்பித்தான். எல்லா வற்றையும் ஊடுருவுவது உமது மன உறுதி. எல்லாவற்றிற்கு மேலும் மிதப்பது உமது புரிதல்.

உமது கப்பல், கடலில் பயணம் செய்வதற்கான உறுதி பெற்றிருக் கிறதா என்பதை உறுதி செய்து கொள்ளுங்கள். அதை மட்டுமே கவனிப்பதில் உமது வாழ்வை வீணடித்துவிட வேண்டாம். கப்பலைச் செலுத்தும் கப்பித்தானின் திறமையையும் மன அமைதி யையும், உறுதி செய்து கொள்ளுங்கள். எல்லாவற்றிற்கும் மேலாக, வெள்ளங்களின் மூல காரணங்களைக் கணித்து, ஒன்றன்பின் ஒன்றாக வற்றடித்துவிட வேண்டும். அதன் பிறகுதான் வெள்ளம் வற்றி வரண்டு போக முடியும்.

உமது உணர்ச்சிகளை முதலில் எரித்துவிடுங்கள். இல்லாவிட் டால் அவை உங்களை எரித்துவிடும்.

உணர்ச்சிகளின் வாயில் இருப்பது நச்சுப் பற்களா அல்லது தேன்கூடா என்பதை அறிய, உள்ளே எட்டிப் பார்க்க வேண்டாம். தேன் சேகரிக்கும் தேனீக்கள், மலர்களிலிருந்து தேனை மட்டுமல்லாமல், அவற்றின் நஞ்சையும்தான் சேகரிக்கின்றன.

உணர்ச்சியின் முகம் அமைதியாக இருந்தாலோ, மறைவாக இருந்தாலோ, அதை ஆராய வேண்டாம்.

ஏவாளின் முன் தோன்றிய பாம்பின் முகம், கடவுளின் முகத்தை விட அமைதியாகத்தான் காணப்பட்டது!

உணர்ச்சிகளின் கனத்தைத் தராசில் நிறுத்துப் பார்க்க வேண்டாம். ஒரு மணிமகுடத்தின் கனத்தை, மலையின் பாரத்தோடு யாராவது ஒப்பிட்டுப் பார்ப்பார்களா? உண்மையில் மலையைவிட மணிமகுடமே கனமானது.

உணர்ச்சிகள், பகலில் தெய்விக இசை வழங்கும். இரவில் சீறிப் பாய்ந்து கொட்டும். இன்பத்தால் கொழுத்துப் பருத்த உணர்ச்சிகள், விரைவில், துயர எலும்புக்கூடுகளாக மாறிவிடும்.

பணிவும், கருணைப் பார்வையும் கொண்டவை போல் தோன்றும் உணர்ச்சிகள், சட்டென ஓநாய்களைவிடப் பசிவெறி கொள்ளும்; கழுதைப்புலிகளைவிடக் கொலைவெறி கொள்ளும். உணர்ச்சிகள் தனியே இருக்கையில், ரோஜாவைவிட இனிய மணம் பரப்பும். ஆனால், தொட்டுப் பறிக்க ஆரம்பித்தால், பிணந் தின்னிக் கழுகைவிடவும், 'ஸ்கங்க்' பிராணிகளைவிடவும் மோசமாக நாறும்.

தீமையிலிருந்து நன்மைக்கும் நன்மையிலிருந்து தீமைக்குமாக உமது உணர்ச்சிகளை மாற்ற முயல வேண்டாம். உமது உழைப் பெல்லாம் விரயமாகிப் போகும். தீமை இல்லாமல் நன்மையால் தாக்குப் பிடிக்க முடியாது. நன்மைக்குள் வேர் விடாமல் தீமையில் நிமிர்ந்து நிற்க முடியாது.

நன்மை தீமைகள், ஒரே மரம்தான்; கனியும் ஒன்றுதான். தீமையின் சுவையுணராமல், நன்மையின் சுவையுணர வழியில்லை.

எந்த முலைக்காம்பில் நீங்கள் வாழ்க்கைப் பாலைக் குடிக்கிறீர் களோ, அதே காம்புதான் சாவுப் பாலையும் சுரக்கிறது.

உம்மைத் தாலாட்டும் கையே, சவக்குழியும் தோண்டுகிறது.

அதனால், என் அனாதைகளே, இயற்கை இருமைப்பண்பு கொண்டது. அதை மாற்ற, சிரமப்பட்டுப் பிடிவாதமாய் முயற்சி செய்ய வேண்டாம். அதை இரண்டாகத் தனித்தனியே பிளந்தெடுத்து, விரும்பியதை ஏற்கவும், மற்றதை வீசி எறியவும் முயல்வது மூடத்தனம்.

நீங்கள் இருமையின் எஜமானர்களா என்ன? அது நல்லதுமன்று, தீயதுமன்று, என்று கருதுக.

ஜனன-மரணப் பால் உமது வாயில் கசக்கவில்லையா? நன்மை-தீமை அல்லாத, இவற்றிற்கு அப்பாற்பட்ட ஏதோ ஒன்றைக் கொண்டு உமது வாயைக் கொப்பளிக்க இதுவே தருணமல்லவா? நன்மை-தீமை மரத்தில் தோன்றாத, இனிப்பும் கசப்பும் அல்லாத ஒரு கனியை நீங்கள் பெறவேண்டிய காலம் இதுவே அல்லவா?

இருமையின் பிடியிலிருந்து விடுபட்டுவிட்டீர்களா? ஆமென்றால், உமது இதயத்தில் உள்ள நன்மை-தீமை என்ற

இருமை மரத்தைப் பிடுங்கி எறியுங்கள். வேரோடு பிடுங்கி எறியுங்கள். அப்போதுதான் வாழ்வு மரத்தின் வித்து, அதாவது புனித புரிதலாகிய வித்து, நன்மை தீமைகளைக் கடந்த வித்து, அங்கே முளைவிட்டு வளர முடியும்.

மிர்தாதின் செய்தி உற்சாகமில்லாதது என்று நீங்கள் சொல்வீர்கள். விடிந்ததும் நாங்கள் மகிழ்ச்சிக்காகக் காத்திருத்தலை, எனது உபதேசம் ஒழித்துவிட்டது என்று நீங்கள் சொல்லலாம். 'உமது உபதேசம் எம்மை ஊமையாக்கிவிட்டது. வாழ்வின் உற்சாகமில்லாத பார்வையாளராக எம்மை அது ஆக்கிவிடும். நாங்கள் இரைச்சலிடும் போட்டியாளர்களாக அல்லவா இருக்கிறோம்? பயன் எதுவாக இருந்தாலும், போட்டியிடுவது இனிமையானது அல்லவா? எதிரிடப் போவது கொள்ளிவாய்ப் பிசாசாக இருந்தால் தான் என்ன, துணிகரச் செயல் இனியது அல்லவா?' என்றும் நீங்கள் சொல்லாம்.

இப்படி நீங்கள் இதயத்தில் நினைக்கலாம். அந்த இதயமே உங்களுடையது அன்று. தீய உணர்ச்சிக் கடிவாளத்தில் சிக்கியிருக்கும்வரை உமது இதயம் உமது அன்று.

உமது இதயத்தை அடக்கி ஆளவேண்டுமானால்– உமது நன்மை–தீமை மாவை, அன்புத் தொட்டியில் பிசைந்து, புனித புரிதல அடுப்பில் வேக வைத்து ரொட்டி செய்ய வேண்டும். அப்போது தான் எல்லா இருமைகளும் இறைவனில் ஒன்றுபடும்.

ஏற்கெனவே தொல்லையில் உள்ள உலகை, நீங்களும் தொல்லைப் படுத்துவதை நிறுத்துங்கள்.

இடைவிடாமல் எல்லா வகைக் குப்பைக் கூளங்களையும், சேற்றையும் கொட்டிக் கொண்டிருக்கும் ஒரு கிணற்றிலிருந்து, தூய நீரை, நீங்கள் எவ்வாறு பெற முடியும்? ஒவ்வொரு வினாடியும் கலங்கிக் கொண்டிருக்கும் ஒரு குளத்தில், நீர் எவ்வாறு அசையாமல் தெளிந்து நிற்கும்?

அமைதியான ஓர் உலகை வரைய முற்படாதீர்கள். அவ்வாறு முயன்றால், நீங்கள் தொல்லைகளை வரைய வேண்டிவரும்.

வெறுக்கும் உலகில் அன்பான அம்சங்களை மட்டுமே எதிர் பார்க்காதீர்கள். அவ்வாறு எதிர்பார்த்தால், வெறுப்பையே நீங்கள் எதிர்கொள்ள வேண்டி வரும்.

செத்துக் கொண்டிருக்கும் உலகை வாழும் உலகாகச் சித்திரிக்க முயல வேண்டாம். அப்புறம் சாவையே நீங்கள் சித்திரிக்க வேண்டி வரும்.

உலகம் தனது சொந்த நாணயத்தையே உங்களுக்கு வழங்குகிறது. அது இருபக்க நாணயம்.

மாறாக, எல்லையற்ற தெய்விக- சுயத்தை வரையுங்கள். அது செல்வ வளம் நிறைந்தது; அமைதியான புரிதல் கொண்டது.

உங்கள் மீது வற்புறுத்தாத எதையும் உலகின் மீது வற்புறுத்த வேண்டாம். மற்றவர் எதைக் கேட்பதை நாம் விரும்பவில்லையோ, அதை நாம் மற்றவரிடம் வற்புறுத்திக் கேட்கக் கூடாது.

பெரு வெள்ளத்திலிருந்து உம்மைக் காத்துக் கரையேறச் செய்வது எது? வேதனையும், மரணமும் இல்லாமல், நீங்காத அன்பும், அமைதியும், புரிதலும் நிலவச் செய்வது எது? அது, உணர்ச்சியா? அதிகாரமா? புகழா? கௌரவமா? மரியாதையா? அது, மணிமுடி சூடிய ஆசையா? நிறைவேறிய நம்பிக்கையா? இவையெல்லாம் இரத்தத்தை வளமாக்கும் ஊற்றுகள். ஆனால், எனது திக்கற்ற வர்களே, இவற்றையெல்லாம் வெறுத்து ஒதுக்குங்கள்; விரட்டுங்கள்.

அமைதியாக இருங்கள். தெளிவடைவீர்கள்.

தெளிவாக இருந்தால், உலகைத் தெளிவாகப் பார்க்கலாம்.

உலகின் வழியாகத் தெளிவாகப் பார்த்தால், நீங்கள் எதிர்பார்க்கும் விடுதலையும், சமாதானமும், வாழ்வும் அவற்றால் தரமுடியாது என்பதை நீங்கள் அறியலாம். அந்த அளவிற்கு அவை மிகவும் சக்தியற்றவை; வறுமையானவை.

உலகம் உமக்கு வழங்குவது உடல் மட்டுமே. இருமை வாழ்வுக் கடலில் பயணம் செய்யும் கப்பல் அது. அதற்காக நீங்கள் எந்த மனிதருக்கும் கடன்பட்டிருக்கவில்லை, இந்த உலகில். அதை உமக்கு வழங்கிக் காப்பாற்றி வருவது பிரபஞ்சத்தின் கடமை. நோவா தன் கப்பலைப் பேணிக் காத்ததுபோல, நாம் நம் உடலைப் பேணிக் காக்க வேண்டும். அது உங்கள் கடமை. உங்கள் கடமை மட்டுமே.

விழிப்புடன், விழிகளில் சுடர் தேக்கி, நம்பிக்கையுடன் சுக்கானைப் பிடிக்க வேண்டும். சர்வவல்லமை கொண்ட மனவுறுதியின் மேல் நம்பிக்கை தளர்ந்தால், நாசம். சர்வ வல்லமை கொண்ட

மனவுறுதிதான் உமது வழிகாட்டி, ஏதேனின் பரவச வாசலுக்கு. அதுதான் உங்கள் காரியம். உங்களுடைய சொந்தக் காரியம்.

கடவுளால் சூழப்பட்டவன் மனிதன். தனது வேதனை குறைக்க, எந்தப் பயணமும் பயனில்லை. வழி நீளமாக இருந்து, அலறல்களும், புயல்களும் நிறைந்திருந்தால் என்ன செய்வது? கூர்ந்த பார்வையும் தூய நெஞ்சமும் கொண்ட நம்பிக்கையால் இவற்றை எல்லாம் வெல்ல முடியாதா என்ன?

சீக்கிரம்! வீண் அலைச்சலுக்காகச் செலவழிக்கப்பட்ட காலம், வேதனை நோய் கொண்ட காலம். பரபரப்பாய் இயங்கிக் கொண்டிருக்கும் மனிதர்கூட வீணாய் அலைபவர்களே.

நீங்களெல்லாம் கப்பல் கட்டுமானக்காரர்கள். நீங்கள் மாலுமிகளும் கூடத்தான். சாஸ்வதம் உங்களுக்கு அளித்திருக்கும் பணி, நீங்கள் கரைகளற்ற கடலில் பயணம் செல்ல வேண்டும் என்பதுதான். அப்போதுதான், நீங்கள் அங்கே ஒலியற்ற இசையைக் கேட்பீர்கள். அதன் மறுபெயர்தான் கடவுள்.

எல்லாப் பொருள்களுக்கும் ஒரு மையம் இருக்க வேண்டும். அதைச் சுற்றியே அப்பொருளின் இயல்பு சுற்றிச் சுழன்று கொண்டிருக்கிறது.

வாழ்க்கை- மனித வாழ்க்கை- ஒரு வட்டமாகுமானால், கடவுளைக் காணல் அதன் மையமாகும். அப்புறம், உமது அனைத்துச் செயல்களும், அந்த மையத்துடன் தொடர்பு கொண்டதாக அமைய வேண்டும். அதைவிட்டு, வேறு எங்காவது சுற்றியலைந்தால், சிகப்பு வியர்வை, வெள்ளமாய்ப் பெருகினாலும்கூட, அது வீண் அலைச்சலே.

மனிதனுடைய இறுதி விதியை நோக்கி இட்டுச் செல்வதுதான் மிர்தாதின் பணி. கவனியுங்கள்! உங்களுக்காக மிர்தாத் அற்புதமான கப்பலை உருவாக்கியிருக்கிறான். அதைச் சிறப்பாகச் செலுத்தவும் முடியும். அது கோபர் மரத்தால் கட்டப்பட்டதன்று. அண்டங்காக்கைக்கான ஜாடி அல்ல அது. அதில் ஓணான்களும், கழுதைப் புலிகளும் இல்லை. வெற்றியாளர்களுக்கான வழிகாட்டி அது. புனிதமான புரிதல் அது. அது மதுச்சாடிகளால் நிரப்பப்பட்டதன்று. அதன் இதயம் நிறைய அன்புதான் நிரம்பியிருக்கிறது. அதன் சரக்கு அறைகளில் பொன்னும், மணியும், வெள்ளியும் இல்லை. தமது நிழல்களிலிருந்து விடுபட்ட ஆத்மாக்கள், புரிதலின் ஒளியில், விடுதலையின் ஒளியில், நிரம்பியிருக்கும் அங்கே.

பூமித் துறைமுகத்தின் தொடர்பறுத்துக் கொள்வோர் எல்லாம் வாருங்கள்! தமக்குள், ஒருமை நிலை அடைந்தோர் எல்லாம் வாருங்கள்! தம்மைத் தாமே வெல்ல வல்லவர் எல்லாம் வாருங்கள்!

என் கப்பலுக்கு வாருங்கள்!

கப்பல் தயாராக இருக்கிறது.

காற்று சாதகமாக வீசுகிறது.

கடல் அமைதியாக இருக்கிறது.

இப்படித்தான் நான் நோவாவுக்கு உபதேசித்தேன்.

அப்படியே உங்களுக்கும் உபதேசிக்கிறேன்.

நரோண்டா: குரு தம் பேச்சை முடித்தார். குருவின் பேச்சால் மூச்சு முட்டிப் போவதுபோலக் கூட்டத்தினர் உணர்ந்தார்கள். அந்தக் கூட்டத்தினிடையே அடக்கமான சலசலப்பு ஓசை எழுந்தது.

குரு, பலிபீட மேடையிலிருந்து இறங்கி வருவதற்கு முன்னால், எழுவரையும், யாழ் வாசிப்பவனையும் அழைத்தார்.

அவன் வாசிக்க, அவர்கள் பாட ஆரம்பித்தார்கள். அது புதிய கப்பல் பற்றிய வாழ்த்துப் பாடலாக அமைந்தது. கூட்டம் அந்த இனிய பாடலைப் பற்றிக் கொண்டு, பாட ஆரம்பித்தது.

அந்தப் பாடலின் இனிய பல்லவி, பொங்கி எழும் மாபெரும் அலைபோல் வானத்தை நோக்கி உயர்ந்தது.

அந்தப் பல்லவி இதுதான்:

"கடவுளே உமது கப்பித்தான்!
என் கப்பலே, பயணம் புறப்படு!"

உலகிற்கு வெளிப்படுத்தலாம் என்று
எனக்கு அனுமதிக்கப்பட்ட
புத்தகத்தின் பகுதி இத்தோடு முடிகிறது...
மிச்சத்திற்கான காலம்
இன்னும் வரவில்லை!

– மிகெய்ல் நைமி